பெட்ரோ பராமோ

யுவான் ரூல்ஃபோ

தமிழில்

கார்த்திகைப் பாண்டியன்

எதிர்
வெளியீடு

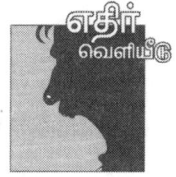

பெட்ரோ பராமோ
யுவான் ரூல்ஃபோ
தமிழில்: கார்த்திகைப் பாண்டியன்

முதல் பதிப்பு: ஜனவரி 2025
மறுஅச்சு: பிப்ரவரி 2025

எதிர் வெளியீடு,
96, நியூ ஸ்கீம் ரோடு, பொள்ளாச்சி – 642 002
தொலைபேசி: 04259 – 226012, 99425 11302

விலை: ரூ. 299

Pedro Páramo
Juan Rulfo
Translated by Karthigai Pandian

PEDRO PARAMO: © Juan Rulfo, 1955, and Heirs of Juan Rulfo.

First Edition: January 2025
Reprint: February 2025

Published by
Ethir Veliyeedu, 96, New Scheme Road, Pollachi – 2
email: ethirveliyedu@gmail.com
www.ethirveliyeedu.com

ISBN: 978-93-48598-07-3
Cover Design: Santhosh Narayanan
Printed at Jothy Enterprises, Chennai.

All rights reserved. No part of this book may be reprinted or reproduced or utilised in any form or by any electronic, mechanical or other means, now known or hereafter invented, including photocopying and recording, or in any information storage or retrieval system, without permission in writing from the publisher.

யுவான் ரூல்ஃபோ (1917-1986)

மெக்ஸிக்கோவைச் சேர்ந்த எழுத்தாளரான யுவான் ரூல்ஃபோ திரைக்கதை ஆசிரியராகவும் புகைப்படக் கலைஞராகவும்கூட அறியப்படுகிறார். மெக்ஸிக்கப் புரட்சி மற்றும் கிறிஸ்டேரோ போர்களின் விளைவாக இவரது குடும்பத்தினர் சொத்துகளை இழந்திருக்க, ரூல்ஃபோ தன் பெற்றோரையும் சிறுவயதிலேயே பறிகொடுத்திருந்தார். சக்கர விற்பனையாளர் தொடங்கி குடியேற்ற அதிகாரி வரை ஏராளமான பணிகளைச் செய்துள்ளார்.

இந்த அரசியல், சமூக, குடும்பப் பின்னணிகள் அவரது கதைகளின் பின்புலமாக அமைய, ஹலிஸ்கோ மற்றும் அருகிலுள்ள கிராமப்புறங்கள் அவற்றின் களமாக அமைந்தன. இக்கதைகளை எழுதியதில் ரூல்ஃபோவிற்கிருந்த தேர்ச்சியும் நுட்பமும் எளிமையும் அவரை இன்றளவும் சர்வதேச அளவில் கொண்டாடப்படுகிறவர்களில் ஒருவராக நிலைபெறச் செய்திருக்கின்றன.

மெக்ஸிக்க நவீன இலக்கியத்தின் தலைசிறந்த எழுத்தாளர்களில் ஒருவராகவும், லத்தீன் அமெரிக்க இலக்கியத்தின் அடையாளமான மாய யதார்த்தத்தின் முன்னத்தி ஏர்களில் ஒருவராகவும் கருதப்படுகிற ரூல்ஃபோ குறித்து ஆவணப்படங்கள் எடுக்கப்பட்டுள்ளன. அவரது நாவல் *பெட்ரோ பராமோ* படமாக்கப்பட்டுள்ளது. அவர் எடுத்த புகைப்படங்கள் தொகுக்கப்பட்டுள்ளன.

எல்லாக் காலத்திற்குமான எல்லா இடங்களுக்குமான எழுத்தாளர் ரூல்ஃபோ.

கார்த்திகைப் பாண்டியன்

1981ஆம் வருடம் மதுரையில் பிறந்த கார்த்திகைப் பாண்டியன் பொறியியலில் முனைவர் பட்டம் பெற்றவர். எஸ். ராமகிருஷ்ணனைத் தனது ஆதர்ஷமாகக் கொண்டவர். சிறுகதைகள் எழுதுவதோடு மொழிபெயர்ப்பிலும் தீவிர ஆர்வம் செலுத்தி வருகிறார். நல்லதொரு இலக்கிய வாசகனாக அடையாளம் காணப்படுவதே தனக்குத் திருப்தியளிப்பதாகச் சொல்கிறார்.

இதுவரை வெளியாகியுள்ள படைப்புகள்.

சிறுகதைகள்

மர நிறப் பட்டாம்பூச்சிகள்
ஒரு சாகசக்காரனின் கதை

மொழிபெயர்ப்புகள்

எருது (உலகச் சிறுகதைகள்-1)
சுல்தானின் பீரங்கி (உலகச் சிறுகதைகள்-2)
துண்டிக்கப்பட்ட தலையின் கதை (உலகச் சிறுகதைகள்-3)
ஈராக்கின் கிறிஸ்து (உலகச் சிறுகதைகள் – 4)
ஒரு முகமூடியின் ஒப்புதல் வாக்குமூலம் – யுகியோ மிஷிமா (நாவல்)
காஃப்கா – கடற்கரையில் – ஹருகி முரகாமி (நாவல்)
நரகத்தில் ஒரு பருவகாலம்– ஆர்தர் ரைம்போ (கவிதைகள்)
கற்பனையான உயிரிகளின் புத்தகம் – ஹோர்ஹே லூயிஸ்
                                        போர்ஹெஸ் (புனைவு)

தொடர்புக்கு: 98421 71138
மின்னஞ்சல்: karthickpandian@gmail.com

நினைவுகளில் அலைக்கழியும் நிழல்கள்

1955இல் வெளியான காலத்திலிருந்தே பெட்ரோ பராமோ இலக்கியச் சூழலில் மிகப்பெரிய அதிர்வலைகளை உருவாக்கி வந்திருக்கிறது. இருபதாம் நூற்றாண்டில் எழுதப்பட்ட மிகச்சிறந்த படைப்பு, உண்மையான அர்த்தத்தில் இதுவொரு செவ்வியல் இலக்கியம் என்று பெட்ரோ பராமோவுக்கு எழுதிய முன்னுரையில் (பதிப்பு: Grove Press, 1994. ஆங்கில மொழிபெயர்ப்பு: மார்கரேட் ஸாயர்ஸ் பேடன்) சூஸன் சொண்டாக் குறிப்பிடுகிறார். உலக இலக்கியத்தின் மிகச்சிறந்த படைப்புகளுள் ஒன்று என போர்ஹேஸ் இந்த நாவலைக் கொண்டாடுகிறார். தன்னுடைய 'ஒரு நூற்றாண்டு காலத் தனிமை' நாவலை எழுதும் ஆவலைப் பெட்ரோ பராமோவிடம் இருந்தே பெற்றதாக மார்க்குவேஸ் கூறுகிறார். பெட்ரோ பராமோ இல்லாமல் ராபெர்தோ பொலனோவின் '2666' உருவாகியிருக்காது எனலாம். பராமோ எனும் ஸ்பானிய வார்த்தைக்குப் பாழ்நிலம் என்று அர்த்தம். ஏறத்தாழ டி.எஸ். எலியட்டின் பாழ்நிலம் போலவே ஒவ்வொரு வாசிப்பிலும் புதிய அர்த்தங்களைப் புதிய திறப்புகளை வெளிப்படுத்துவதாக அமைந்திருப்பதே பெட்ரோ பராமோவின் சிறப்பு.

கோமாலா எனும் கற்பனையான நகரத்தைக் களமாகக்கொண்டு இந்நாவல் புனையப்பட்டுள்ளது. மிக எளிய கதைக்களம்; என்றாலும் சொல்முறையில் தனக்கெனத் தனித்த அடையாளத்தை வரித்துக்கொள்கிறது பெட்ரோ பராமோ. மரணத் தருவாயில் இருக்கும் தன் தாய்க்கு யுவான் ப்ரீஸியாடோ ஒரு சத்தியம் செய்கிறான்: தந்தையைச் சென்று பார்த்துத் தங்களுக்கு உரிமையானதைக் கேட்டுப்பெறுவதாக. ஆனால் கோமாலாவுக்கு அவன் வரும்போது அது கைவிடப்பட்ட நிலமாக இருக்கிறது, இறந்தவர்கள் மட்டுமே அந்நகரத்தில் வசிக்கிறார்கள். அங்கிருந்து யுவானின் பயணத்தில் நாமும் இணைகிறோம். ஒரு கிரேக்கத் துன்பியல் நாடகம்போல யுவான் தொடர்ந்து இறந்தவர்களோடு உரையாடுகிறான். எது நிகழ்காலம் அல்லது எது இறந்தகாலம் என்கிற குழப்பம் நமக்குள்

உண்டாகிறது. நம்மை அச்சத்தில் ஆழ்த்தி மூச்சுமுட்ட வைக்கிறது. வாழ்க்கைக்கும் மரணத்துக்குமிடையே நிலவும் மெல்லிய இடைவெளியில் கதைமாந்தர்கள் முன்னும்பின்னுமாக அலைந்து திரிகிறார்கள், அவர்களோடு நாமும்.

இந்நாவல் இரண்டு பயணங்களின் தொகுப்பாக விளங்குகிறது. அல்லது ஒரே பயணம் பிற்பாடு இரண்டாகக் கிளைபிரிகிறது. முதலாவதாக, தந்தையைத் தேடிக்கிளம்பும் யுவான் ப்ரீஸியாடோவின் பயணம். தன் தாயின் கனவுகளில் இருந்த அவளுடைய இளமைப் பருவத்தில் அவள் வசித்த கோமாலாவைத் தேடி அவன் வருகிறான். ஆனால் ஒரு பேய் நகரைத்தான் அவன் எதிர்கொள்கிறான். இறந்த காலத்தின் கோமாலாவில் மனிதர்கள் உயிர்ப்போடிருக்கிறார்கள். நிகழ்காலத்திலோ இறந்தவர்கள் மட்டுமே அங்கு வசிக்கிறார்கள். அந்த நகரம் முழுக்க எதிரொலிகளால் நிறைந்திருக்கிறது. பிறகு யுவானும் இறக்கிறான்; ஆனால் அவனது மரணம் நிகழவேயில்லை என்பதுபோல நாவல் வேறொரு திசையில் பயணிக்கத் தொடங்குகிறது. இந்த இரண்டாவது பயணம் நேராக நரகத்தின் நுழைவாயிலுக்கு (கோமாலா அங்குதான் அமைந்துள்ளது) நம்மை இட்டுச்செல்கிறது. மிகவும் அடர்த்தியான ஒலிகளும் எதிரொலிகளும் மட்டுமே நிறைந்திருக்கும் நரகம். இல்லாத குழந்தையை எப்போதும் சுமந்தலையும் டோரோதியாவின் பார்வையில் விரியும் இந்தப் பகுதி பெட்ரோ பராமோவின் மகத்தான காதலையும் கோமாலாவின் அழிவையும் பேசுகிறது.

பெட்ரோ பராமோவில் காலம் கிட்டத்தட்ட ஒரு கதாபாத்திரமாகவே வருகிறது. நேர்க்கோட்டில் இல்லாத, உடைந்த, கடலலையைப்போல முன்னும்பின்னுமாக வந்துபோகும் காலம். கோமாலாவில் இறந்தவர்களைக் கடந்தகாலம் விடாமல் துரத்துகிறது. நிகழ்காலத்தில் இனிமேலும் தங்களால் பங்குகொள்ளமுடியாது எனும் துயரம் ஒரு பாரமாக அவர்களின் மீது கவிகிறது. எனவே தங்களுடைய கடந்த காலத்தை அவர்கள் மீண்டும் மீண்டும் நிகழ்த்திப்பார்க்கிறார்கள், அவையே அவர்களின் முணுமுணுப்புகளாக, புலம்பல்களாக, குறைகளாக, அர்த்தமற்ற பேச்சுகளாக மாற்றுகின்றன. இறுதியில் யுவான் ப்ரீஸியாடோவின் மரணத்திற்கும் அவையே காரணமாகின்றன.

யுவானுக்குச் சொல்லப்படும் கதைகளின் வழியாகவே பெட்ரோ பராமோ எனும் 'கசப்பின் மொத்தவுருவம்' நமக்கு அறிமுகமாகிறார். தன்னைச் சுற்றியிருக்கும் யாவும் தன்னுடைய அதிகாரத்துக்குட்பட்டது என்பதில் அவருக்கு எந்தச் சந்தேகமும் இருப்பதில்லை. எந்தவொரு

செயலைப் பற்றிய வருத்தமும் அவருக்கில்லை. பொருளாதாரரீதியில் மெடியா லூனாவைக் காப்பாற்ற டோலோரெஸைத் திருமணம் செய்கிறார். எதிரிகளைக் குரூரமாகக் கொல்கிறார். தனக்கு விருப்பமான பெண்களைப் படுக்கையில் வீழ்த்துகிறார். மனிதர்களைத் தன்னுடைய விருப்பதிற்கேற்ப வளைப்பதிலும் பெட்ரோ பராமோ வல்லவராகத் திகழ்கிறார். புரட்சியாளர்களையும் பாதிரிகளையும் தனது விருப்பதிற்குச் செயல்படவைக்க அவருக்குச் சாத்தியமாகிறது. ஆனால் ஒரு விசயத்தை மட்டும் அவரால் வெல்லமுடியாமல் போகிறது - அவரின் விதி. அவருடைய மகன் என்று பெட்ரோ பராமோவால் அங்கீகரிக்கப்பட்ட மிகுவேல் குதிரையிலிருந்து விழுந்து செத்துப்போகிறான். தன்னைக் காட்டிலும் அவர் அதிகமாய் நேசிக்கும் சூஸன்னா வேறொருவனை நேசிக்கிறாள், இறுதியில் மனநலம் பிறழ்ந்து சாகிறாள். மெடியா லூனாவின் துக்க அனுசரிப்பைக் கோமாலாவின் மக்கள் கொண்டாட்டமாக மாற்றுவதைக் கண்டு திகைக்கும் பெட்ரோ பராமோ அவரின் கைகளைக் கட்டிக்கொள்ள கோமாலா பட்டினியால் அழிந்து நாசமாகிறது.

பெட்ரோ பராமோ முழுக்கக் கவித்துவச் சாத்தியங்களால் நிரம்பியிருக்கிறது. இருப்பு/இன்மை, உண்மை/கற்பனை, வாழ்க்கை/மரணம் எனும் பல்வேறு இருமைகளுக்கு மத்தியில் பிரதி ஊசலாடுகிறது. மதநம்பிக்கைகளும் இங்கு கேள்விக்குள்ளாக்கப்படுகின்றன. நாவலின் நடுப்பகுதியில் ஒரு சகோதரனும் சகோதரியும் யுவானிடம் ஒரு தொடர்விசாரணையை நிகழ்த்துகிறார்கள். நாவலுக்கு வெளியே அது வாசகர்களுக்கான விசாரணையாக, ஒரு சவாலாக அமைகிறது. "இதன்மூலம் உங்களுக்கு என்ன புரிகிறது?" மெக்ஸிக்கோவுக்கு வெளியே பெட்ரோ பராமோவைப் புரிந்துகொள்ளக் கடினமாயிருக்கிறது என்று சொல்வதற்கு ஒரு காரணம் உண்டு - அதில் பொதிந்திருக்கும் வரலாறு. போர்ஃபிரியோ டியாஸின் சர்வாதிகார ஆட்சி (1876-1911) நிகழ்ந்த காலகட்டத்தில் இந்த நாவல் துவங்குகிறது. மெக்ஸிக்கப் புரட்சியின் (1910-1917) காலத்தில் தொடர்கிறது. கடைசியில், கிறிஸ்டேரோ புரட்சியோடு (1926-1929) முடிவுறுகிறது. ரூல்ஃபோவின் கதையாடலைப் புரிந்துகொள்ள இந்தச் சரித்திரப் பின்புலம் முக்கியமான ஒன்றாகத் திகழ்கிறது. தனிப்பட்ட வாழ்வில் அவர் சந்தித்த சிக்கல்களும் இந்தக் கதையாடலின் பகுதிகளாக மாறுகின்றன.

பெட்ரோ பராமோவின் முதல் தமிழ் மொழிபெயர்ப்பு 2001இல் வெளியானது. 1994இல் வந்த மார்கரேட் ஸாயர்ஸ் பேடனின் ஆங்கில

மொழிபெயர்ப்பை மூலமாகக் கொண்டு விடியல் பதிப்பகத்திற்காக எஸ். பாலச்சந்திரன் இந்த நாவலை மொழிபெயர்த்திருக்கிறார். வெகு சமீபமாக பெட்ரோ பராமோவுக்கு ஒரு புதிய ஆங்கில மொழிபெயர்ப்பு வெளியாகியுள்ளது. டக்ளஸ் ஜெ வெதர்ஃபோர்டின் மொழிபெயர்ப்பை இங்கிலாந்தைச் சேர்ந்த Serpent's Tail வெளியிட்டுள்ளனர். அதை அடிப்படையாகக் கொண்டே இந்தப் புதிய தமிழ் மொழிபெயர்ப்பைச் செய்திருக்கிறேன். உரையாடல்களை வேறுபடுத்திக் காட்டுவதற்கு ஸ்பானிய மொழியில் ரூல்ஃபோ பயன்படுத்திய குறியீடுகளை ஆங்கில மொழிபெயர்ப்பை ஒட்டி அப்படியே பயன்படுத்தியிருக்கிறேன்.

ரூல்ஃபோவின் மொழி எந்தவித இலக்கணத்திற்குள்ளும் அடங்கமறுப்பது. வாசகனைச் சமருக்கு அழைப்பதுபோல நாவலில் நிலவும் குழப்பத்தையும் துண்டுதுண்டாக நிற்கும் வடிவத்தையும் ரூல்ஃபோ மிகுந்த பிரக்ஞையோடு செய்திருக்கிறார் எனும்போது மொழிபெயர்ப்பாளனும் மிகவும் கவனமாக இதைக் கையாளவேண்டியிருக்கிறது. ஆங்கில வாக்கிய அமைப்புகளுக்கு நெருக்கமாக, அதேநேரம் தமிழின் மொழிவடிவம் சிதைந்துவிடாமல் என்னால் இயன்றமட்டும் பிரதிக்கு நெருக்கமாயிருக்க முயற்சித்திருக்கிறேன். அவ்வகையில் இந்த நாவலுக்கு நியாயம் செய்திருப்பதாகவும் நம்புகிறேன்.

பெட்ரோ பராமோவை மொழிபெயர்க்கும் வாய்ப்பை எனக்குத் தந்த எதிர் வெளியீட்டிற்கும் நண்பர்கள் அனுஷுக்கும் சீனிவாசனுக்கும் மனமார்ந்த நன்றி.

கார்த்திகைப் பாண்டியன்
டிசம்பர் 3, 2024.

நான் கோமாலாவுக்கு வந்தது ஏனென்றால் என் தந்தை இங்குதான் வாழ்ந்ததாக எனக்குச் சொல்லப்பட்டது, பெட்ரோ பராமோ என்றழைக்கப்பட்ட மனிதர். என் அம்மா அப்படித்தான் என்னிடம் சொன்னாள். அவள் இறந்தவுடனே அவரைச் சென்று பார்ப்பேன் என நான் அவளுக்குச் சத்தியம் செய்திருந்தேன். அதைச் செய்வேன் என்பதற்கு அடையாளமாக அவளுடைய கைகளைப் பிடித்து அழுத்தினேன். உண்மையில், அவள் மரணத்துக்கு அருகில் இருந்தாள், நானோ அவளுக்காக எதையும் சத்தியம் செய்துகொடுக்கும் மனநிலையில் இருந்தேன். "அவரைப் பார்க்கப் போகாமல் இருந்துவிடாதே -அவள் வற்புறுத்தினாள்-. சிலர் அவரைப்பற்றி ஒருவிதமாகச் சொல்வார்கள், சிலர் வேறுவிதமாக. உன்னைச் சந்திப்பதை அவர் விரும்புவார் என்று எனக்குத் தெரியும்." அதனால்தான் எனக்கு அவளிடம் மறுத்துப் பேச இயலவில்லை, பலமுறை ஒத்துக்கொண்ட பின்பும், அவளுடையதில் இருந்து எனது கைகளை வெளியே எடுக்கச் சிரமப்படும்வரையில், நான் திரும்பத் திரும்ப அந்த வாக்குறுதியைச் சொல்லிக்கொண்டிருந்தேன், தற்போது அந்தக் கைகள் உயிரற்றிருந்தன.

இதற்கு முன்னால் அவள் என்னிடம் சொல்லியிருந்தாள்:

-அவரிடம் எதுவும் கேட்காதே. எது நம்முடையதோ அதை மட்டும் வலியுறுத்து. அவர் எனக்குத் தந்திருக்க வேண்டிய, ஆனால் ஒருபோதும் தந்திராத... அவரை ஆழமாக வருந்தச் செய், மகனே, நம் மீது காட்டிய அக்கறையின்மைக்காக.

-நான் செய்வேன், அம்மா.

எனது வாக்கைக் காப்பாற்றுவேன் என எப்போதும் நான் நினைத்ததில்லை. வெகு சமீபமாக, அனைத்துவகை சாத்தியப்பாடுகளையும் நான் கற்பனை செய்ய ஆரம்பித்து, என்னுடைய நப்பாசைகள் தறிகெட்டு ஓடத் தொடங்கிய

காலம் வரைக்கும். ஆக இப்படித்தான் ஒரு புத்தம்புது உலகம் என்னுடைய தலைக்குள் சுற்றிச்சுழலத் தொடங்கியது, என் அம்மாவின் கணவரான பெட்ரோ பராமோ எனும் மனிதனைப் பற்றி எனக்கிருந்த எதிர்பார்ப்புகளால் உருவான ஓர் உலகம். அதனால்தான் நான் கோமாலாவுக்கு வந்தேன்.

சாப்பனோரியா மலர்களின் அழுகல் நாற்றத்தால் தீற்றப்பட்ட, ஆகஸ்ட்மாதக் காற்று அனலாய் வீசுகிற, கோடைக்காலத்தின் வெப்பமும் புழுக்கமும் மிகுந்த நாள்களில்தான் இது நிகழ்ந்தது.

சாலை உயர்ந்து பின் வீழ்ந்தது: "ஒருவன் வருகிறானா அல்லது போகிறானா என்பதைப் பொறுத்து எழுகிறது அல்லது வீழ்கிறது. விலகிச் செல்பவனுக்கு, அது எழுகிறது; வருபவனுக்கு, அது வீழ்கிறது."

-அங்கு இறக்கத்தில் இருக்கும் நகரத்தின் பெயர் என்னவென்று சொன்னாய்?

-கோமாலா, சென்யோர்.*

-ஏற்கெனவே நாம் கோமாலாவுக்குள் நுழைந்துவிட்டோம் என்று உனக்கு உறுதியாகத் தெரியுமா?

-எனக்கு உறுதியாகத் தெரியும், சென்யோர்.

-என்றால் இது ஏன் சோகமாகக் காட்சியளிக்கிறது?

-எல்லாம் விதி, சென்யோர்.

என் அம்மாவின் நினைவுகளில் ஊறிய, அவளின் நினைவேக்கங்களில் இருந்த - அலைக்கழிக்கப்பட்ட பெருமூச்சுகளால் நிரம்பிய நினைவேக்கம் அது - ஓர் ஊரைப் பார்ப்பேன் என்றே நினைத்திருந்தேன். எப்போதும் அவள் பெருமூச்சு விடுகிறவளாயிருந்தாள், கோமாலாவைப் பிரிந்த ஏக்கத்தில் புலம்பியபடியும், திரும்பிவரும் நம்பிக்கையோடும். ஆனால் அவள் திரும்பி வரவேயில்லை. இப்போது அவளிடத்தில் நான் வந்திருக்கிறேன். மேலும் இந்தச் சங்கதிகள் அனைத்தையும் அவள் பார்த்த அதே கண்களைத் தாங்கியவனாக வந்திருக்கிறேன், நான் பார்க்க தனது கண்களை அவள் கொடுத்திருக்கிறாள்:

★ ஸ்பானிஷ் மொழியில் மரியாதைக்குரிய விளிச்சொல். சென்யோர்–ஆண்பால்

“அங்கே, லாஸ் கோலிமோடெஸ் கணவாய்க்குச் சற்றுத்தள்ளி, முற்றிய சோளத்தின் மஞ்சள் கலந்த ஒரு பச்சைப் புல்வெளியின் அழகிய காட்சி உனக்குக் காணக்கிடைக்கும். அந்தப் புள்ளியில் இருந்து நீ கோமாலாவைக் காண்பாய், நிலம் வெளிறிப்போய், இரவில் அதனை ஒளிரச்செய்யும்.” மேலும் அவளின் குரல் வெகு ரகசியமாக ஒலிக்கும், கிட்டத்தட்ட சத்தமேயின்றி, ஏதோ தனக்குள்ளாகவே அவள் பேசிக்கொள்வதைப் போல... என் அம்மா.

-தவறாக எண்ண வேண்டாம், கோமாலாவுக்கு ஏன் போகிறீர்கள்? - யாரோ கேட்பது என் காதில் விழுந்தது.

-என் அப்பாவைப் பார்க்கப் போகிறேன் - நான் பதிலளித்தேன்.

-ஆஹ்! - என்றான்.

பிறகு நாங்கள் எங்களுடைய மௌனத்துக்குத் திரும்பினோம்.

பொதிகழுதைகளின் தாளலயம் கூடிய குழம்படிச்சத்தங்களைக் கேட்டவாறே நாங்கள் மலைச்சரிவில் இறங்கி நடந்தோம். தீவிர ஆகஸ்ட் மாத வெயிலில் எங்கள் கண்கள் அசதியால் வீங்கியிருந்தன.

-அவர் உங்களை மிகுந்த கொண்டாட்டத்தோடு வரவேற்கப் போகிறார் - என்னருகில் நடந்து வந்தவனின் குரலை மீண்டும் கேட்டேன் - யாரும் இந்த ஊரைக் கடந்துபோகாத சூழ்நிலையில் இத்தனை வருடங்களுக்குப் பிறகு ஒரு மனிதனைச் சந்திப்பதில் அவர் மிகவும் மகிழ்ச்சியடையக்கூடும்.

பிற்பாடு அவன் சொன்னான்:

-நீங்கள் யாரென்றாலும், உங்களைக் காண்பதில் அவர் மகிழ்ச்சியடைவார்.

சூரியனின் சுட்டெரிக்கும் வெயிலில் அந்தச் சமவெளி ஒளியூடுருவிச் செல்லும் ஏரியின் தோற்றத்தை வரித்திருந்தது, தூரமாய்ச் சாம்பல்நிற அடிவானுக்குக் கீழே ஏரியின் வடிவம் மெல்லக் கலைந்து இல்லாமலானது. அதற்கும் அப்பால், மிக நீண்ட மலைத்தொடர்கள். இன்னும் சற்றுத் தொலைவில், ஒருபோதும்-முடிவுறாத தொலைவு.

-தவறாக எண்ண வேண்டாம், உங்கள் அப்பா எப்படியிருப்பார்?

-எனக்கு அவரைத் தெரியாது - என்றேன் -. அவருடைய பெயர் பெட்ரோ பராமோ என்பது மட்டும்தான் எனக்குத் தெரியும்.

-ஆஹ்! ஆச்சரியம்தான்.

-எனக்கு அந்தப் பெயர்தான் சொல்லப்பட்டது.

கழுதையோட்டியின் 'ஆஹ்!' மறுபடியும் எனக்குக் கேட்டது.

வெவ்வேறு சாலைகள் ஒன்றுசேரும் லாஸ் என்குவெண்ட்ரோஸில் அவனைச் சந்தித்தேன். அங்குதான் நான் காத்திருந்தேன், கடைசியாக இந்த மனிதன் வந்து சேரும் வரைக்கும்.

-நீ எங்கே போகிறாய்? - நான் கேட்டேன்.

-இறக்கத்தில் அந்தப் பாதையில், சென்யோர்.

-கோமாலா எனும் இடத்தோடு உனக்குப் பரிச்சயம் உண்டா?

-அங்குதான் நான் போகிறேன்.

ஆக நான் அவனைத் தொடர்ந்தேன். அவனுடைய வேகத்துக்கு ஈடுகொடுக்க முயற்சிப்பவனாகப் பின்னால் நடந்தேன், நான் பின்தொடர்வதைக் கவனித்து அவன் தன்னுடைய வேகத்தைக் குறைத்தான். அதன்பிறகு எங்கள் இருவரின் தோள்களும் கிட்டத்தட்ட உரசிக்கொண்டன எனும்படி ஒருவருக்கொருவர் வெகு நெருக்கமாக நடக்கத் தொடங்கினோம்.

-நானும்கூட பெட்ரோ பராமோவின் மகன்களில் ஒருவன் - அவன் என்னிடம் சொன்னான்.

வெறிச்சோடிக்கிடந்த வானத்தில், "கா, கா, கா" எனக் கரைந்தவாறே, ஒரு காக்கைகளின் கூட்டம் எங்களின் தலைகளுக்கு மேலே பறந்து சென்றது.

மலைகளைத் தாண்டி வெளியேறி வந்தபிறகும் நாங்கள் இன்னும் கீழிறங்கிக்கொண்டிருந்தோம். அனல்காற்றை விட்டு விலகித் தற்போது காற்றே இல்லாத அனலுக்குள் மூழ்கிக்கொண்டிருந்தோம். எல்லாமே எதற்காகவோ காத்திருப்பதாகத் தோன்றியது.

-இங்கு பயங்கர வெப்பமாயிருக்கிறது - நான் சொன்னேன்.

-உண்மைதான், ஆனால் இது ஒன்றுமேயில்லை - மற்றவன் மறுமொழி கூறினான் -. ஆசுவாசமாக இருக்க முயற்சி செய்யுங்கள். கோமாலாவுக்கு நாம் செல்லும்போது இதைவிட மோசமாக உணர்வீர்கள். பூமியின் கொதிக்கும் உலைகளின் மீது அந்த இடம் அமர்ந்திருக்கிறது, மிகச்சரியாக நரகத்தின் வாயிலில். அங்கே செத்துப்போய் நரகத்துக்குச் செல்லும் பலரும் தங்களின் போர்வைகளை எடுத்துப்போக மீண்டும் வருவதாகச் சொல்வார்கள்."

-உனக்கு பெட்ரோ பராமோவைத் தெரியுமா? - நான் கேட்டேன்.

அந்தக் கேள்வியைக் கேட்கும் தைரியம் எனக்கு ஏன் வந்ததென்றால் அவன் கண்களுக்குள் புரிதலுக்கான சிறு கீற்றைக் கண்டுகொண்டேன்.

-யார் அவர்? - மீண்டும் விசாரித்தேன்.

-கசப்பின் மொத்தவுருவம் - அவன் பதிலளித்தான்.

அவன் கழுதைகளை முரட்டுத்தனமாக அடித்தான், அதற்கான தேவையேதும் இல்லாதபோதும், ஏனெனில் அவை எங்களுக்கு வெகு முன்னால் சென்றதோடு இறக்கத்தில் கவனமாயிருந்தன.

சட்டையின் மேல் பைக்குள் மடித்து வைத்திருந்த என் அம்மாவின் உருவப்படம் - எனது இதயத்துக்கு அது இதமாயிருந்தது - அவளுக்கும் கூட வேர்க்கிறதோ என்பதாய் உணர்ந்தேன். அதுவொரு பழைய புகைப்படம், ஓரங்களில் நைந்து போயிருந்தது; ஆனால் நான் பார்த்த அவளின் ஒரே புகைப்படம் அதுதான். சமையலறை இழுப்பறையில் முழுக்க மூலிகைகளால் நிறைந்திருந்த ஒரு களிமண் ஜாடிக்குள் அதைக் கண்டெடுத்தேன்; எலுமிச்சைத் தைல இலைகள், காஸ்டில்லா மலர்கள், ரூ செடியின் குச்சிகள். அப்போதிருந்தே அதை நான் வைத்திருந்தேன். என்னிடம் இருந்தது அது ஒன்றுதான். என் அம்மா எப்போதும் புகைப்படம் எடுப்பதற்கு எதிரானவளாக இருந்தாள். உருவப்படங்கள் என்பது ஒருவகை பில்லிசூனியம் என்றாள். அவள் சொன்னது சரிதான் எனவும் தோன்றியது, ஏனென்றால் அவளுடைய புகைப்படம் முழுக்க ஓட்டைகளாக இருந்தது, குண்டூசிகளால் குத்தியதைப்போல, மேலும் சரியாக அவளின் இதயம் இருந்திருக்கக்கூடிய இடத்தில் உங்கள் நடுவிரலை நுழைக்குமளவுக்கு ஒரு பெரிய ஓட்டையும்.

இப்போது இங்கே என்னிடம் இருப்பதும் அதே புகைப்படம்தான், என் அப்பா என்னை யாரென்று அடையாளங்காண உதவலாம் என்றெண்ணி கொண்டு வந்திருக்கிறேன்.

-இங்கே பாருங்கள் - நடப்பதை நிறுத்திவிட்டுக் கழுதையோட்டி சொல்கிறான் -. அதோ அங்கு தெரியும் மலையைப் பாருங்கள், பன்றியின் மூத்திரப்பை போலுள்ளதை? சரியா, அதற்குப் பின்னால்தான் மெடியா லூனா உள்ளது. இப்போது அந்தப்பக்கம் திரும்புங்கள். மலையின் உச்சி தெரிகிறதா? அதைப் பாருங்கள். இப்போது திரும்பி இந்தப் பக்கம் பாருங்கள். மிகுந்த தொலைவில் இருப்பதால் நீங்கள் சரியாகப் பார்த்துணர முடியாத மற்றொரு மலையுச்சி தெரிகிறதா? சரி, அதுதான் அந்த முனையிலிருந்து இந்த முனை வரைக்கும் நீளும் மெடியா லூனா. கண்ணுக்கெட்டிய தூரம் வரைக்கும் என்று அனைவரும் சொல்வதைப்போல. அத்தனை நிலமும் அவருக்குத்தான் சொந்தம். சங்கதி யாதெனில், நாங்கள் பெட்ரோ பராமோவின் மகன்களாக இருந்தாலும் எங்கள் அம்மாக்கள் தரையில் விரித்த பாய்களில் படுத்துத்தான் இந்தத் துயரார்ந்த உலகத்திற்குள் எங்களைப் பிடித்துத் தள்ளினார்கள். இதில் நகைப்புக்குரிய விசயம் யாதெனில் அவர்தான் எங்களை ஞானஸ்நானம் செய்யத் தூக்கிப் போயிருக்கக்கூடும். உங்களின் விசயத்திலும் அப்படித்தான் நிகழ்ந்திருக்கும், இல்லையா?

-எனக்கு ஞாபகமில்லை.

-நாசமாய்ப் போக!

-என்னது?

-நாம் கிட்டத்தட்ட நெருங்கிவிட்டோம் என்றேன் சென்யோர்.

-எனக்கும் அதைப் பார்க்கமுடிகிறது. ஆனால் அங்கிருந்து வெளியே வருவது என்ன?

-அது ரோடுரன்னர்[1], சென்யோர். அந்தப் பறவைகளை அப்படித்தான் அழைக்கிறார்கள்.

-இல்லை, நான் நகரத்தைக் கேட்டேன். இது மிகவும் வெறிச்சோடிக் கிடக்கிறது, கைவிடப்பட்டதைப் போல. யாரும் இங்கு வாழ்வதில்லை என்பதைப் போல.

-அது வெறுமனே அவ்வாறு தோற்றமளிப்பதில்லை. மாறாக, அப்படித்தான் இருக்கிறது. யாரும் இங்கு வாழ்வதில்லை.

-அப்படியென்றால் பெட்ரோ பராமோ?

-பெட்ரோ பராமோ பல ஆண்டுகளுக்கு முன்பே இறந்துவிட்டார்.

எந்தவொரு குக்கிராமத்திலும் தெருவில் விளையாட வரும் குழந்தைகளால், அவர்களின் கூச்சல்களால் நிறைந்திருக்கும் ஒரு நாளின் பிற்பகல் நேரம். கருமையான சுவர்கள் சூரியனின் மஞ்சள் ஒளியை இன்னும் பிரதிபலித்துக்கொண்டிருந்தன.

குறைந்தபட்சம், நேற்று இதே நேரம், சயுலாவில் நான் அதைத்தான் பார்த்தேன். அந்த நாளிலிருந்து விடுபடுவதைப்போலத் தங்கள் இறக்கைகளை அடிக்கும் புறாக்களால் அங்கு நிலவிய நிச்சலனமற்ற காற்று சிதறடிக்கப்படுவதையும் கண்டேன். அவை தாழப் பறந்து மேற்கூரைகளின் ஓடுகளில் சென்றமர்ந்தன, அந்நேரம் குழந்தைகளின் அலறல்கள் சுழன்று சுழன்று அந்திவானின் நீலமாக மாறிவிட்டதாகத் தோன்றியது.

இப்போது நான் இங்கிருக்கிறேன், முற்றிலும் நிசப்தமான இந்த நகரத்தில். பாதைகளில் பதித்த வட்டக்கல்களின் மீது விழும் எனது காலடியோசையை என்னால் கேட்கமுடிந்தது. மறையும் சூரியனின் ஒளியில் தோய்ந்த சுவர்களில் எதிரொலிக்கும் வெற்றுக் காலடியோசைகள்.

நாளின் அந்த நேரத்தில்தான் நான் பிரதான வீதியில் நடக்கத் தொடங்கினேன். உடைந்த கதவுகளோடு, களைச்செடிகளுள் புதைந்த காலியான வீடுகளைக் கண்டேன். இந்தக் களைச்செடியின் பெயர் யாதென அம்மனிதன் கூறினான்? "லா காபிடானா, சென்யோர். மக்கள் வீடுகளை விட்டு வெளியேறியவுடன் அவற்றை ஆக்கிரமிக்கக் காத்திருக்கும் கொள்ளைநோய் இது. நீங்கள் பார்க்கத்தானே போகிறீர்கள்."

ஒரு குறுக்குத்தெருவினைக் கடக்கும்போது ரெபோஸோ அணிந்திருந்த ஒரு பெண் - அவள் அங்கு இல்லவேயில்லை என்பதாக - சட்டென்று மறைந்ததைப் பார்த்தேன். அதன்பிறகு என்னுடைய கால்கள் மீண்டும் நடையைத் தொடர, எனது கண்கள் மறுபடியும் திறந்துகிடந்த கதவுகளினூடாக உற்று நோக்கின. ரெபோஸோ அணிந்திருந்த பெண் மீண்டும் ஒரு

முறை என் கண்முன்னால் அந்த வீதியைக் கடந்துபோகும் வரைக்கும்.

-இரவு வணக்கம்! - அவள் சொன்னாள்.

எனது கண்களால் நான் அவளை அளந்தேன். பிறகு கத்தினேன்:

-டோனா எடுவீகஸ் எங்கு வசிக்கிறாள்?

அவள் தனது விரலால் சுட்டினாள்:

-அதோ அங்கே. பாலத்தினருகே உள்ள வீட்டில்.

அவளின் குரல் மனிதத்தொனியுடன் ஒலித்தது என்பதை நான் கவனித்தேன், அவளுடைய வாய்க்குள் பற்களும் நாக்கும் இருந்ததோடு அவள் பேசும்போது அவை அதில் ஈடுபடவும் விலகவும் செய்தன, அவளது கண்கள் பூமியின் மீது உயிர்த்திருந்த மற்ற எவரின் கண்களைப் போலவேயிருந்தன என்பதையும்.

இருட்டிவிட்டது.

அவள் மறுபடியும் 'இரவு வணக்கம்' என்றாள். விளையாடும் குழந்தைகளோ, அல்லது புறாக்களோ, அல்லது நீலம்படிந்த மேற்கூரைகளோ அங்கு இல்லாவிட்டாலும், அந்நகரம் உயிர்ப்போடிருப்பதாக உணர்ந்தேன். என்னால் கேட்க முடிந்ததெல்லாம் மௌனம் மட்டும்தான் என்றால், அதற்குக் காரணம் நான் இன்னும் மௌனத்திற்குச் சரியாகப் பழகிக்கொள்ளவில்லை என்பதே. ஒருவேளை என்னுடைய தலைக்குள் சத்தங்களும் குரல்களும் இன்னும் நிறைந்திருந்தன என்பதும் மற்றொரு காரணமாயிருக்கலாம்.

ஆமாம், குரல்களால் நிறைந்திருந்தன. மேலும் இங்கு, காற்று மிகவும் சன்னமாக வீசுவதால், அவற்றைக் கேட்பது மிகவும் எளிதாயிருந்தது. அவை உங்களுக்குள் தேங்கிவிடுகின்றன, பாரமாகக் கனக்கின்றன. என் அம்மா சொன்னது எனக்கு நினைவுக்கு வந்தது: "அங்கே என் குரலை நீ தெளிவாகக் கேட்க முடியும். நான் உனக்கு மிகவும் அருகில் இருப்பேன். என் சாவின் குரலைக் காட்டிலும் எனது நினைவுகளின் குரலை நீ உனக்கு நெருக்கமாக உணர்வாய், அதாவது சாவுக்கென ஒரு குரல் என்றேனும் இருக்குமென்றால்." என் அம்மா... உயிரோடு இருந்தவள்.

அவளிடம் இதைச் சொல்ல ஆசைப்பட்டேன்: "இந்த இடத்தைப் பற்றி நீ நினைத்தது எல்லாம் தவறு. என்னைத் தவறான பாதையில் அனுப்பிவிட்டாய். என்னுடைய வாலை நானே துரத்தும்படி செய்துவிட்டாய். கைவிடப்பட்ட ஒரு நகரத்திற்கு. அதுவும் இல்லாத ஒருவரைத் தேடி."

பாலத்தினருகே அமைந்த வீட்டைக் கண்டுபிடிக்க, நான் ஆற்றின் சத்தத்தைப் பின்தொடர்ந்தேன். நான் கதவைத் தட்டினேன், ஆனால் எந்தப் பதிலுமில்லை. காற்றுதான் கதவைத் தள்ளித் திறந்ததோ என்றெண்ணிய கணத்தில் என் கைகள் வெற்றுவெளியில் சென்று மீண்டன. அங்கு ஒரு பெண் நின்றிருந்தாள், அவள் சொன்னாள்:

-உள்ளே வா.

நான் உள்ளே சென்றேன்.

நான் கோமாலாவில் தங்கினேன். கழுதையோட்டி தன் பாதையில் சென்றான், என்றாலும், போவதற்கு முன்னால், அவன் சொன்னான்:

-நான் இன்னும் சற்றுத் தூரம் போகிறேன், அதோ மலைகள் ஒன்றிணையும் இடத்தை உங்களால் பார்க்க முடிகிறதல்லவா, அங்கே. எனது வீடு அங்குதான் உள்ளது. நீங்கள் அங்கு வர விரும்பினால் தாராளமாக வரலாம். ஆனால் நீங்கள் இங்குதான் தங்குவேன் என்றால், அது உங்களின் விருப்பம். நகரைச் சுற்றிப் பார்ப்பதில் எந்தத் தவறுமில்லை, இன்னும் பிழைத்துக் கிடக்கும் யாரையாவது நீங்கள் பார்க்கவும் செய்யலாம்.

நான் தங்கினேன். அதற்காகத்தான் இங்கு வந்தேன்.

- எங்கே எனக்கு ஓர் அறை கிடைக்கும்? - நான் அவனிடம் கேட்டேன், தற்போது கிட்டத்தட்ட கத்தினேன்.

-டோனா எடுவீகஸைக் கண்டுபிடியுங்கள், அவள் இன்னும் உயிரோடிருந்தால். நான் அனுப்பியதாகச் சொல்லுங்கள்.

-உன் பெயர் என்ன?

-அபுண்டியோ - அவன் பதிலளித்தான். ஆனால் அந்தவேளையில் அவனுடைய பெயரின் பின்பகுதியை நினைவுகூர என்னால் முடியவில்லை.

-நான்தான் எடுவீகஸ் டயாடா. உள்ளே வா.

அவள் எனக்கெனக் காத்திருந்தாற்போலத் தோன்றியது. எல்லாமே தயாராக இருப்பதாக அவள் விளக்கினாள், பிறகு காலியாகக் கிடந்ததாகத் தோன்றிய இருண்ட அறைகளின் ஒரு நீண்ட வரிசையினூடாக என்னை அவளைப் பின்தொடரச் செய்தாள். ஆனால் உண்மை அதுவல்ல. இருளுக்கும் எங்களைப் பின்தொடர்ந்த நூலிழை ஒளிக்கும் பழகியபிறகு, இரண்டு பக்கமும் நிழல்கள் நகர்வதை நான் பார்க்க ஆரம்பித்தேன், எண்ணற்ற மூட்டைகளுக்கு நடுவே ஒரு குறுகலான பாதையில் நாங்கள் நடந்துகொண்டிருந்ததை உணர்ந்தேன்.

-இதெல்லாம் என்ன? - நான் கேட்டேன்.

-வெறும் பொருட்கள் - அவள் சொன்னாள் -. இந்த வீடு முழுக்க பொருட்களால் நிறைந்திருக்கிறது. இங்கிருந்து கிளம்பிப்போன அனைவரும் தங்களின் பொருட்களைப் பத்திரப்படுத்தும் இடமாக என்னுடைய வீட்டைத்தான் தெரிவு செய்வார்கள், என்றாலும் அவற்றைத் திருப்பி எடுத்துப்போக யாரும் வருவதே இல்லை. ஆனால் உனக்காக நான் மிச்சம் பிடித்து வைத்துள்ள அறை பின்புறம் தள்ளியிருக்கிறது. யாராவது வருவார்கள் என்பதற்காக அதை நான் காலியாக வைத்திருந்தேன். ஆக, நீ அவளுடைய மகனா?

-யாருடைய மகன்? - நான் கேட்டேன்.

-டோலோரிடாவின் மகன்.

-ஆமாம், ஆனால் உனக்கு எப்படித் தெரியும்?

-நீ வருவாய் என அவள் என்னிடம் கூறினாள். சொல்லப்போனால், இன்றுதான். இன்று நீ வருவாய் என.

-யார்? என் அம்மாவா?

-ஆம், அவள்தான்.

எனக்கு என்ன நினைப்பதென்று தெரியவில்லை. அதற்கான எந்தவிதமான குறிப்புகளையும் அவளும் தரவில்லை:

-இதுதான் உனது அறை - அவள் சொன்னாள்.

நாங்கள் உள்ளே நுழைந்ததைத் தவிர, அந்த அறைக்கு வேறு கதவுகள் இல்லை. அவள் மெழுகுவர்த்தியை ஏற்றினாள், அவ்வறை காலியாக இருப்பதை நான் கவனித்தேன்.

-படுத்துக்கொள்ள இங்கு எதுவுமில்லை - நான் அவளிடம் சொன்னேன்.

-கவலைப்படாதே. நீ களைப்பாயிருக்க வேண்டும், களைப்புக்கு உறக்கம் நல்ல படுக்கையாக அமையும். நாளை காலை ஒரு படுக்கைக்கு நான் ஏற்பாடு செய்கிறேன். உனக்குத் தெரியும்தானே, கடைசி நிமிடத்தில் அனைத்தையும் ஒழுங்கு செய்வது அத்தனை எளிதல்ல. எதையும் முன்கூட்டியே சொல்வது நல்லது, ஆனால் உன் அம்மா ஏதும் சொல்லாமல் இப்போதுதான் இதைப்பற்றி வாயே திறக்கிறாள்.

-என் அம்மா - நான் சொன்னேன் -. என் அம்மா செத்துவிட்டாள்.

-அதனால்தான் அவள் குரல் அத்தனை தீனமாக ஒலித்ததா, ஏதோ அதற்கு வெகுதூரம் பிரயாணித்து இங்கு வர நேர்ந்ததைப்போல. இப்போது எனக்குப் புரிகிறது. அவள் இறந்து எத்தனை காலம் ஆகிறது?

-இன்றோடு ஏழு நாள்கள்.

-பாவப்பட்ட உயிர். அவள் கைவிடப்பட்டவளாக உணர்ந்திருக்க வேண்டும். நாங்கள் ஒன்றாக மரிக்க உறுதி எடுத்திருந்தோம். ஒரேநேரத்தில் இவ்வுலகை விட்டுச்செல்ல, அந்த இறுதிப் பயணத்தின்போது ஒருவருக்கொருவர் தைரியம் சொல்லிக்கொள்ள, அவ்வாறு எதுவும் தேவைப்படும் எனில், அல்லது நாங்கள் ஏதும் சிக்கல்களைச் சந்திக்க நேரிட்டாலும். நாங்கள் மிகச்சிறந்த நண்பர்கள். அவள் என்னைப் பற்றி ஒரு தடவை கூடச் சொன்னதில்லையா?

-இல்லை, ஒருபோதும் இல்லை.

-வினோதமான சங்கதி. உண்மையில், அப்போது நாங்கள் இன்னும் சிறுபெண்கள். அவளுக்கு அப்போதுதான் திருமணமாகி

இருந்தது. ஆனால் நாங்கள் ஒருவரையொருவர் மிகவும் நேசித்தோம். உன் அம்மா மிகவும் அழகு, அல்லது சரியாகச் சொன்னால் மிகவும் இனிமையானவள், ஆகவே அவளை நேசிப்பதென்பது யாருக்கும் மகிழ்ச்சியான விசயம்தான். நம்மால் அவளை நேசிக்காமல் இருக்கமுடியாது. நல்லது, அவள் என்னை முந்திக்கொண்டாள், இல்லையா? ஆனால் அவளை நான் துரத்திப்பிடிப்பேன் என்று நீ உறுதியாக நம்பலாம். சொர்க்கத்திலிருந்து எத்தனை தொலைவில் இருக்கிறோம் என்பது வேறு யாரையும் விட எனக்கு நன்றாகத் தெரியும், ஆனால் எனக்குச் சில குறுக்குவழிகளும் தெரியும். கடவுள் அனுமதித்தால், அவர் குறிக்கும் நேரத்தில் என்றில்லாமல் நாமே தேர்ந்தெடுக்கும் ஒரு நேரத்தில் மரணிப்பது என்பதும் சாத்தியம்தான். அல்லது, இப்படியும் சொல்லலாம், சற்று முன்னதாகவே என்று அவரை நாம் வற்புறுத்த வேண்டும். ஒரே குடும்பம் என்பதுபோல உன்னுடன் உரிமையோடு பேசுவதற்காக என்னை மன்னித்துவிடு, இது ஏனென்றால் உன்னை என் மகனாகத்தான் பார்க்கிறேன். ஆம், நான் அடிக்கடி சொல்வேன்: "டோலோரெஸின் மகன் எனக்குப் பிறந்திருக்க வேண்டியவன்." ஏன் என்று பிறகு சொல்கிறேன். இப்போதைக்கு, நித்தியத்துவத்துக்குப் போகும் பாதைகளில் ஏதேனும் ஒன்றில் உன் அம்மாவை நான் பிடித்துவிடுவேன் என்பதை மட்டும் உனக்குச் சொல்லிக்கொள்கிறேன்.

அந்தப்பெண் ஒரு பைத்தியம் என்பது அதற்குள் எனக்கு உறுதியாகியிருந்தது. பிற்பாடு, எதையும் என்னால் உறுதிபடச் சொல்ல இயலவில்லை. ஏதோவொரு விசித்திரவுலகில் இருப்பதாயுணர்ந்தேன், என்னை அதற்குள் இழுத்துச்செல்ல நானே என்னை அனுமதித்துவிட்டதாகவும். எனது உடல் மேலேறி மிதப்பதாகத் தோன்றியது, அதைப் பிணைத்திருந்த சங்கிலிகள் தற்போது தளர்ந்திருக்க, கந்தல்துணி மூட்டைகளைப் போல யாரும் அதை வைத்து விளையாடலாம் என்பதாக, ஒருவித அயர்ச்சிக்குள் வீழ்ந்தது.

-எனக்குக் களைப்பாயிருக்கிறது - நான் சொன்னேன்.

-முதலில் வந்து ஒருவாய் சாப்பிடு. கொஞ்சமாக. எதுவென்றாலும் சரி.

-நான் வருகிறேன். பிறகு வருகிறேன்.

கூரையின் ஓடுகளிலிருந்து சொட்டுச்சொட்டாக விழுந்த தண்ணீர் முற்றத்து மணலில் குழியை உண்டாக்கியது. அதன் ஒலி இவ்வாறிருந்தது: டிப், டிப், பிறகு மீண்டும் டிப், செங்கற்களுக்கு இடையேயிருந்த பிளவில் சிக்கியிருந்தபோதும் காற்றில் அலைந்தவாறிருந்த ஒரு புன்னையிலையின் மீது வீழ்ந்து ஒலித்தது. புயல் கடந்திருந்தது. அவ்வப்போது வீசிய தென்றல்காற்று மாதுளை மரத்தின் இலைகளை உலுக்கி, ஒரு பெருத்த மழையை அவற்றை உதிர்க்கச் செய்தது, மின்னும் அத்துளிகள் தரையின் மீது கோலம் வரைந்து பின் பனியாக மாறின. உறங்குவதுபோல இறுக்கமாக முடங்கிக் கிடந்த கோழிக் குஞ்சுகள் சட்டென்று தங்கள் இறக்கைகளை அடித்தபடி முற்றத்தை விட்டு வெளியேறி ஓடின, மழையால் பூமிக்கு வெளியேவர நிர்ப்பந்திக்கப்பட்ட புழுக்களை அங்கு அவை மூர்க்கமாகக் கொத்தித்தின்றன. மேகங்கள் நகர்ந்து செல்ல, பாறைகளின் மீது சூரியனின் ஒளிபட்டு பல வண்ணங்களில் அவற்றை மின்ன வைத்தது; பூமியிலிருந்து நீரையுறிஞ்சி இலைகளையும் அது மின்னச்செய்த வேளையில் மிதமான காற்றின் நடுவே அவர்கள் விளையாடிக்கொண்டிருந்தார்கள்.

-கொல்லையில் இவ்வளவு நேரம் என்ன செய்கிறாய், மகனே?

-ஒன்றுமில்லை, அம்மா.

- நீ அங்கு வெகுநேரம் இருந்தால், ஒரு பாம்பு வெளியே வந்து உன்னைக் கொத்திவிடும்.

-சரி, அம்மா.

<<நான் உன்னைத்தான் நினைத்துக்கொண்டிருந்தேன் சூஸன்னா. அதோ அந்தப் பச்சை மலைகளுக்கு மேலே. காற்றடிக்காலத்தில் நாம் பட்டங்கள் பறக்கவிட்டதை. அம்மலையின் உச்சியில் விளையாடும்போது, கீழேயிருந்த உயிர்ப்பான ஊரின் ஒலிகளைக் கேட்போம், காற்றால் இழுபடும் நூற்கயிறு நம் கையிலிருந்து நழுவும். "எனக்கு உதவு, சூஸன்னா." பிறகு மென்மையான கரங்கள் என்னுடையதை இறுக்கிப்பிடிக்கும். "இன்னும் கொஞ்சம் நூலை விடு."

>>காற்றின் நடுவில் நின்று சிரித்தபடி நாம் ஒருவர் மற்றவரின் கண்களுக்குள் பார்த்திருந்தபோது கயிறு நம் விரல்களினூடாக நழுவிக் காற்றோடு போனது, வானில் கடந்துசெல்லும்

பறவையின் இறக்கைகளால் வெட்டுப்பட்டதுபோல பட்! எனும் மெல்லிய சத்தத்தோடு முறிந்தது. பிறகு நம்முடைய தலைக்கு வெகுமேலே இருந்து அந்தக் காகிதப் பறவை தலைகுப்புறக் கீழே விழுந்தது, நெகிழ்ந்திருந்த வாலையும் தன்னோடு இழுத்துக்கொண்டு போய்க் கீழிருந்த பசுமையான நிலத்துக்குள் தொலைந்துபோனது.

>>பனியால் முத்தமிடப்பட்டதைப் போல உனது உதடுகள் ஈரமாயிருந்தன.

-உன்னைக் கொல்லையில் இருந்து வெளியே வரச்சொன்னேன், மகனே.

-சரி, அம்மா. வருகிறேன்.

<<உன்னைத்தான் நான் நினைத்தவாறிருந்தேன். உன் கடல்நீலக் கண்களால் அங்கே நின்று என்னை நீ பார்த்துக்கொண்டிருந்ததை.>>

அவன் நிமிர்ந்து வாசலில் தன் அம்மா நிற்பதைப் பார்த்தான்.

-வெளியே வர ஏன் உனக்கு இத்தனை நேரம்? அங்கே என்னதான் செய்கிறாய்?

-நான் யோசித்துக்கொண்டிருந்தேன்.

-உன்னால் அதை வேறெங்கும் செய்யமுடியாதா? கொல்லையில் வெகுநேரம் இருப்பது உடலுக்கு நல்லதல்ல. தவிரவும், நீ உருப்படியாக ஏதாவது செய்ய வேண்டும். சோளத்தை உதிர்க்க ஏன் நீ பாட்டிக்கு உதவப் போகக்கூடாது?

-நான் போகிறேன், அம்மா. போகிறேன்.

-பாட்டி, சோளத்தை உதிர்ப்பதற்கு உதவி பண்ண வந்திருக்கிறேன்.

-அதெல்லாம் நாங்களே முடித்துவிட்டோம், ஆனால் இப்போது சாக்லெட்டுக்கு அரைக்கப்போகிறோம். நீ எங்கே போயிருந்தாய்? புயல் வீசியபோது உன்னை நாங்கள் தேடினோம்.

-நான் அடுத்த முற்றத்தில் இருந்தேன்.

-என்ன செய்துகொண்டிருந்தாய்? பிரார்த்தனையா?

-இல்லை, பாட்டி. நான் வெறுமனே மழையைப் பார்த்துக் கொண்டிருந்தேன்.

யாரும் தங்களுக்குள் ஒளித்துவைக்கும் எதையும் அவை அறிந்துகொள்ளும் என்று தோன்றிய, பாதி மஞ்சளும் பாதி சாம்பலும் பூத்த கண்களால் அவனுடைய பாட்டி அவனைப் பார்த்தாள்.

-அது சரி, ஓடிப்போய் மாவரைக்கும் கல்லை சுத்தம் செய்.

<<உன்னை நீ ஒளித்து வைத்திருக்கிறாய், சூஸன்னா, பலநூறு அடிகள் உயரத்தில், மேகங்களுக்கு வெகுமேலே, மற்ற சங்கதிகள் அனைத்திலும் இருந்து தொலைதூரமாய். கடவுளென்னும் எல்லையற்ற பெருவெளியில் அவருடைய தெய்வீக அருளுக்குப் பின்னால் நீ ஒளிந்திருக்கிறாய், உன்னை என்னால் நெருங்கவும் பார்க்கவும்கூட முடியாத எனது வார்த்தைகளால் உன்னைத் தீண்டவும் முடியாத ஓரிடத்தில்.>>

-பாட்டி, இந்த மாவரைக்கும் கல் வேலை பார்க்கவில்லை. திருகைக் கல் உடைந்திருக்கிறது.

-சோளக்காம்புகளை அரைக்க அந்த மிக்கேலா இதனைப் பயன்படுத்தி இருக்கவேண்டும். அவளது இந்த மோசமான பழக்கத்தை என்னால் மாற்றவே முடியவில்லை, ஆனால் இப்போது அதுகுறித்துப் பேசி எந்தப் பலனுமில்லை.

-நாம் வேறொன்று வாங்கமுடியாதா? இது மிகவும் பழையதாகி விட்டது, எப்படிப் பார்த்தாலும் இது சரியாக வேலை செய்வதில்லை.

-நீ சொல்வது சரிதான். என்றாலும், உன் தாத்தாவைப் புதைப்பதற்குச் செலவு பண்ணியபிறகும் தேவாலயத்துக்குக் கொடுத்த தசமபாகங்களுக்குப் பிறகும், நம்மிடம் பணம் ஏதும் மிச்சமில்லை. போகட்டும், வேறு எதையாவது தியாகம் செய்து இன்னொன்றை வாங்கிக்கொள்ளலாம். நீ ஏன் டோனா இன்யேஸ் வில்லால்பாண்டாவைப் பார்த்து ஓர் அரவைக் கல்லை - அக்டோபர் வரைக்கும் - கடன்தர கேட்கக்கூடாது? அறுவடை முடிந்ததும் நாம் அவளுக்குப் பணம் தந்துவிடலாம்.

-சரி, பாட்டி.

-அங்கே நீ இருக்கும்போதே, வியாபாரத்தை முழுமையாக்கும் வகையில் அவளிடம் சல்லடையும் ஒரு ஜோடி கத்திரிக்கோல்களும் சேர்த்துக் கேள். இந்தக் களைகள் வளரும் வேகத்தைப் பார்த்தால் நம்மைக் கூடிய சீக்கிரமே இங்கிருந்து விரட்டிவிடும் போல. நிறைய திறந்தவெளிகளைக் கொண்ட அந்தப் பெரியவீட்டில் நாம் இன்னும் இருந்திருந்தால், இப்போது இப்படி நான் புலம்பமாட்டேன். ஆனால் நாம் இங்கு வந்தபிறகு உன் தாத்தா அதைக் கெடுத்து நாசம் பண்ணிவிட்டார். அதுதான் கடவுளின் விருப்பம் போல: எதுவும் நாம் விரும்புவது போல நடப்பதில்லை. அறுவடையில் நமக்குக் கிடைப்பதில் இருந்து அவளுக்குத் தருவதாக டோனா இன்யேஸிடம் சொல்.

-சரி, பாட்டி.

அவை ஓசனிச்சிட்டுகள். இதுதான் பருவம். மலர்களின் பாரத்தால் முன்புறம் சரிந்திருந்த மல்லிகைப் புதர்களின் மேலே அவற்றின் சிறகுகள் ரீங்கரிப்பதை நீங்கள் கேட்கமுடியும்.

புனித இருதயத்தின் படம் வைத்திருந்த நிலையடுக்கின் அருகே அவன் நடந்து சென்றான், அங்கு இருபத்து-நான்கு செண்டாவோக்கள் இருக்கக் கண்டான். நான்கு செண்டாவோக்களை வைத்துவிட்டு இருபதை எடுத்துக் கொண்டான்.

அவன் கிளம்புவதற்கு முன்னால், அவன் அம்மா தடுத்து நிறுத்தினாள்:

-எங்கே கிளம்பிவிட்டாய்?

-புது அரவைக் கல்லுக்கு டோனா இன்யேஸ் வில்லால்பாண்டாவைப் பார்க்க. நம்முடையது உடைந்துவிட்டது.

-ஒரு மீட்டர் கறுப்புப் பட்டுத் துணியைத் தரும்படி அவளிடம் கேள், இதுபோல - அவள் அவனிடம் ஒரு மாதிரியைத் தந்தாள் -. நம்முடைய கணக்கில் இதையும் சேர்த்துக்கொள்ளச் சொல்.

-சரி, அம்மா.

-வீட்டுக்குத் திரும்பும் வழியில் எனக்குக் கொஞ்சம் உடல்வலி மாத்திரைகளை வாங்கி வா. கூடத்திலுள்ள பூத்தொட்டியில் சிறிது பணம் இருக்கிறது.

அவனுக்கு ஒரு பெசோ கிடைத்தது. இருபது செண்டோவாக்களை வைத்துவிட்டு அவன் ஒரு பெசோவை எடுத்துக்கொண்டான்.

<<இனி எனக்கு வேண்டிய எதையும் செய்வதற்குத் தேவையான பணம் என்னிடமுள்ளது,>> அவன் எண்ணிக்கொண்டான்.

-பெட்ரோ! - அவனுக்குப் பின்னால் அவர்கள் கூச்சலிட்டார்கள் -. பெட்ரோ!

ஆனால் அவ்வேளையில் அவனுக்கு எதுவும் கேட்கவில்லை. அவன் ஏற்கெனவே வெகுதூரம் போயிருந்தான்.

அன்றிரவு மீண்டும் மழை பெய்தது. நீர் கொப்பளிக்கும் ஒலியை அவன் நீண்டநேரம் கேட்டுக் கொண்டிருந்தான்; ஏதோவொரு கணத்தில் அவன் உறங்கியிருக்கவேண்டும், ஏனென்றால் விழித்தபோது அவனுக்குக் கேட்டது ஒரு மெல்லிய தூறல்தான். சாளரங்களின் கண்ணாடிகள் இருண்டிருந்தன, வெளியிலோ, கண்ணீர்த் துளிகளைப்போல மழைத்துளிகள் தாரைதாரையாக வழிந்திருந்தன. "மின்னலில் ஒளிர்ந்த மழைத்துளிகளைப் பார்த்தேன், ஒவ்வொருமுறை சுவாசிக்கும்போதும் பெருமூச்சு விட்டேன், மேலும் ஒவ்வொரு முறை நான் யோசித்ததும், உன்னைத்தான், சூஸன்னா."

மழை தென்றலாக மாறியது. அவனால் இதைக் கேட்க முடிந்தது: "பாவங்களை மன்னித்துப் புத்துயிர் அளியும். ஆமென்." அது வீட்டினுள்ளிருந்து வந்தது, சில பெண்கள் தங்களின் ஜெபத்தை முடித்திருந்தார்கள். அவர்கள் எழுந்தார்கள், பறவைகளை மீண்டும் கூண்டுகளுக்குள் விட்டு, கதவைத் தாழிட்டபிறகு, விளக்குகளை அணைத்தார்கள்.

இரவின் ஒளி மட்டும் அங்கிருந்தது, சில்வண்டுகளின் முணுமுணுப்பைப் போல மழையின் மெலிதான ரீங்காரம்...

-நீ ஏன் ஜெபத்தில் கலந்து கொள்ளவில்லை? உன் தாத்தாவுக்காக நாங்கள் நோன்பிருக்கிறோம்.

அவன் அம்மா கையில் மெழுகுவர்த்தியுடன் நுழைவாயிலில் நின்றிருந்தாள். அவளுடைய நீண்ட, அகலமான நிழல் கூரை வரை நீண்டது, கூரைச்சட்டங்கள் அதனைப் பின்னுக்குத் தள்ளி பின் துண்டு துண்டாக உடைத்தெறிந்தன.

-எனக்கு மிகவும் வருத்தமாயுள்ளது - அவன் சொன்னான்.

அவள் திரும்பி நின்று மெழுகுவர்த்தியை அணைத்தாள். கதவைச் சாத்திய மறுகணம் தனது கண்ணீரைத் தடுத்திருந்த மடையை அவள் திறந்துவிட்டாள், மழையின் சத்தத்தோடு கலந்தாலும் கூட அவளுடைய புலம்பலின் ஒலியை வெகுநேரம் கேட்க முடிந்தது.

காலம் சுருங்கிவிட்டதோ என்பதைப் போலத் தேவாலயத்தின் கடிகாரம் ஒவ்வொரு மணிநேரத்துக்கும் உரக்க ஒலித்தது, ஒன்றன் பின் ஒன்றாக, ஒன்றன் பின் ஒன்றாக.

-ஆம், அது உண்மைதான். நான் கிட்டத்தட்ட உன் அம்மாவாக ஆகியிருக்க வேண்டியவள். அவள் உன்னிடம் சொன்னதேயில்லையா?

-இல்லை, நல்லதை மட்டுமே என்னிடம் அவள் சொல்லியிருக்கிறாள். என்னை இங்கு கூட்டிவந்த கழுதையோட்டியிடம் உன்னைப் பற்றிக் கேள்விப்பட்டேன், அபுண்டியோ என்றொருவன்.

-அவன் நல்லவன்தான், அந்த அபுண்டியோ. என்றால், இன்னும் அவன் என்னை நினைவு வைத்திருக்கிறான், இல்லையா? என்னிடம் அவன் அனுப்பிவைக்கும் ஒவ்வொரு பயணிக்காகவும் அவனுக்குக் கொஞ்சமாக ஏதாவது கொடுப்பேன். எங்கள் இருவருக்குள்ளும் அதுவொரு நல்ல ஏற்பாடு. துரதிர்ஷ்டவசமாக, காலங்கள் மாறிவிட்டன, இங்கிருக்கும் சூழல் எல்லாமும் மிகவும் மோசமாகிப் போனதால் யாரும் எங்களுக்கு எந்தச் செய்தியும் கொண்டு வருவதில்லை. ஆக, என்னைப் போய்ப் பார்க்கும்படி அவன்தான் உனக்குச் சொன்னானா?

-உன்னைத் தேடிக் கண்டுபிடிக்கும்படி அவன்தான் சொன்னான்.

-இதற்காக நான் அவனுக்கு எவ்வளவு நன்றி சொன்னாலும் போதாது. அவன் நல்லவன், நம்பிக்கைக்குரியவன். எங்களுடைய தபால்களை எல்லாம் அவனே கொண்டுவருவான், காதுகேளாமல் போனபிறகும் அதை விடாமல் தொடர்ந்து செய்தான். அவனுக்கு விபத்து நேர்ந்த பயங்கரமான நாள் எனக்கு இன்னும் நினைவிருக்கிறது. நாங்கள் அனைவருமே அவனை விரும்பிய காரணத்தால் எங்கள் எல்லோரையும் அது பாதித்தது. எங்களுடைய தபால்களை அவனிடம் கொடுப்போம்,

மற்றதை அவன் எடுத்து வருவான். உலகின் மறுமுனையில் என்ன நிகழ்கிறதென்பதை அவன்தான் எங்களுக்கு எடுத்துச் சொல்வான், மேலும் எங்களைப் பற்றி அவர்களிடம் சொல்லியிருப்பான் என்பதும் எனக்கு உறுதியாகத் தெரியும். அவன் பெரிதாக வாயளப்பவன். ஆனால் பிற்பாடு, அவன் அப்படி இருக்கவில்லை, பேசுவதை நிறுத்திக்கொண்டான். தன்னால் கேட்கமுடியாத, அவற்றுக்கென எந்த ஒலியும் இல்லாத, எவ்வாறாகிலும் எந்த சுவாரசியமும் இல்லாத விசயங்களைப் பேசுவதில் எந்த அர்த்தமுமில்லை என்றான். நீர்ச் சுழல்களை மடைமாற்றிவிடுவதற்கு நாங்கள் பயன்படுத்தும் வாணவெடிகளில் ஒன்று - அதை அனைவரும் குலேப்ரஸ் டி அகுவா என்று அழைப்பார்கள் - மிகச்சரியாக அவனுடைய தலைக்குப் பக்கத்தில் சென்று வெடித்தபோது இது அத்தனையும் நிகழ்ந்தது. அதன் பிறகு, அவன் பேசுவதை நிறுத்தினான், உண்மையில் அவன் ஊமையில்லை என்றபோதும். ஆனால் எந்தச் சூழலிலும், அவனொரு நல்ல மனிதனாகவே இருந்தான்.

-நான் சொல்லக்கூடிய ஆளுக்கு நன்றாகக் காது கேட்டது.

-என்றால் அவனாக இருக்கமுடியாது. தவிர, அபுண்டியோ ஏற்கெனவே செத்துவிட்டான். அவன் ஏற்கெனவே செத்திருக்க வேண்டும். உனக்குப் புரிகிறதா? எனவே அது அவனாக இருக்கமுடியாது.

-சரி என்றுதான் தோன்றுகிறது.

-போகட்டும், உன் அம்மா பற்றி நான் சொன்னதற்குத் திரும்புவோம்...

அவள் பேசுவதைக் கேட்டுக்கொண்டிருந்த அதேவேளையில், எனக்கு முன்னால் நின்றிருந்தவளை நான் கூர்ந்து கவனித்தேன். கடினமான சில வருடங்களை அவள் கடந்து வந்திருக்கவேண்டும் என யூகித்தேன். உதிரமே இல்லாததைப் போல அவளுடைய முகம் வெளிறிக்கிடந்தது, அவளது கைகள் உலர்ந்திருந்தன; வற்றியுலர்ந்து, முழுக்கச் சுருக்கங்களுடன். அவளுடைய கண்களுக்குள் உங்களால் பார்க்கமுடியாது. எல்லாப் பக்கமும் சுருக்கங்களாக இருந்த ஒரு பழங்கால வெள்ளையுடையை அவள் அணிந்திருந்தாள், அவளுடைய கழுத்திலிருந்து - கயிற்றோடு சேர்த்து கட்டப்பட்டு - மரியா ஸாண்டிசிமா டெல்

ரெஃப்யூஜியோவின்[2] படத்தைத் தாங்கிய பதக்கம் தொங்கியது, பின்வரும் வாசகத்தோடு: "பாவிகளின் புகலிடம்."

–... நான் சொல்லும் மனிதன் "குதிரைகளைப் பயிற்றுவிப்பவனாக" மெடியா லூனாவில் பணிபுரிந்தான். தனது பெயர் இன்னொசென்சியோ ஒசோரியோ என்று சொன்னான், என்றபோதும் நாங்களனைவரும் எல் சால்டபேரிகோ (கையெறி வாணவெடி) எனும் விசித்திரமான பெயராலேயே அவனை அறிந்திருந்தோம், காரணம் அவன் மின்னலைப் போலத் துரிதமானவனாகவும் துள்ளிக்குதித்து ஓடுவதில் ஆர்வமுடையவனாகவும் இருந்தான். என்னுடைய பிரியத்துக்குரிய பெட்ரோ குதிரைகளைப் பழக்குவது அவனுக்கு இயல்பாக ஒன்றாயிருந்தது என்று சொல்வார்; ஆனால் அவனிடம் வேறொரு திறமையும் இருந்தது உண்மைதான்: அதாவது மனிதர்களின் ஆழ்மன ஆசைகளைக் கிளர்த்திவிட்டு "உணர்வுகளைத் தூண்டுவது." உண்மையில் அதைத்தான் அவன் செய்துவந்தான். வேறுபல பெண்களோடு செய்ததைப்போல உன் அம்மாவோடும் அதைத்தான் அவன் செய்தான். என்னையும் சேர்த்துத்தான். ஒருமுறை எனக்கு உடம்புக்குச் சுகமில்லாதபோது, அவன் என்னிடம் வந்து சொன்னான்: "நான் இங்கு வந்திருப்பது உன்னுடைய உடலைப் பிடித்துவிடுவதற்காக, பிறகு நீ நன்றாக உணர்வாய்." அதன்மூலம் அவன் சொல்லவந்தது யாதெனில் நம்முடைய உடலை அவன் தடவிக்கொடுக்கத் தொடங்குவான். நமது விரல்நுனிகளில் தொடங்கி, பிற்பாடு கைகளைப் பிடித்துவிடுவான், அதைத் தொடர்ந்து புஜங்களையும், பிறகு இறுதியில் எந்த எச்சரிக்கையுமின்றி நமது கால்களின் நடுவே சென்றிருப்பான், கூடிய விரைவில் நம்முடைய உடம்பு சூடாகி கொதிக்கத் தொடங்கும். நம்மைப் போட்டுப்புரட்டும் அதே வேளையில், நமது எதிர்காலம் குறித்தும் அவன் பேச ஆரம்பிப்பான். மந்திரங்களை உச்சாடனம் செய்தவாறு சாபங்களை வீசியபடி ஒரு மயக்கநிலைக்குள் ஆழ்ந்தவனாக, ஜிப்சிக்கள் செய்வதுபோல நம்முடைய உடலெங்கும் எச்சில் துப்புவான். சில நேரங்களில் இது முடியும்போது அவன் நிர்வாணமாகிவிடுவான், ஏனென்றால் அதைத்தான் நாங்கள் விரும்பினோம், அல்லது அவ்வாறு அவன் சொல்வான். அவ்வப்போது அவன் சொல்வதில் சில உண்மையாகவே நடக்கவும் செய்யும்; சொல்லப்போனால், நாம் அத்தனை

திசைகளிலும் சுடும்போது, விரைவில் அல்லது தாமதமாகவேனும், ஏதேனும் ஒன்றின்மீது படத்தான் செய்யும்.

>>நடந்தது இதுதான், அவனைப் பார்க்கச் சென்றபோது, இந்த ஒசோரியோ பயல் உன் அம்மாவின் எதிர்காலத்துக்குள் உற்றுநோக்கி அவளிடம் சொல்லி இருக்கிறான், “அன்றிரவு ஓர் ஆணுடன் படுப்பதை அவள் தவிர்க்கவேண்டும், ஏனென்றால் நிலவு அன்றைக்கு ஆபத்தால் சூழப்பட்டிருந்தது.”

>>அவனால் முழுக்கவும் உருவேற்றப்பட்டவளாக டோலோரெஸ் என்னிடம் வந்து தன்னால் அதைச் செய்யமுடியாது என்றாள், அன்று மாலை எக்காரணம் கொண்டும் பெட்ரோ பராமோவோடு உறங்கப்போவதில்லை என்றாள். அன்று அவளுக்கு முதலிரவு. ஒசோரியோவை அவள் நம்பக்கூடாதென்றும் அவன் ஒரு இரட்டை-முகம் கொண்ட சதிகாரனென்றும் அவளைச் சமாதானப்படுத்த நான் முயற்சித்தேன்.

>>-என்னால் முடியாது - அவள் என்னிடம் சொன்னாள் -. எனக்குப் பதிலாக நீ போ. அவர் கவனிக்கமாட்டார்.

>>சொல்லத் தேவையேயின்றி, அவளைக் காட்டிலும் நான் சற்று இளமையாகவே இருந்தேன். மேலும் அவளைப் போலக் கருத்தவளும் அல்ல, ஆனால் இருட்டில் அதை யாரும் அடையாளம் கண்டுபிடிக்க முடியாது.

>>-இது வேலைக்காகாது, டோலோரெஸ். நீதான் போயாக வேண்டும்.

>>-எனக்கு இந்த உதவியைச் செய். நான் உனக்கு மற்றவற்றின் மூலம் திருப்பித் தருகிறேன்.

>>அந்நாள்களில், உன் அம்மாவுக்கு மிகவும் மென்மையான கண்கள். அழகென்று அவளிடம் எதுவும் இருந்ததெனில், அவை அந்தக் கண்கள்தான். மற்றவர்களை எவ்வாறு இணங்கச்செய்வதென்று அவற்றுக்குத் தெரியும்.

>>-என்னிடத்தில் நீ போ - அவள் மன்றாடினாள்.

>>ஆகவே நான் போனேன்.

>>இருட்டின் மீதும் உன் அம்மாவுக்குத் தெரியாத மற்றொரு விசயத்தின் மீதும் - எனக்கும் பெட்ரோ பராமோவின் மீது விருப்பமிருந்தது - நான் நம்பிக்கை வைத்திருந்தேன்.

>>மகிழ்ச்சியோடு, முழுவிருப்பத்தோடு, அவரோடு படுக்கைக்குப் போனேன். அவருடைய உடலினருகே சென்று ஆரத்தழுவி படுத்துக்கொண்டேன்; ஆனால் அன்றைய நாளின் கொண்டாட்டம் அவரைக் களைப்படையச் செய்திருந்தது, ஆகவே குறட்டை விட்டபடியே அந்த இரவை அவர் கழித்தார். அவர் செய்த ஒரே காரியம் தன்னுடைய கால்களை என்னோடு பின்னிக்கொண்டது மட்டுமே..

>>சூரியன் வெளிவருவதற்கு முன்பு, நான் எழுந்து, டோலோரெஸைச் சென்று பார்த்தேன். அவளிடம் சொன்னேன்:

>>-இப்போது போ. இதுவொரு புது நாள்.

>>-அவர் உன்னை என்ன செய்தார்? - அவள் கேட்டாள்.

>>-இன்னும் எனக்கு உறுதியாகத் தெரியவில்லை - நான் பதில் கூறினேன்.

>>மறுவருடம் நீ பிறந்தாய். ஆனால் எனக்கல்ல, கிட்டத்தட்ட என் மகனாக இருப்பதற்கு அத்தனை நெருங்கி வந்தபிறகும்.

>>அனேகமாக இதையெல்லாம் உன்னிடம் சொல்வதற்கு உன் அம்மாவுக்கு மிகவும் அசிங்கமாக இருந்திருக்க வேண்டும்.

"... பச்சைப் புல்வெளிகள். கோதுமைக் கதிர்கள் காற்றில் ஆட ஏறியிறங்கும் அத்துவானத்தைப் பார்த்திருப்பது, வலுத்துப் பெய்திடும் மழைத்தாரைகளால் நடுங்கும் மத்தியானம். மண்ணின் நிறம், குதிரைமசால் மற்றும் ரொட்டியின் மணம். சிந்திய தேனின் வாசம் வீசும் ஒரு நகரம்..."

>>அவள் எப்போதும் பெட்ரோ பராமோவை வெறுத்தாள். "டோலோரிடாஸ்! என்னுடைய காலையுணவைத் தயாரிக்கும்படி அவர்களிடம் சொன்னாயா?" உன் அம்மா தினமும் விடிவதற்கு முன்னால் எழுந்துகொள்வாள். களிமண் அடுப்பைப் பற்றவைப்பாள். எரியும் விறகின் வாசத்தில் பூனைகள் எழுந்துகொள்ளும். அந்தப் பூனைகளின் கூட்டத்தால் அலைக்கழிக்கப்படுகிறவளாக அவள் அங்குமிங்குமாய்ச் சுற்றிவருவாள். "டோனா டோலோரிடாஸ்!"

>>அவளுடைய பெயரைச் சொல்லி அவர் கூப்பிடுவதை உன் அம்மா எத்தனை முறை கேட்டிருப்பாள்? "டோனா டோலோரிடாஸ், இந்த உணவு ஆறிவிட்டது. இது ஒன்றுக்குமாகாது." எத்தனை முறை? கஷ்டங்கள் அவளுக்குப் புதிதல்ல என்றாலும் கூட, அவளுடைய மென்மையான கண்கள் இறுதியில் உணர்வற்று விறைத்துப்போயின.

"... மேலும் யாவும் கோடையின் வெம்மையால் சூழப்பட்ட ஆரஞ்சு மலர்களின் சுவையோடு உள்ளன."

>>அப்போதுதான் அவள் பெருமூச்சு விடத் தொடங்கினாள்.

>>-ஏன் நீ எப்போதும் பெருமூச்சு விட்டபடியே இருக்கிறாய், டோலோரிடாஸ்?

>>அன்று மதியம் நான் அவர்களோடு போயிருந்தேன். வானம்பாடிகளின் கூட்டம் தலைக்கு மேலே பறந்துசெல்வதைப் பார்த்தபடி வயல்வெளிகளில் நின்றிருந்தோம். ஒற்றைப் பருந்து வானில் வட்டமிட்டுக்கொண்டிருந்தது.

>>-ஏன் நீ பெருமூச்சு விடுகிறாய், டோலோரிடாஸ்?

>>-நானும் ஒரு பருந்தாக இருந்திருந்தால் என் சகோதரி வாழுமிடத்துக்குப் பறந்து செல்வேன் என்று நினைத்தேன்.

>>-நான் கேட்க விரும்பியதெல்லாம் இது மட்டும்தான், டோனா டோலோரிடாஸ். உடனடியாக உன் சகோதரியைப் பார்க்கக் கிளம்பிப்போ. நாம் திரும்பிப் போகலாம். உனது மூட்டைமுடிச்சுகளைக் கட்டி வைக்கலாம். நான் கேட்க விரும்பியதெல்லாம் இது மட்டும்தான்.

>>ஆகவே உன் அம்மா கிளம்பிச் சென்றாள்.

>>-கிளம்புகிறேன், டான் பெட்ரோ.

>>-சென்று வா, டோலோரிடாஸ்!

>>மெடியா லூனாவை விட்டு அவள் கிளம்பியதும் நல்லதற்குத்தான். சில மாதங்களுக்குப் பிறகு, அவள் எவ்வாறிருக்கிறாள் என நான் பெட்ரோ பராமோவிடம் கேட்டேன்.

>>-என்னைக் காட்டிலும் அதிகமாகத் தன்னுடைய சகோதரியைத்தான் அவள் நேசித்தாள். அவள் அங்கு மகிழ்ச்சியாயிருப்பாள் என்பது எனக்கு உறுதியாகத் தெரியும். தவிரவும், அவள் என்னை எரிச்சலூட்டிக்கொண்டேயிருந்தாள். அவளைப் பற்றி விசாரிக்கும் எந்த எண்ணமும் எனக்கில்லை, ஒருவேளை அதைத்தான் நீ கேட்க வருகிறாய் என்றால்.

>>-ஆனால் அவர்கள் எங்ஙனம் பிழைப்பார்கள்?

>>-கடவுள் அவர்களைப் பார்த்துக்கொள்ளட்டும்.

"... அவரை ஆழமாக வருந்தச்செய், மகனே, நம்மைக் கைவிட்டதற்காக."

>>அதுதான் இறுதியாக அவளைப் பற்றி நாங்கள் கேள்விப்பட்டது, இதோ இன்று என்னைப் பார்க்க நீ வருவதாக அவள் என்னிடம் சொல்லும்வரையில்.

-அதன்பிறகு நிறைய நடந்துவிட்டது - நான் சொன்னேன் -. கோலிமாவில் என் பெரியம்மா ஜெர்ட்ரூடிஸோடு வாழ்ந்தோம், ஆனால், எங்களை ஒரு பாரமாகக் கருதி, அவள் அதை எங்களுடைய முகத்துக்கு நேராகச் சொன்னாள். "ஏன் நீ உன் கணவனிடம் திரும்பிப் போகக்கூடாது?" எப்போதும் என் அம்மாவிடம் அவள் கேட்பாள்.

>>-எனக்காக அவர் சொல்லி அனுப்பியிருக்கிறாரா, எவ்வகையிலாவது? அவர் கூப்பிடும்வரையில் நான் அங்கு போவதாயில்லை. உன்னைப் பார்க்க விரும்பியதால் இங்கு வந்தேன். ஏனென்றால் உன்னை நான் நேசித்தேன், அதற்காகத்தான்.

>>-எனக்குப் புரிகிறது. ஆனால் இது நீ திரும்பிப்போக வேண்டிய நேரம்.

>>-ஏதோ அது என் கையில் மட்டும்தான் இருக்கிறது என்பதைப்போல.

நான் பேசுவதை அந்தப் பெண் கேட்டுக்கொண்டிருந்தாள் என நினைத்தேன்; ஆனால் ஏதோவொரு தொலைதூரச் சத்தத்தை உற்றுக்கேட்பது போல அவளின் தலை நீண்டிருந்ததைக் கவனித்தேன். பிறகு அவள் சொன்னாள்:

-எப்போது நீ ஓய்வெடுப்பாய்?

<<உன்னை மீண்டும் பார்க்கமாட்டேன் என்பது நீ கிளம்பிச்சென்ற நாளில் எனக்குத் தெரியும். அந்திநேர ரத்தச்சிவப்பு வானத்துக்குள்ளாக நீ விலகி நடந்தபோது, மத்தியானச் சூரியன் தனது செந்நிற வண்ணத்தால் உன்னைத் தீற்றியது. நீ புன்னகைத்துக்கொண்டிருந்தாய். தப்பிச்செல்லும் இந்த ஊரைப் பற்றி நீ அடிக்கடி சொல்வாய்: "உனக்காக இந்த இடத்தை நான் நேசிக்கிறேன், ஆனால் மற்ற அனைத்திற்காகவும் இதை வெறுக்கிறேன், இங்கேதான் நான் பிறந்தேன் என்பதைக்கூட." நான் நினைத்துக்கொண்டேன்: "அவள் திரும்பப் போவதில்லை, அவள் ஒருபோதும் திரும்பி வரமாட்டாள்.">>

-இந்த நேரத்தில் இங்கே எதற்கு வந்தாய்? உனக்கு வேலை இல்லையா?

-இல்லை, பாட்டி. ரொகேலியோ தன்னுடைய குட்டிப் பையனைப் பார்த்துக்கொள்ளுமாறு என்னிடம் சொல்லியிருக்கிறார். நான் அவனுக்கு விளையாட்டு காட்டிக்கொண்டிருக்கிறேன். இரண்டு வேலையையும் ஒரேநேரத்தில் செய்வது சிரமமாயுள்ளது: குழந்தையையும் தந்தி வேலையையும், அதிலும் ரொகேலியோ விளையாட்டுத்திடலில் அமர்ந்து பீர் குடித்துக்கொண்டு தனது நாள்களைக் கழிக்கிறார் எனும்போது. அவர் எனக்குப் பணம் தருவதில்லை என்பதையும் நான் சொல்லத் தேவையேயில்லை.

-நீ அங்கிருப்பது பணம் சம்பாதிக்க அல்ல, கற்றுக்கொள்ள. தேவையான அனுபவம் கிடைக்கும்வரைக்கும் எதையும் நீ தானாகக் கேட்கமுடியாது. அனேகமாக என்றேனும் ஒருநாள் உன்னையே அவர்கள் பொறுப்பாளராக நியமிக்கக்கூடும். அதுகாறும், சற்றுப் பொறுமையாயிரு, அதைவிட முக்கியம், சிறிதளவு தன்னடக்கம். அவர்கள் உன்னிடம் பையனை வெளியே கூட்டிப் போகச்சொன்னால், மறுக்காமல் செய், உனக்குப் புண்ணியமாகப் போகும். உனக்குச் சொல்லப்படுவதை நீ செய்துதான் ஆக வேண்டும்.

-தங்களுக்குச் சொல்லப்படுவதை மற்றவர்கள் வேண்டுமானால் செய்யட்டும், பாட்டி, ஆணைகளைப் பின்பற்றுபவன் நானல்ல.

-நீ ஒரு விசித்திரமான இளைஞன்! எந்த நல்ல விசயமும் உனக்கு நடக்கப் போவதில்லை என்று எனக்குள் ஓர் உணர்வு, பெட்ரோ பராமோ.

-என்ன அது, டோனா எடுவீகஸ்?

ஏதோவொரு கனவிலிருந்து விழிப்பதைப்போல அவள் தன்னுடைய தலையை உலுக்கினாள்.

-அது மிகுவேல் பராமோவின் குதிரை, மெடியா லூனாவுக்குப் போகும் பாதையில் விரைந்தோடுகிறது.

-ஆக மெடியா லூனாவில் இன்னும் யாரோ வாழ்ந்து வருகிறார்கள்?

-இல்லை, யாரும் அங்கு வாழவில்லை.

-என்றால்...?

-அது அவனுடைய குதிரை மட்டுமே, எல்லா நாளும் போலப் போய்வருகிறது. அவர்களிருவரும் பிரிக்கமுடியாதவர்களாக இருந்தார்கள். அப்பகுதி முழுக்க அவனைத் தேடியலைந்துவிட்டு எப்போதும் இந்நேரத்தில்தான் திரும்பி வரும். தனது தவறினை ஒத்துக்கொள்ள அந்தப் பாவப்பட்ட ஜீவனால் முடியவில்லை எனத் தோன்றுகிறது. ஒருவேளை தாங்கள் ஏதேனும் தவறிழைக்கும்போது அதை உணர்ந்திட மிருகங்களுக்கும் முடியுமோ என்னமோ?

-எனக்குப் புரியவில்லை. எந்தக் குதிரையிலிருந்தும் கிளம்பும் எந்தச் சத்தத்தையும் என்னால் கேட்க முடியவில்லை.

-கேட்கவில்லை?

-கேட்கவில்லை.

-எனில் அது என்னுடைய ஆறாம் அறிவாயிருக்க வேண்டும். கடவுளிடமிருந்து கிடைத்த வரம், அல்லது சாபம். அதன் காரணமாக நான் எவ்வளவு தத்தளித்திருக்கிறேன் என்பதை உன்னால் நினைத்துக்கூடப் பார்க்க முடியாது.

அவள் சிறிதுநேரம் அமைதியாக இருந்தபிறகு மீண்டும் தொடர்ந்தாள்:

-எல்லாம் மிகுவேல் பராமோவிடமிருந்தே தொடங்கியது. அவன் இறந்துபோன இரவில் நடந்தது என்னவென்பது எனக்கு மட்டும்தான் தெரியும். மெடியா லூனாவுக்குச் செல்லும் பாதையில் அவனுடைய குதிரை விரைந்திடும் சத்தம் கேட்டபோது நான் ஏற்கெனவே படுக்கையில் விழுந்திருந்தேன். எனக்கு அது வினோதமாயிருந்தது, ஏனென்றால் அவன் எப்போதும் அந்நேரத்தில் திரும்பி வரக்கூடியவனில்லை. அதிகாலைப்பொழுதுகளில்தான் அவன் எப்போதும் வீட்டுக்குத் திரும்பி வருவான். தன்னுடைய காதலியைப் பார்க்க கோண்ட்லா என்றழைக்கப்படும் நகரத்துக்குப் போய்வருவான், அது சற்றுத் தொலைவில் உள்ளது. சீக்கிரமே கிளம்பிச்சென்றாலும் அவன் திரும்பி வருவதற்குச் சிறிது நேரம் பிடிக்கும். ஆனால் அன்றிரவு அவன் திரும்பி வரவேயில்லை... இப்போது உனக்குக் கேட்கிறதா? நிச்சயமாக உன்னால் கேட்கமுடியும். அது வீட்டுக்குத் திரும்பி வருகிறது.

-எனக்கு எந்தச் சத்தமும் கேட்கவில்லை.

-அப்படியென்றால் அது என்னோடு போகட்டும். எவ்வாறாகிலும், என்னுடைய கதைக்குத் திரும்புவோம், மிகுவேல் வீட்டுக்குத் திரும்பாதது குறித்து நான் சொன்னது அத்தனையும் உண்மையல்ல. யாரோ கதவைத் தட்டுவதாக நான் உணர்ந்தபோது அவனது குதிரை இன்னமும் கடந்து சென்றுகொண்டிருந்தது. அது வெறுமனே என் கற்பனையா என்பதை நீதான் முடிவு செய்ய வேண்டும். அது யாரென்று பார்க்கச்சொல்லி ஏதோவொன்று என்னை உந்தித் தள்ளியது என்பது மட்டும் எனக்கு உறுதியாகத் தெரியும். அது அவன்தான், அது மிகுவேல் பராமோதான். எனக்கு அதில் எந்த ஆச்சரியமுமில்லை. ஏனென்றால் எனது வீட்டில் - கட்டிலில் என்னோடு - தன்னுடைய இரவுகளை அவன் கழித்த காலங்கள் உண்டு. குறைந்தபட்சம், அவனை வெகுவாகச் சூடேற்றிய இந்த மற்றொரு பெண்ணை அவன் கண்டுபிடிக்கும் வரைக்கும்.

>>-என்ன நடந்தது? - நான் மிகுவேல் பராமோவைக் கேட்டேன் -. அவள் உறவை முறித்துக்கொண்டாளா?

>>-இல்லை. அவள் இன்னும் என்னை விரும்புகிறாள் - அவன் சொன்னான் -. என்னால் அவளிடம் போக முடியவில்லை என்பதுதான் பிரச்சினை. நகரத்தை எங்கும்

கண்டுபிடிக்க முடியவில்லை. மிக அதிகமான மூடுபனி அல்லது புகை அல்லது வேறு ஏதோவொரு இழவு. எனக்குத் தெரிந்ததெல்லாம் கோண்ட்லா அங்கில்லை என்பதுதான். என்னுடைய கணக்குப்படி அது இருக்கவேண்டிய இடத்தைத் தாண்டியும் நான் வெகுதொலைவு சென்றேன், ஆனால் அங்கு எதுவுமேயில்லை. நீ என்னைப் புரிந்துகொள்வாய் என்பதால் நடந்தது என்னவென்று சொல்ல உன்னைத் தேடி வந்தேன். கோமாலாவில் வேறு யாரிடமாவது இதை நான் சொன்னால் - எப்போதும் போல - அவர்கள் என்னைப் பைத்தியம் என்றே சொல்வார்கள்.

>>-இல்லை. பைத்தியமில்லை, மிகுவேல். நீ இறந்திருக்க வேண்டும். என்றாவது ஒருநாள் அந்தக் குதிரை உன்னைக் கொல்லப்போகிறது என்று ஒவ்வொருவரும் சொன்னதை நினைத்துப் பார். அதை நினைத்துப் பார், மிகுவேல் பராமோ. ஒருவேளை நீ ஏதாவது முட்டாள்தனம் செய்திருக்கக்கூடும், ஆனால் இப்போது அது நம் கைமீறிப் போய்விட்டது.

>>-நான் செய்த ஒரே விசயம் வெகு சமீபத்தில் என் தந்தை போடச்சொன்ன அந்தக் கல்வேலியைக் கடந்து சென்றதுதான். இப்போது நீங்களெல்லாம் செய்வது போல வெகுதூரம் சென்று சுற்றிவராமல் நேரடியாகப் பாதைக்குச் செல்லலாம் என்பதற்காக எல் கொலரோடோவை அந்த வேலியைத் தாண்டி குதிக்க வைத்தேன். தாவிக்குதித்து அந்தப் பாதையில் தொடர்ந்தேன் என்பது எனக்கு உறுதியாகத் தெரியும், ஆனால், நான் ஏற்கெனவே சொன்னதுபோல, அங்கு இருந்ததெல்லாம் புகையைத் தவிர வேறொன்றுமில்லை, புகை, புகை, மேலும் புகை.

>>-நாளை உன் அப்பா கதறியழப்போகிறார் - நான் அவனிடம் சொன்னேன் -. அவருக்காக நான் வருந்துகிறேன். தற்போது போய் அமைதிகொள், மிகுவேல். விடைபெற்றுப்போக நீ வந்ததற்கு நான் நன்றிக்கடன்பட்டிருக்கிறேன்.

>>பிறகு நான் சாளரத்தை மூடினேன்.

>>விடிவதற்கு முன்பு மெடியா லூனாவில் இருந்து ஒரு வேலைக்காரன் இதைச் சொல்ல வந்து சேர்ந்தான்:

>>-மாண்புமிகு டான் பெட்ரோ உங்களை அழைத்து வருமபடி கூறினார். இளையவர் மிகுவேல் தவறிவிட்டார். நீங்கள் அவரோடு இருக்க வேண்டுமென விரும்புகிறார்.

>>-எனக்கு ஏற்கெனவே தெரியும் - நான் அவனிடம் சொன்னேன் -. அவர்கள் உன்னை அழச் சொன்னார்களா?

>>-ஆம், உங்களிடம் இந்தச் சேதியைச் சொல்லும்போது அழும்படி டான் ஃபுல்கோர் என்னிடம் சொன்னார்.

>>-அப்படியானால் சரி. நான் அங்கிருப்பேன் என்று டான் பெட்ரோவிடம் சொல். அவனைத் தூக்கி வந்து எவ்வளவு நேரம் ஆகிறது?

>>-அரை மணி நேரம் கூட ஆகியிருக்காது. ஒருவேளை சீக்கிரம் கொண்டு வந்திருந்தால், அவரைக் காப்பாற்றியிருக்கலாம். என்றாலும் அவரைப் பரிசோதித்த மருத்துவர் அவர் இறந்து அதிக நேரம் ஆகியிருக்கும் என்கிறார். எல் கொலரோடோ வீட்டுக்குத் தனியாகத் திரும்பி யாரையும் தூங்கவிடாமல் கடும் அமளி செய்தபோதே ஏதோ சிக்கல் என்று எங்களுக்குத் தெரியும். அந்தக் குதிரையும் அவரும் ஒருவரையொருவர் எத்தனை நேசித்தார்கள் என்று உங்களுக்குத் தெரியும் அல்லவா, டான் பெட்ரோவைக் காட்டிலும் அந்த மிருகத்துக்குத்தான் அதிகத் துயரம் என நான் எண்ணுமளவுக்கு, அத்தனை பிரியம். உண்ணவோ உறங்கவோ செய்யாமல் வெறுமனே சுற்றி வருகிறது. ஏற்கெனவே அதற்குத் தெரியும் என்பதைப்போல, புரிகிறதா? ஏதோ அது தனக்குள்ளாக உடைந்து சுக்குநூறாகச் சிதறிப்போனதைப் போல.

>>-வெளியே போகும்போது கதவை மூடிவிட்டுப் போக மறக்காதே.

>>ஆக மெடியா லூனாவில் இருந்து வந்த வேலையாள் கிளம்பிச் சென்றான்.

>>செத்தவன் அழுது புலம்புவதை நீ எங்காவது கேள்விப்பட்டிருக்கிறாயா?>> அவள் என்னிடம் கேட்டாள்.

-இல்லை, டோனா எடுவீகஸ்.

-நல்லதற்குத்தான்.

கல்வடிகலன் வழியே துளிகள் வீழ்கின்றன, ஒவ்வொன்றாக. பாறையில் இருந்து வெளியேறி வரும் தூய்மையான நீர் கீழிருக்கும் களிமண் பரணிக்குள் சொட்டும்போது உண்டாக்கும் ஒலியை அனைவரும் கேட்கலாம். அவன் உற்றுக் கவனிக்கிறான். முணுமுணுப்புகள் கேட்கின்றன. முன்னும் பின்னுமாகத் தரையில் தேய்த்து நடக்கும் பாதங்களின் ஒலி. முடிவற்று வீழும் நீர்த்துளிகள். பரணி நிரம்பி வழிகிறது, ஈரமான தரையை இன்னும் ஈரமாக்குகிறது.

<<விழித்துக்கொள்!>> யாரோ அழைக்கிறார்கள்.

அந்தக்குரலின் தொனியை அவன் உணர்கிறான். அது யாருக்குச் சொந்தம் என்பதை இனங்காண முயற்சிக்கிறான், ஆனால் அவனுடைய உடல் விறைத்துக்கொள்ள, தூக்கத்தின் பிடியிலிருந்து மீள முடியாதவனாக மீண்டும் உறங்கிப்போகிறான். கைகள் போர்வையை இறுகப் பற்றி மேலே இழுத்துக்கொள்கின்றன, அதன் வெம்மைக்குக் கீழே ஓர் உடல் அமைதியைத் தேடித் தன்னை இந்தவுலகிடம் இருந்து மறைத்துக்கொள்கிறது.

<<விழித்துக்கொள்!>> யாரோ மீண்டும் சொல்கிறார்கள்.

அந்தக் குரல் அவனது தோள்களைப் பிடித்து உலுக்குகிறது, வேறுவழியின்றி அவனுடைய உடலை நீட்டிப் படுக்கிறான். கண்களைப் பாதி திறக்கிறான். மறுபடியும், கல் வடிகலனில் இருந்து களிமண் பரணிக்குள் நீர் சொட்டுவதால் உண்டாகும் ஒலி. அங்குமிங்குமாய் நகரும் காலடிகளும்.. கூடவே அழுகையின் ஒலியும்.

அவன் அழுகைச் சத்தத்தைக் கேட்டான். அதுதான் அவனைப் பிடித்து உலுக்கி எழுப்பியது: ஓர் அமைதியான மெல்லிய புலம்பல், அது அத்தனை மெலிதாக இருந்ததால்தான் அவனுடைய கனவுகளின் குழப்பங்களுக்குள் புகுந்து செல்ல அதற்குச் சாத்தியமானது, அவ்வாறு புகுந்து அவனுடைய அச்சம் ஒரு வீட்டைக் கட்டி அமர்ந்திருந்த புள்ளியை வெகுதுல்லியமாகச் சென்றடைந்தது.

அவன் மெல்ல எழுந்துகொண்டு, அழுதபடி நிலைக்கதவின் மீது சாய்ந்திருந்த பெண்ணின் முகத்தைக் கண்டான், இருட்டால் இன்னும் மங்கலாகத் தெரிந்த ஒரு முகம்.

-நீ ஏன் அழுகிறாய், அம்மா? - அவன் கேட்டான், தனது பாதங்கள் தரையைத் தொட்ட மறுகணமே தன் அம்மாவின் இருப்பை அவன் உணர்ந்திருந்தான்.

-உன் அப்பா இறந்துவிட்டார் - அவள் அவனிடம் சொன்னாள்.

அதன் பிறகு, அவளுடைய துக்கத்தின் வளையங்கள் அவிழ்ந்துகொண்டதைப் போல, அவள் சுழன்று தடுமாறினாள், மீண்டும் மீண்டும், யாரோவொருவரின் கரங்கள் அவளின் தோள்களைப் பற்றி அவளது நடுக்கத்துக்கு முற்றுப்புள்ளி வைக்கும் வரைக்கும்.

கதவினூடாக அதிகாலை வானம் தெரிய ஆரம்பித்தது. அதில் நட்சத்திரங்கள் இல்லை. வெறுமையான சாம்பல் நிற வானம், சூரியனின் கிரணங்களால் அது இன்னும் ஒளியூட்டப்பட்டிருக்கவில்லை. ஒரு மங்கலான வெளிச்சம், அன்றைய தினம் இன்னும் தொடங்கவில்லை என்பதாக, ஆனால் அப்போதுதான் இரவு விழ ஆரம்பித்திருக்கிறது என்பதைப்போல.

வெளியே முற்றத்தில், காலடிச்சத்தங்கள், மனிதர்கள் ஏதோ வட்டவட்டமாகச் சுற்றுகிறார்கள் என்பதுபோல. குழப்பமான ஒலிகள். உடன் இங்கு உட்புறத்தில், கதவினருகே நின்றிருக்கும் அந்தப் பெண், அவளுடைய உடல் அந்த நாளின் வருகையைத் தடுத்து நிற்கிறது, வானின் சில துண்டுகளை மட்டும் அவளது கைகளினூடாகக் கடந்து செல்ல அனுமதித்தபடி, மேலும் அவள் கால்களுக்குக் கீழே ஒளிச்சிதறல்கள், அவளுடைய காலுக்குக் கீழிருந்த தரை கண்ணீரால் மூழ்கடிக்கப்பட்டதைப்போல மின்னும் ஒளியின் சிறு தூறல். பிறகு மீண்டும் விசும்பல்கள். மீண்டும் அந்த மென்மையான, ஆனால் உள்ளுக்குள் ஊடுருவிச் செல்கிற ஒப்பாரி, அவளின் உடலை நடுங்கச்செய்யும் ஒரு துயரமும்.

-அவர்கள் உன் அப்பாவைக் கொன்றுவிட்டார்கள்.

-என்றால் நீ, அம்மா? உன்னை யார் கொன்றது?

<<**காற்று, சூரியன், மேகங்கள்.** எங்களுக்கு மேலே நீலவானம், அனேகமாக அதற்கும் அப்பால் பாடல்கள், எங்களுடைய சொந்தக் குரல்களைக் காட்டிலும் இனிமையான குரல்களில்...

ஒரே வார்த்தையில் சொல்வதென்றால், அங்கே நம்பிக்கை இருக்கிறது. எங்களுக்கு அங்கே நம்பிக்கை இருக்கிறது, எங்களின் துயரங்களுக்கு எதிரான நம்பிக்கை.

>>ஆனால் உனக்கு இல்லை, மிகுவேல் பராமோ, பாவமன்னிப்பு கிடைக்காமல் செத்தவன் நீ, ஒருபோதும் கடவுளின் கருணை உனக்குக் கிட்டாது.

பாதிரி ரெண்டேரியா உடலைச் சுற்றிவந்து பிரார்த்தனைகளைக் கூறினார், அவ்வார்த்தைகளுக்கும் தனக்கும் தொடர்பில்லை என்பதுபோல. அவற்றை வெகுவிரைவாகச் சொல்லிவிட்டு தேவாலயத்தை நிறைத்திருந்தவர்களுக்கு இறுதி ஆசிர்வாதத்தை வழங்காமலே அவர் அங்கிருந்து கிளம்பினார்.

-தந்தையே, அவனை நீங்கள் ஆசிர்வதிக்க வேண்டும் என விரும்புகிறோம்.

-முடியாது! - தனது தலையை ஆட்டியவாறே அவர் சொன்னார் -. நான் அதைச் செய்ய மாட்டேன். அவனொரு தீயவன், கடவுளின் ராஜ்ஜியத்துக்குள் அவன் நுழைய மாட்டான். அவனுக்காக நான் தலையிட்டால் அது கடவுளுக்குச் சினத்தை உண்டாக்கும்.

அவர் பேசியபோது, கைகளைத் திடமாக வைத்துக்கொள்ளவும் தன்னுடைய நடுக்கத்தை மறைக்கவும் மிகவும் சிரமப்பட்டார். ஆனால் அதனால் எந்தப் பயனுமில்லை.

அங்கிருந்த அத்தனை பேரின் ஆன்மாக்களின் மீதும் அந்தப் பிணம் பாரமாகக் கனத்தது. தேவாலயத்தின் நடுவே ஒரு மேடையின் மீது அதனைப் படுக்க வைத்திருந்தார்கள், புத்தம்புது மெழுகுவர்த்திகளும் மலர்களும் சூழ, கூடவே, அதன் பின்னால் தனியாக நின்றிருந்த ஒரு தந்தையும், நீத்தார் கண்விழிப்புச் சடங்குகள் முடிவதற்காக அவர் காத்திருந்தார்.

பெட்ரோ பராமோவின் தோள்களில் உரசிவிடாமலிருக்க முயற்சிப்பவராகப் பாதிரி ரெண்டேரியா அவரைக் கடந்து சென்றார். பிறகு புனிதநீர் தெளிக்கும் தூரிகையை மென்மையாக உயர்த்தி உடம்பின் மேலிருந்து கீழ்வரைக்கும் புனிதநீரினைத் தெளித்தார், அவ்வேளையில் பிரார்த்தனையைப் போன்ற ஒரு முணுமுணுப்பு அவரது வாயிலிருந்து வெளிப்பட்டது.

பிறகு அவர் மண்டியிட, அனைவரும் அவரோடு சேர்ந்து மண்டியிட்டார்கள்:

-உங்களுடைய ஊழியனின் மீது கருணைகொள்ளுங்கள், ஆண்டவரே.

-அவன் அமைதியாக உறங்கட்டும், ஆமென் - குரல்கள் பதிலளித்தன.

மீண்டும் கசப்பு தன் மனத்தை நிறைப்பதை அவர் உணர்ந்த அதேவேளையில் மிகுவேல் பராமோவின் உடம்பை எடுத்துக்கொண்டு அவர்கள் அனைவரும் தேவாலயத்திலிருந்து கிளம்புவதைக் கண்டார்.

பெட்ரோ பராமோ நெருங்கிவந்து அவருக்குப் பக்கத்தில் மண்டியிட்டார்:

-நீங்கள் அவனை வெறுத்தது எனக்குத் தெரியும், தந்தையே. அதுவும் சரியான காரணத்தோடு. உங்கள் சகோதரனைக் கொன்றது என் மகன்தான் என்று சிலர் சொல்கிறார்கள். மேலும் உங்கள் அண்ணன் மகளைப் பற்றிய சங்கதி, அனா, அவன் அவளைக் கற்பழித்ததாக நீங்கள் சொன்னீர்கள். உங்களிடம் அவன் வெளிப்படுத்திய தொடர்ச்சியான ஏளனமும் அவமரியாதையும் குறித்துத் தனியாகச் சொல்ல வேண்டியதில்லை. இந்தக் காரணங்களைப் புரிந்துகொள்ள எல்லோருக்கும் முடியும். ஆனால் இப்போது அதையெல்லாம் மறந்துவிடுங்கள், தந்தையே. நிதானமாக யோசித்து அவனை மன்னித்துவிடுங்கள், அனேகமாக ஆண்டவரும் அவனை மன்னித்துவிட்டதைப் போல.

பிரார்த்தனை மேசையின் மீது கைநிறையத் தங்கக்காசுகளை வைத்துவிட்டு அவர் எழுந்துகொண்டார்:

-உங்கள் தேவாலயத்துக்கான நன்கொடையாக இதை ஏற்றுக்கொள்ளுங்கள்.

அதற்குள், கட்டடம் காலியாகியிருந்தது. இரண்டு ஆட்கள் பெட்ரோ பராமோவுக்காகக் கதவினருகே காத்திருந்தனர். அவரும் சென்று அவர்களோடு இணைந்துகொண்டார், மெடியா லூனாவில் இருந்து வந்திருந்த கங்காணிகள் நால்வர் தோள்களில்

சுமந்துசென்ற சவப்பட்டி அவர்களின் வருகைக்காகக் காத்திருக்க, அவர்கள் அதனைப் பின்தொடர்ந்து சென்றார்கள்.

காசுகளை ஒவ்வொன்றாகச் சேகரித்துக்கொண்டு பாதிரி ரெண்டேரியா பலிபீடத்தினருகே சென்றார்.

-இவை அனைத்தும் உமக்குச் சொந்தம் - என்றார் -. அவரால் மோட்சத்தை வாங்க முடியும். ஆனால் அதற்கு இதுதான் விலையா என்பது உமக்கு மட்டுமே தெரியும். என்னைப் பொருத்தமட்டில், ஆண்டவரே, என்னை உம்முடைய பாதங்களில் கிடத்தி எது நீதி அல்லது எது அநீதி என்பதை மட்டும் உம்மிடம் கேட்பேன், அதைத்தான் நாங்கள் எல்லோருமே உம்மிடம் கேட்கவும் முடியும்... நான் கேட்பதெல்லாம், கடவுளே, அவனைத் தண்டியும்.

அவர் திருக்கோட்டத்தை இழுத்து மூடினார்.

பிறகு அவர் திருப்பூட்டறைக்குச் சென்று ஒரு மூலையில் ஒண்டிக் கொண்டார், அங்கே அவமானத்திலும் துயரத்திலும் அவர் அழுது அரற்றினார், கண்ணீர் வற்றும்வரைக்கும்.

-சரி, ஆண்டவரே. எல்லாம் உங்களின் விருப்பம் - என்றார்.

இரவு உணவுவேளையின்போது, தன்னுடைய சாக்லேட் பானத்தை அவர் அருந்தினார், ஒவ்வொரு நாளும் செய்வது போலவே. சற்று அமைதியானதாக உணர்ந்தார்.

-ஹே, அனிடா. இன்று யாரைப் புதைத்தார்கள் தெரியுமா?

-இல்லை, சித்தப்பா.

-உனக்கு மிகுவேல் பராமோவை நினைவிருக்கிறதா?

-இருக்கிறது, சித்தப்பா.

-நல்லது, அவனைத்தான்.

அனா தனது தலையைத் தாழ்த்தினாள்.

-அது அவன்தான் என்று உனக்கு உறுதியாகத் தெரியுமா, நிஜமாகவே?

-அத்தனை தீர்க்கமாகச் சொல்வதென்றால், இல்லை, சித்தப்பா. நான் அவனது முகத்தைப் பார்க்கவேயில்லை. இரவுப்பொழுதில் அவன் என்னைத் தூக்கிச் சென்றான், அப்போது இருட்டாக இருந்தது.

-என்றால், அவன் மிகுவேல் பராமோதான் என்று உனக்கு எப்படித் தெரிந்தது?

-ஏனென்றால் அவன் அப்படித்தான் சொன்னான்: "நான்தான் மிகுவேல் பராமோ, அனா. பயப்படாதே." அப்படித்தான் அவன் சொன்னான்.

-ஆனால் உன் தந்தையின் சாவுக்கு அவன்தான் காரணம் என்று உனக்குத் தெரியுமல்லவா?

-ஆமாம், சித்தப்பா.

-ஆகவே, அவனை அப்பால் தள்ளிவிட நீ என்ன செய்தாய்?

-நான் எதுவுமே செய்யவில்லை.

சற்று நேரம் அவர்கள் மௌனமாயிருந்தார்கள். அர்ரயான் இலைகளின் நடுவே புகுந்து செல்லும் வெம்மையான காற்றை அவர்களால் கேட்க முடிந்தது.

-இதற்குத்தான் நான் வந்தேன் என்று அவன் என்னிடம் சொன்னான்: வருத்தம் தெரிவிக்கவும் தன்னை மன்னிக்கும்படி என்னிடம் கேட்கவும். படுக்கையில் இருந்து எழாமலே நான் அவனிடம் சொன்னேன்: "சாளரம் திறந்திருக்கிறது." பிறகு அவன் உள்ளே வந்தான். அவன் செய்த முதல் வேலை என்னைத் தனது கைகளுக்குள் இறுக்கி அணைத்ததுதான், ஏதோ அதுதான் அவன் செய்தது பற்றிய வருத்தத்தைத் தெரிவிக்கும் ஆகச்சிறந்த வழிமுறை என்பதைப் போல. நான் அவனைப் பார்த்துப் புன்னகைத்தேன். நீங்கள் எனக்குப் போதித்ததை எண்ணிப் பார்த்தேன்: அதாவது நாம் யாரையும் வெறுக்கக்கூடாது என்பதை. இதை அவனுக்குத் தெரியப்படுத்தும்விதமாக அவனைப் பார்த்துப் புன்னகைத்தேன், ஆனால் அதன்பிறகுதான் என்னால் அவனுடைய முகத்தைப் பார்க்கமுடியாததைப் போல அனேகமாக அவனாலும் என்னுடைய முகத்தைப் பார்க்கமுடியாது என்பதை யூகித்தேன், ஏனென்றால் அன்றைக்கு இரவு அத்தனை இருட்டாக இருந்தது. அவன் என் மேலேறிப்

படர்ந்ததையும் பிறகு கெட்ட விசயங்களை எனக்குச் செய்ய ஆரம்பித்ததையும் உணர்ந்தேன்.

>>அவன் என்னைக் கொல்லப்போகிறான் என்று நான் உறுதியாக நம்பினேன். அப்படித்தான் நான் நினைத்தேன், சித்தப்பா. யோசிப்பதையும் நான் நிறுத்திவிட்டேன், ஆக அவன் எனது உயிரை எடுக்குமுன்பே அனேகமாக ஏற்கெனவே நான் இறந்திருப்பேன். ஆனால் அதைச் செய்து முடிக்குமளவுக்கு அவனுக்குத் தைரியம் இல்லாமல் போயிருக்க வேண்டும்.

>>எனது கண்களைத் திறந்து, அடைக்கப்படாத சாளரத்தின் வழியாகக் காலைநேர வெளிச்சம் உள்ளே வருவதைப் பார்த்தபிறகே அவன் என்னைக் கொல்லவில்லை என்பதை உணர்ந்தேன். அந்தத் தருணத்திற்கு முன்புவரை, இனியும் நான் உயிரோடிருக்கப்போவதில்லை என்றுதான் தோன்றியது.

-ஆனால் நீ உறுதியாகச் சொல்லக்கூடிய ஏதேனும் ஒரு விசயம் இருந்துதான் ஆக வேண்டும். அவனது குரல், அவனது குரலை உன்னால் அடையாளம் காண இயலவில்லையா?

-என்னால் அவனைச் சுத்தமாக அடையாளங்காண இயலவில்லை. எனக்குத் தெரிந்ததெல்லாம் அவன் என் தந்தையைக் கொன்றவன் என்பதே. அதற்கு முன்னால் அவனை நான் பார்த்ததில்லை, அதன்பிறகு அவனை நான் மீண்டும் பார்க்கவேயில்லை. என்னால் பார்க்கவும் முடிந்திருக்காது, சித்தப்பா.

-ஆனாலும் அவன் யாரென்று உனக்குத் தெரியும்

-ஆமாம். அவன் எப்படிப்பட்டவன் என்பதும் தெரியும். மேலும் தற்போது அவன் நரகத்தின் அதி ஆழங்களுக்குள் வீழ்ந்துகிடப்பான் என்றும் எனக்குத் தெரியும், காரணம் அத்தனை புனிதர்களிடமும் அதைத்தான் மனமுருகி வேண்டினேன்.

-அவ்வளவு உறுதியாக நம்பாதே, என் தங்கமே. இந்தக் கணத்தில் அவனுக்காக எத்தனை பேர் பிரார்த்தனை செய்கிறார்கள் என்பது நமக்குத் தெரியாது. நீ வெறுமனே ஒற்றையாள். ஆயிரக்கணக்கான பிரார்த்தனைகளுக்கு எதிராக ஒரேயொரு மன்றாட்டம். மேலும் அவற்றின் மத்தியில் உன்னுடையதை

விடத் தீவிரமான பிரார்த்தனைகளும் இருக்கக்கூடும், அவன் தந்தையினுடையது போல.

அவர் இதைச் சொல்லவந்தார்: "போகட்டும், நான் அவனுக்கு ஏற்கெனவே பாவமன்னிப்பு வழங்கிவிட்டேன்." ஆனால் அது வெறுமனே ஓர் எண்ணமாக நின்றுபோனது. அந்தப் பாவப்பட்ட பெண்ணுக்கும் பாதி-உடைந்த அவளின் ஆன்மாவுக்கும் மென்மேலும் வலியை உண்டாக்கும் எண்ணமெதுவும் அவருக்கு இல்லை. மாறாக, அவளின் கைகளைப் பிடித்துக்கொண்டு அவர் சொன்னார்:

-நம்முடைய கடவுளாகிய தேவனுக்கு நன்றி சொல்வோம், அவன் இவ்வளவு தீமைகளைச் செய்த இந்தப் பூமியிலிருந்து அவனை எடுத்துக்கொண்டதற்காக, தற்போது அவனை அவர் சொர்க்கத்தில் வரவேற்றிருந்தாலும் கூட.

கோண்ட்லாவுக்குப் போகும் பாதையைப் பிரதான வீதி ஊடறுக்கும் இடத்தில் ஒரு குதிரை நாலுகாற்பாய்ச்சலில் கடந்தோடியது. யாரும் அதைப் பார்க்கவில்லை. என்றாலும்கூட, அந்தக் குதிரையைத் தான் பார்த்ததாகவும் அதன் முன்னங்கால்கள் மடங்கி தலை நேராகத் தரையில் மோதுமளவுக்கு அதிபயங்கரமாக ஓடுவதாகவும் நகருக்குச் சற்று வெளியே காத்திருந்த ஒரு பெண் கூறினாள். அது மிகுவேல் பராமோவின் சிவப்புக் குதிரைதான் என்று அவள் அடையாளம் கண்டுகொண்டாள். அவள் இவ்வாறு எண்ணினாள்: "அந்த மிருகம் தன்னைத்தானே கொல்லப்போகிறது." அந்தக் குதிரை, தன்னுடைய வேகத்தைச் சற்றும் குறைக்காமல், உடலை நிமிர்த்திக்கொண்டு, பின்னால் விட்டு வந்த ஏதோவொன்றால் அச்சுறுத்தப்படுவதுபோலத் தனது தலையை உயர்த்திப் பார்த்தபோதும் அவள் அதைக் கண்காணித்தவாறே இருந்தாள்.

நல்லடக்கம் நடைபெற்ற இரவில், மயானத்துக்குச் சென்று வந்த நீண்ட நடைபயணத்தால் ஆட்கள் ஓய்வெடுத்துக் கொண்டிருந்த வேளையில், இந்தக் கதைகள் யாவும் மெடியா லூனாவை வந்தடைந்தன.

எங்கும் மனிதர்கள் செய்வதுபோலவே, படுப்பதற்கு முன்னால் தங்களுக்குள் பேசிக்கொண்டார்கள்.

-இது தாங்கமுடியாத கொடூரமான மரணம் - டெரென்சியோ லூபியானெஸ் சொன்னான் -. எனது தோள்கள் இன்னும் வலிக்கின்றன.

-எனக்கும்தான் - அவன் சகோதரனான உபிலாடோ கூறினான் -. என்னுடைய பெருவிரல் முட்டிகளும் கூட வீங்கிவிட்டன. எஜமான் நம்மைக் காலணிகள் அணிந்து வரச்சொன்னதுதான் வினையாகிப் போனது. சொல்லப்போனால் இன்று விருந்துநாள் கூட கிடையாது, நான் சொல்வது சரிதானே, டோரிபியோ?

-நான் என்ன சொல்ல வேண்டுமென்று எதிர்பார்க்கிறாய்? இது அவன் சாக வேண்டிய நேரம் என்றே நினைத்தேன்.

கூடிய சீக்கிரமே மேலும் சில வதந்திகள் கோண்ட்லாவில் இருந்து - வெகு சமீபமாக வந்த மாட்டுவண்டியில் பயணித்து - வந்து சேர்ந்தன.

-அவனுடைய ஆவி அங்கேதான் அலைந்து திரிவதாகச் சொல்கிறார்கள். சில பெண்களின் சாளரங்களை அது தட்டுவதை மக்கள் பார்த்திருக்கிறார்கள். அப்படியே அவனைப்போலவே உள்ளதாம். தோலினால் ஆன காலுறைகளும் மற்றவையும் அணிந்து.

-அவருடைய குணத்துக்கு டான் பெட்ரோ இன்னமும் தன் மகன் பெண்களின் பின்னால் துரத்திக்கொண்டு அலைவதை அனுமதிப்பார் என்று நம்புகிறாயா? இது மட்டும் அவருக்குத் தெரிந்தால் என்ன செய்வார் என்று யோசி: "-இங்கே கவனி - அவர் சொல்வார் -. நீ இப்போது செத்துவிட்டாய். உனது சமாதிக்குள் அமைதியாகக் கிட. இதையெல்லாம் நாங்கள் கவனித்துக்கொள்கிறோம்." அவன் இப்படி அலைவதை அவர் மட்டும் பார்த்தால் மறுபடியும் அவனை மண்ணுக்குள் குழிதோண்டி நிரந்தரமாகப் புதைத்துவிடுவார் எனப் பந்தயமே கட்டுவேன்.

-நீ சொல்வது சரிதான், ஐசாயாஸ். அந்தக் கிழவருக்கு முட்டாள்தனங்கள் பிடிக்காது.

மாட்டுவண்டி ஓட்டுபவன் அவன் வழியில் தொடர்ந்து சென்றான்: "நான் என்ன கேள்விப்பட்டேனோ அதைத்தான் உங்களுக்குச் சொல்கிறேன்."

எரிநட்சத்திரங்கள், வானம் நெருப்பு மழையைப் பொழிவதுபோல அவை வீழ்ந்தன.

-அதைப் பார் - டெரென்சியோ சொன்னான் - அங்கு நிகழும் ஆர்ப்பாட்டங்களைக் கவனி.

-மிகுவேலிடோவின் வருகையை அவர்கள் கொண்டாடக்கூடும் - என்றான் ஜெசூஸ்.

-இதுவொரு கெடுதியான சகுனம் இல்லையா?

-யாருக்குக் கெடுதி?

-அனேகமாக உன் தங்கை தனிமையில் வாடுவதால் அவன் திரும்பிவர வேண்டுகிறாள் போல.

-நீ யாரிடம் பேசிக்கொண்டிருக்கிறாய்?

-உன்னிடம்தான்.

-நாம் இடத்தைக் காலி பண்ணலாம், மக்களே. இன்று நீண்டநேரம் நடந்து விட்டோம், நாளைக்குச் சீக்கிரமே எழ வேண்டும்.

நிழல்களைப் போல அவர்கள் கரைந்தார்கள்.

எரிநட்சத்திரங்கள். கோமாலாவின் விளக்குகள் அணைந்தன.

அப்போதுதான் வானம் இரவைத் தனது ஆளுகைக்குள் கொண்டுவந்தது.

உறக்கம் வராதவராக பாதிரி ரெண்டேரியா படுக்கையில் புரண்டார்:

<<இது என் தவறுதான் - தனக்குள் அவர் சொல்லிக்கொண்டார் -. எனக்குப் படியளப்பவர்களை எதிர்க்க நான் பயப்படுவதே அனைத்துக்கும் காரணம். அதுதான் உண்மையும் கூட: நான் உயிர்வாழத் தேவையானதை எனக்குத் தருவது அவர்கள்தான். ஏழைகளிடமிருந்து எனக்கு எதுவும் கிடைப்பதில்லை, பிரார்த்தனைகளால் என் வயிறு நிரம்பாது. இதுவரைக்கும் அவ்வாறுதான் இருந்துள்ளது. இவையாவும் அதன் பின்விளைவுகள். எல்லாம் என் தவறுதான். என்னை நேசித்தவர்களுக்கும் தங்களுடைய சார்பில் கடவுளுக்கு முன்

பரிந்து பேசுமாறு என்மீது நம்பிக்கை வைத்தவர்களுக்கும் நான் துரோகம் செய்திருக்கிறேன். ஆனால் நம்பிக்கையால் அவர்களுக்குக் கிடைத்ததுதான் என்ன? சொர்க்கத்துக்குள் நுழைவதா? அல்லது ஆன்மாக்களின் பரிசுத்தமா? கடைசிக் கணத்தில் அவர்களின் ஆன்மாவைப் பரிசுத்தப்படுத்தி பெரிதாய் என்ன ஆகப்போகிறது... தன் சகோதரி எடுவீகஸைக் காப்பாற்றச் சொல்லி என்னிடம் வந்து மன்றாடிய மரியா டயாடாவின் முகம் எனக்கு இன்னும் நினைவிருக்கிறது:

>>-அவள் எப்போதும் மற்றவர்களுக்குச் சேவகம் செய்தாள். தன்னிடம் இருந்த அனைத்தையும் அவர்களுக்குத் தந்தாள். அவர்களுக்கு, சொல்லப்போனால் அவர்கள் அனைவருக்கும், அவள் மகன்களைக் கொடுத்தாள். அது தங்களின் பிள்ளை என்பதை அவர்கள் உணருவதற்காகக் குழந்தைகளை அவர்களிடம் கூட்டிச்சென்று காட்டுவாள். ஆனால் யாரும் அதை ஏற்கவில்லை. பிறகு அவள் சொல்வாள்: “என்றால், நானே அவர்களுக்குத் தந்தையாகவும் இருப்பேன், வெகு தற்செயலாகத்தான் நான் அவர்களுக்குத் தாயானேன் என்றாலும் கூட.” யாரையும் சங்கடப்படுத்த அல்லது மற்றவர்களோடு சச்சரவுகளில் ஈடுபட விரும்பாத அவளின் அமைதியான குணத்தைச் சுட்டிக்காட்டி அவளுடைய உபசரணையைத் தங்களுக்குச் சாதகமாக அவர்கள் பயன்படுத்தினார்கள்.

>>-ஆனால் அவள் தற்கொலை செய்துகொண்டாள். ஆண்டவரை நிந்திக்கும் விதமாக நடந்துகொண்டாள்.

>>-அவளுக்கு வேறெந்த வழியும் இருக்கவில்லை. அந்த முடிவு கூட அவளுடைய நல்ல மனதின் காரணமாகவே எடுக்கப்பட்டது.

>>-கடைசிக் கணத்தில் அவள் தோற்றுப்போனாள் - அதைத்தான் நான் அவளிடம் சொன்னேன் -. கடைசிக் கணத்தில். மோட்சத்தை அடைவதற்காக எத்தனை நிறைய நல்ல காரியங்களைச் செய்திருந்தாள், அனைத்தையும் ஒரே கணத்தில் தொலைப்பதற்காகத்தானா!

>>-ஆனால் அவள் அவற்றைத் தொலைக்கவில்லை. முழுக்கத் துயரத்தால் நிரம்பி அவள் செத்துப்போனாள்... எப்போதோ துயரத்தைப் பற்றி நீங்கள் என்னிடம் என்னமோ சொன்னீர்கள், அதை மறந்துவிட்டேன். அவளுடைய வாழ்வைப் பறித்தது

அத்தகைய துயரம்தான். தனது உதிரத்தின் மீதே சுருண்டு விழுந்து, மூச்சுத்திணறி செத்துப்போனாள். அவளுடைய முகத்தில் தேங்கி நின்ற உணர்வை இப்போதும் என்னால் பார்க்கமுடிகிறது, மனிதகுல வரலாற்றில் காணக்கூடிய மிகத் துயரமான முகங்களில் அதுவும் ஒன்று.

>>-அனேகமாக நிறைய பிரார்த்தனை செய்வதன் வழியாக..

>>-நாம் எண்ணற்ற பிரார்த்தனைகளைச் செய்யலாம், தந்தையே.

>>-அதாவது, நான் சொல்ல வருவது என்னவென்றால், ஒருசில கிரோகிரியன் பிரார்த்தனைகளால் சாத்தியமாகலாம். ஆனால் நமக்கு உதவி தேவைப்படும், மதகுருக்களுக்குச் சொல்லியனுப்ப வேண்டும். அதற்கு நிறைய செலவாகும்.

>>அங்கே, என் கண்களுக்கு நேரெதிரே குழந்தைகளால் அல்லலுறும் ஏழைப் பெண்ணான மரியா டயாடாவின் கூரிய பார்வை.

>>-என்னிடம் பணமில்லை. உங்களுக்கு அது ஏற்கெனவே தெரியும், தந்தையே.

>>-விசயங்களை நாம் அப்படியே விட்டுவிடுவோம். கடவுளின் மீது நம்பிக்கை வைப்போம்.

>>-சரி, தந்தையே.

தோல்வியை ஒப்புக்கொண்ட அந்தத் தருணத்தில் அவளுடைய பார்வையில் ஏன் சற்றே வைராக்கியம் கூடியதாகத் தோன்றியது? ஓர் உயிரைக் காப்பாற்ற ஒன்றிரண்டு வார்த்தைகள் அல்லது தேவைப்பட்டால் ஓராயிரம் வார்த்தைகள் சொல்வதும் எளிதுதான் எனும்போது மன்னிப்பு வழங்குவதற்கு விலையாக அவருக்கு எதைத் தருவது? சொர்க்கத்தையும் நரகத்தையும் பற்றி அவருக்கு என்ன தெரியும்? அப்படியே தெரிந்தாலும், எந்த முக்கியத்துவமும் இல்லாத இந்தச் சின்னஞ்சிறு நகரத்தில் ஒளிந்து வாழும் சூழலில், கடவுளின் அருளைப் பெறத் தகுதியான ஆட்கள் யாரென்பதும் அவருக்கு நன்றாகவே தெரியும். அவரிடம் ஒரு பட்டியல் இருந்தது. நாள்காட்டியில் குறித்திருந்த கத்தோலிக்கத் திருச்சபை புனிதர்களை, அன்றைய நாளுக்கு உரியவர்களிடம் தொடங்கி, அவர் சரிபார்க்கத் தொடங்கினார்: "கன்னியும் தியாகியுமாகிய புனித நூனிலோனா; தலைமை குரு

அனெர்சியோ; விதவையான புனித சலோமி; கன்னிகளான அலோடியா அல்லது எலோடியோ, நூலினா; கோர்டூலா, டோனட்டோ." அவர் தொடர்ந்து வாசித்துக்கொண்டே இருந்தார். படுக்கையில் நிமிர்ந்து அமர்ந்தபோது அவர் ஏற்கெனவே மிகவும் சோர்வுற்றிருந்தார்: "ஏதோ ஆடுகளை எண்ணுவதுபோல நான் புனிதர்களின் பட்டியலை வாசிக்கிறேன்."

அவர் வெளியே சென்று அண்ணாந்து வானத்தைப் பார்த்தார். நட்சத்திரங்கள் மழையாகப் பொழிந்துகொண்டிருந்தன. அந்தக் காட்சி அவருக்கு வருத்தம் அளித்தது, ஏனென்றால் அமைதியான ஒரு வானத்தைப் பார்ப்பதையே அவர் விரும்பியிருப்பார். சேவல்கள் கூவுவது அவருக்குக் கேட்டது. உலகைச் சூழ்ந்த இரவின் பாரத்தை அவரும் உணர்ந்தார். பூமி, "ஒரு கண்ணீர்ப் பள்ளத்தாக்கு."

-எல்லாம் சரியாகிவிடும், மகனே. எல்லாம் சரியாகிவிடும் - எடுவீகஸ் டயாடா கூறினாள்.

ஏற்கெனவே பின்னிரவுப்பொழுதாகி விட்டிருந்தது. அறையின் மூலைகளுள் ஒன்றில் எரிந்துவந்த விளக்கு மங்கியது, நடுங்கியது, பின் அணைந்தது.

அந்தப் பெண் எழுந்ததை நான் உணர்ந்தேன், அவள் சென்று புதிய விளக்கை எடுத்துவருவாள் என யூகித்தேன். தூரமாக இன்னும் தூரமாக விலகிச்சென்ற அவளின் காலடியோசையைக் கேட்க முடிந்தது. நான் அங்கேயே உட்கார்ந்து காத்திருந்தேன்.

சற்று நேரத்துக்குப் பிறகு, அவள் திரும்பி வரப்போவதில்லை என்பது எனக்குப் புரிந்தது, ஆக நானும் எழுந்துகொண்டேன். நான் மெல்ல நகர்ந்தேன், இருட்டில் தட்டுத்தடுமாறி வழியைக் கண்டுபிடித்து எனது அறைக்கு வந்தேன். தரையின் மீதமர்ந்து உறக்கம் வரக் காத்திருந்தேன்.

ஒருவித அசௌகரியத்தோடு, விட்டுவிட்டுத் தூங்கினேன்.

மனம் நிலைகொள்ளாத ஒரு தருணத்தில் அந்த அலறலைக் கேட்டேன். ஒரு குடிகாரனிடம் கேட்கக் கூடியதைப் போன்ற நீண்ட, தெளிவற்ற ஊளை: "ஏ-ய்-ய்-ய்-ய் வாழ்க்கையே, என்னையெல்லாம் பெற்றிருக்க உனக்குத் தகுதியே இல்லை."

எனக்குக் கேட்ட சத்தம் வெகுதுல்லியமாக என்னுடைய காதினருகில் இருந்து தோன்றியதாக உணர்ந்த தருணத்தில் நான் எழுந்து நிமிர்ந்து உட்கார்ந்தேன். அது வீதியில் இருந்தும் வந்திருக்கக்கூடும், ஆனால் அதனை நான் உள்ளிருந்து கேட்டேன், எனது அறையின் சுவர்களில் மோதி எதிரொலித்தது. என்னுடைய சுயவுணர்வுக்கு நான் திரும்பியபோது யாவும் மிக அமைதியாயிருந்தன, ஓர் அந்துப்பூச்சி காற்றில் விழுந்ததும் மௌனத்தின் முணுமுணுப்பும் மட்டுமே அங்கு நிலவிய சத்தம்.

இல்லை, அந்த அலறலைத் தொடர்ந்து அங்கு நிலவிய மௌனத்தின் ஆழத்தை அளவிடுவதற்கான எந்த வழிமுறையும் இல்லை. ஏதோ மொத்தக் காற்றும் பூமியிலிருந்து உறிஞ்சப்பட்டுவிட்டதைப் போல. ஒரு சத்தம் கூட இல்லை. சுவாசத்தினுடையதும் இல்லை, துடிக்கும் இதயத்தினுடையதும் இல்லை, ஏதோ வாழ்வின் ஆதாரவுணர்வே முடிவுற்றதைப்போல. அந்தத் தருணத்தைக் கடந்து நான் மீண்டும் நிதானத்துக்குத் திரும்ப முற்பட்ட வேளையில் மீண்டும் அவ்வலறல் திரும்பவும் வந்து வெகுநேரம் நீடித்தது: "தூக்குமேடைக்கு அனுப்பப்பட்டு காற்றை எட்டி உதைப்போருக்கு இருக்கும் உரிமையையாவது எனக்குத் தாருங்கள்!"

அப்போதுதான் கதவு படாரென்று அடித்துத் திறந்தது.

-நீங்கள்தானா, டோனா எடுவீகஸ்? - நான் கேட்டேன் -. என்ன நடக்கிறது? நீங்கள் பயந்துவிட்டீர்களா?

-என் பெயர் எடுவீகஸ் அல்ல. நான் டாமியானா. நீ இங்கிருப்பதாகக் கேள்விப்பட்டு உன்னைத் தேடிவந்தேன். இன்றைய இரவை என் வீட்டில் கழிக்குமாறு உன்னை அழைக்க வந்தேன். அங்கே உனக்குச் சிறிது ஓய்வு கிடைக்கும்.

-டாமியானா சிஸ்னெரோஸ்? நீ மெடியா லூனாவில் வசித்துவந்த பெண்களில் ஒருத்திதானே?

-அங்குதான் நான் வசிக்கிறேன். அதனால்தான் எனக்கு இங்கே வரச் சற்று நேரம் பிடித்தது.

-நான் பிறந்தபோது என்னைப் பார்த்துக்கொண்ட டாமியானாவைப் பற்றி என் அம்மா சொல்லியிருக்கிறாள். அது நீயாக இருக்கக்கூடுமோ...?

-ஆம், அது நான்தான். நீ கண்களைத் திறந்த காலம் முதலே உன்னை எனக்குத் தெரியும்.

-நான் உன்னோடு வருகிறேன். அலறல் சத்தத்தின் நடுவே என்னால் இங்கு ஓய்வெடுக்க முடியாது. அமளிதுமளி எதுவும் உனக்குக் கேட்கவில்லையா? யாரோ கொல்லப்படுவதைப் போல. சற்று முன்பு அதை நீ கேட்கவில்லையா?

-அனேகமாக அது இங்கு சிக்கிக்கொண்டிருக்கும் ஏதேனும் எதிரொலியாக இருக்கலாம். சில வருடங்களுக்கு முன்னால் இதே அறையில்தான் அவர்கள் டோரிபியோ அல்ட்ரேட்டேவைத் தூக்கில் போட்டார்கள். அதன்பிறகு கதவைப் பூட்டி, அவனுடைய உடலை இங்கேயே அழுகவிட்டார்கள், ஆகவே அவனுக்கு நிம்மதியே இருந்திருக்காது. நீ எவ்வாறு உள்ளே வந்தாய் என்பதும் எனக்கு ஆச்சரியம்தான், ஏனெனில் இந்த அறையைத் திறக்கச் சாவியே கிடையாது.

-டோனா எடுவீகஸ்தான் என்னை உள்ளே அழைத்து வந்தாள். இந்த அறை மட்டுமே காலியாக இருப்பதாக அவள் சொன்னாள்.

-எடுவீகஸ் டயாடா?

-அவளேதான்.

-பாவப்பட்ட எடுவீகஸ். அவளுடைய ஆன்மா இன்னும் வேதனையில் உழன்றுகொண்டிருக்க வேண்டும்.

<<**நான், ஃபுல்கோர் செடானோ,** ஐம்பத்து-நான்கு வயதான ஒரு தனியன், தொழில்முறைப்படி ஒரு நிர்வாகி, உரிமையியல் வழக்குகளைப் பதிந்திடவும் விசாரிக்கவும் தேர்ச்சிபெற்றவன், எனக்கு வழங்கப்பட்டுள்ள அதிகாரத்தின் பெயராலும் எனது சொந்தப் பொறுப்பிலும் பின்வரும் குற்றச்சாட்டுகளை முன்வைக்கிறேன்...

டோரிபியோ அல்ட்ரேட்டேவுக்கு எதிரான தன்னுடைய புகாரை வாசித்தபோது இதைத்தான் அவர் சொன்னார். மேலும் அவர் இவ்வாறு முடித்தார்: “ஆக நிலத்தின் மீதான மற்றொருவரின் உரிமையைப் பறித்ததாக்க் குற்றஞ்சாட்டப்படுகிறது.”

-உனக்குத் திராணியில்லை என்று எவனும் சொல்லப்போவதில்லை, டான் ஃபுல்கோர். நீ பாறையைப்போல வலிமையானவன்,

உனக்குத் தரப்பட்டிருக்கும் அதிகாரத்தின் காரணமாக அல்ல, மாறாக உன்னுடைய இயல்பே அதுதான்.

அவர் நினைத்துப் பார்த்தார். அந்தக் குற்றச்சாட்டைக் கொண்டாடும்விதமாக அவர்கள் மதுவருந்தியபோது அல்ட்ரேட்டே அவரிடம் சொன்ன முதல் விசயம் அதுதான்:

-அந்தக் காகிதத்தை நானும் நீயும் குண்டிதுடைக்கத்தான் பயன்படுத்தப் போகிறோம், டான் ஃபுல்கோர், ஏனென்றால் அதற்குத்தான் அது உதவும். உனக்கும் இது தெரியும். போகட்டும், நீ உன்னுடைய கடமையைச் செய்தாய், ஆணைகளுக்குக் கீழ்ப்படிகிறாய்; அனைவரும் எதிர்பார்த்ததைப் போல, ஆரம்பத்தில் இது எனக்குக் கவலையளித்தாலும் இப்போது நான் நிம்மதியாக மூச்சுவிடலாம் என்பதை எனக்குப் புரிய வைத்திருக்கிறாய். ஆனால், தற்போது இதன் உண்மையான அர்த்தத்தை உணர்ந்திருக்கும் நிலையில், எனக்குச் சிரிப்புத்தான் வருகிறது. "உரிமையைப் பறித்தல்" என்கிறாய். இத்தனை அறிவிலியாக இருப்பதை எண்ணி உண்மையில் உனது எஜமான் வெட்கப்பட வேண்டும்.

அவர் நினைவுகூர்ந்தார். அவர்கள் எடுவீகஸின் விருந்தினர் மாளிகையில் இருந்தார்கள். அவர் அவளிடம் கேட்கவும் செய்தார்:

-சொல், வீகஸ், நான் பின்பக்க அறையைப் பயன்படுத்திக் கொள்ளலாமா?

-உங்களுக்குத் தேவையான எந்த அறையும், டான் ஃபுல்கோர். உங்களுக்கு வேண்டுமெனில் அனைத்தையும் கூட எடுத்துக்கொள்ளுங்கள். உங்கள் ஆட்கள் இரவில் தங்கப் போகிறார்களா?

-இல்லை, ஒருவன் மட்டுமே. எங்களைப் பற்றிக் கவலைப்படாமல் போய்ப் படுக்கையில் விழு. சாவியை மட்டும் விட்டுப்போ.

-எனவே, நான் சொல்லிக்கொண்டிருந்ததைப் போல, டான் ஃபுல்கோர் - டோரிபியோ அல்ட்ரேட்டே குறிப்பிட்டான் -. உனக்குத் திராணியில்லை என்று எவனும் சொல்லப்போவதில்லை, ஆனால் தெருநாய்க்குப் பிறந்த உன்னுடைய எஜமானனைப் பற்றி நினைக்கும்போதெல்லாம் எனக்கு ஆத்திரம் பொத்துக் கொண்டு வருகிறது.

அவர் நினைவுகூர்ந்தார். மற்றவன் சொல்லி அவருக்குக் கேட்ட உருப்படியான கடைசி வார்த்தை அதுதான். அதன்பிறகு, அவன் ஒரு கோழையைப் போல நடந்துகொண்டான், குழந்தையைப் போல அழுதான். "எனக்குத் தரப்பட்டிருக்கும் அதிகாரம் என்றுதானே சொன்னாய்? நாசமாய்ப் போ!"

தனது சாட்டையின் கைப்பிடியால் பெட்ரோ பராமோவின் வீட்டுக்கதவை அவர் தட்டினார். இரண்டு வாரங்களுக்கு முன்பு, முதல்முறை இதேபோலத் தட்டியதை அவர் நினைவுகூர்ந்தார். அப்போது அவர் செய்தது போலவே, யாரேனும் வந்து பதில் கூறுவதற்காக நெடுநேரம் காத்து நின்றார். மீண்டும், இம்முறையும், கதவுக்கு மேலே மரச்சட்டகத்தில் தொங்க விட்டிருந்த கறுப்பு வளையங்களை அவர் ஆராய்ந்தார். ஆனால் இம்முறை "என்ன இழவு இது! ஒன்றை மற்றொன்றின் மீது போட்டு வைத்திருக்கிறார்கள். பழைய வளையம் மங்கிவிட்டது, புதிய வளையமோ பட்டால் நெய்ததைப்போல் மின்னினாலும் கறுப்பு மை பூசப்பட்ட கந்தல்துணி என்பதைத்தாண்டி அதில் வேறொன்றும் இல்லை," என்றெல்லாம் அதுகுறித்துத் தனக்குள்ளாக எந்தக் கருத்தையும் சொல்வதிலிருந்து அவர் விலகி நின்றார்.

முதல்முறை வந்தபோது, அவர் நீண்டநேரம் காத்திருந்த காரணத்தால் வீடு காலியாக இருக்கிறதோ என்றுகூட யோசித்தார். ஆனால் அவர் கிளம்பத் தயாரானபோது, பெட்ரோ பராமோவின் உருவம் அங்கு தோன்றியது.

-உள்ளே வா, ஃபுல்கோர்.

அதுதான் அவர்களின் இரண்டாவது சந்திப்பு. முதல்முறை நிகழ்ந்த சந்திப்பு குறித்து அவருக்கு மட்டும்தான் தெரியும், ஏனென்றால் பெட்ரீட்டோ அப்போது பிறந்த குழந்தையாக இருந்தான். பிறகு இதோ இப்பொழுது. இதையே அவர்களின் முதல் சந்திப்பு என்றுகூடச் சொல்லிவிடலாம். மேலும் தனக்குச் சமமாக நின்று அவன் பேசுகிறான் என்பதையும் ஃபுல்கோர் கவனித்தார். காலக்கொடுமை! எட்டி நடைபோட்டு அவர் அவனைத் தொடர்ந்து சென்றார், அவ்வாறு நடந்த அத்தனை நேரமும் சாட்டையால் தன்னுடைய கால்களைத் தட்டிக்கொண்டே இருந்தார்: "அத்தனை பதில்களும் தெரிந்து

வைத்திருப்பது நான்தான் என்பதைக் கூடிய விரைவில் அறிந்துகொள்வான். நிச்சயம் இவன் அதைக் கண்டுபிடிப்பான். ஏன் நான் இங்கு வந்திருக்கிறேன் என்பதையும்."

-உட்கார், ஃபுல்கோர். நாம் இங்கே நிம்மதியாகப் பேசலாம்.

அவர்கள் கால்நடைப்பட்டிக்குள் இருந்தார்கள். பெட்ரோ பராமோ ஒரு தீவனத்தொட்டியின் மீது வசதியாக அமர்ந்துகொண்டு காத்திருந்தான்.

-நீ ஏன் உட்காரக்கூடாது?

-நான் நிற்பதையே விரும்புகிறேன், பெட்ரோ.

-உன் விருப்பப்படியே செய். ஆனால் "டான்" எனும் விளிப்பை மறக்காதே.

இதுபோல் அவரிடம் பேசுவதற்கு இந்தச் சின்னபயலுக்கு எப்படித் துணிச்சல் வந்தது? அவன் அப்பா, டான் லூகாஸ் பராமோ கூட அவரிடம் இப்படிப் பேசத் துணியமாட்டார். இப்போது திடீரென்று இந்தச் சிறுவன், மெடியா லூனாவுக்குள் ஒருமுறைகூடக் காலடி எடுத்து வைத்திராத, கால்நடை பண்ணை எப்படி நடத்தப்படுகிறது என்பதை அறிந்திராத ஒருவன் ஏதோ பெரிய பண்ணைக்காரனைப் போல அவரிடம் பேசிக்கொண்டிருக்கிறான். என்ன தைரியம்!

-நிலைமை எவ்வாறுள்ளது?

இதுதான் தனக்கான வாய்ப்பென்று அவர் நினைத்துக் கொண்டார். "இப்போது என் முறை," அவர் எண்ணினார்.

-எதுவும் சரியில்லை. ஒன்றும் மிச்சமில்லை. கடைசிக் கால்நடையையும் நாம் விற்றுவிட்டோம்.

வரவுசெலவுக் கணக்குகள் எவ்வளவு மோசமாகவுள்ளன என்பதை அவனிடம் காட்டுவதற்காக அவர் காகிதங்களை வெளியே எடுக்க ஆரம்பித்தார். "நாம் நிறைய கடன்பட்டிருக்கிறோம்," என்று அவர் சொல்லவிருந்த நேரத்தில் இது அவருக்குக் கேட்டது:

-யாருக்கெல்லாம் நாம் கடன்பட்டிருக்கிறோம்? எவ்வளவு கடன் என்பதில் எனக்கு அக்கறையில்லை, வெறுமனே யாருக்கு என்பதைச் சொல்.

சில பெயர்கள் கொண்ட பட்டியலை அவர் வாசித்தார். இதைச் சொல்லி முடித்தார்:

-இதையெல்லாம் தீர்த்து முடிக்க நம்மிடம் எதுவும் மிச்சமில்லை. நிலைமை இவ்வாறுதான் இருக்கிறது.

-ஏன் இந்த நிலை?

-ஏனென்றால் உங்களின் குடும்பம் அனைத்தையும் முடித்துக் கட்டிவிட்டது. எதையும் எப்போதும் திருப்பித்தராமல் அவர்கள் எடுத்துக்கொண்டே இருந்தார்கள். அதுதான் இப்படி ஒட்டுமொத்தமாகச் சேர்ந்து நிற்கிறது. எந்நேரமும் நான் சொல்லிக்கொண்டே இருந்தேன்: "அவர்கள் இந்த இடத்தை மொத்தமாக வழித்தெடுக்கப் போகிறார்கள்." ஆமாம், அதுதான் நடந்துள்ளது. என்றாலும்கூட, நிலத்தை வாங்கும் விருப்பத்தோடு இருக்கும் ஒரு மனிதரை எனக்குத் தெரியும். அவர்கள் நல்ல தொகையையும் வழங்குவார்கள். வெளியில் கொடுக்கவேண்டிய கடன்களை ஈடுகட்ட அது போதுமானதாயிருக்கும், தவிர உங்களுக்கும் கொஞ்சம் மீதமிருக்கும். என்றாலும் நிறைய மிச்சமாகாது என நான் அச்சங்கொள்கிறேன்.

-அந்த ஒரு மனிதன் நீதானே?

- அது நான்தான் என்று எப்படி நம்புகிறீர்கள்!

-நான் எதை வேண்டுமானாலும் நம்புவேன். நாளை முதல் நமது சிக்கல்களை எல்லாம் சரிசெய்யப்போகிறோம். ப்ரீஸியாடோ பெண்களிடமிருந்து தொடங்குவோம். அவர்களுக்குத்தான் நாம் அதிகமும் கடன்பட்டிருப்பதாக நீ சொன்னாய், சரிதானே?

-ஆமாம். மேலும் அவர்களுக்குத்தான் நாம் மிகவும் குறைவாகப் பணம் கொடுத்திருக்கிறோம். உங்கள் அப்பா எப்போதும் அவர்களை வரிசையின் கடைசியில் வைத்திருந்தார். அந்தச் சகோதரிகளில் ஒருத்தி, மெடில்டே, நகரத்துக்கு வாழச்சென்றதாக நான் கேள்விப்பட்டேன். குவாடலஹாராவுக்கா அல்லது கோலிமாவுக்கா என்பது உறுதியாகத் தெரியவில்லை. அதன்பிறகு லோரா, நான் சொல்வது, டோனா டோலோரெஸ், அவள்தான்

அனைத்தையும் பார்த்துக்கொள்கிறாள். அதாவது, என்மீடியோ பண்ணையை. அவளிடம்தான் நாம் கணக்குத் தீர்க்கவேண்டும்.

-நாளை நீ லோராவிடம் போய்த் திருமணத்திற்கு சம்மதமா என்று கேள்.

-ஆனால் அவள் என்னை விரும்பக்கூடுமென்று எது உங்களை நினைக்க வைக்கிறது? நானொரு வயதானவன்.

-என் சார்பில் நீ கேட்கப்போகிறாய். இதில் ஒரு தனிப்பட்ட வசீகரமுள்ளது, இல்லையா? நான் அவளைத் தீவிரமாக நேசிக்கிறேன் என்று அவளிடம் சொல்லப்போகிறாய். அவளுக்கு விருப்பமிருக்கிறதா என்று பார். அதை நீ சாதிக்க முடிந்ததென்றால், தேவையான ஏற்பாடுகளைச் செய்யும்படி பாதிரி ரெண்டேரியாவிடம் சொல். உன்னிடம் எவ்வளவு பணமிருக்கிறது?

-ஒன்றுமில்லை, டான் பெட்ரோ.

-நல்லது, எதையாவது தருவதாக அவரிடம் சொல். நம்மால் இயலும்போது பணம் தருவதாக அவரிடம் சொல். அவரால் எந்தச் சிக்கல்களும் வராது என்று எனக்கு உறுதியாகத் தெரியும். நாளை முதல்வேலையாக இதைச் செய்து முடி.

-அந்த அல்ட்ரேட்டே விவகாரத்தை என்ன செய்வது?

-அல்ட்ரேட்டேவுக்கு என்ன? ப்ரீஸியாடோ பெண்கள், ஃப்ரீகோஸோக்கள் மற்றும் குஸ்மான்கள் பற்றியே நீ சொன்னாய். இந்த அல்ட்ரேட்டே இப்போது எங்கிருந்து வந்தான்?

-அது நிலம்சார்ந்த விவகாரம். தன்னுடைய ஆட்களைக் கொண்டு அவன் வேலி அமைத்திருக்கிறான், மீதமிருக்கும் இடங்களில் நாம் வேலியமைக்க வேண்டும் என்கிறான், நமது நிலங்களைப் பிரச்சினைகளின்றித் தெளிவாகப் பிரித்துக்கொள்வதற்காக.

-அதைப் பிறகு பார்த்துக்கொள்வோம். வேலிபோடுவது குறித்து நீ விசனப்பட வேண்டாம். வேலிகள் எதுவும் இருக்கப்போவதில்லை. நிலத்துக்கு எந்த எல்லைக்கோடுகளும் இருக்காது. இதை யோசித்துப்பார், ஃபுல்கோர், ஆனால் எதையும் யாரிடமும் சொல்லாதே. தற்போதைக்கு, லோராவிடம் பேசி அவளைச் சரிக்கட்டு. உனக்கு உட்கார விருப்பமில்லையா?

-நான் உட்கார்ந்துகொள்கிறேன், டான் பெட்ரோ. உண்மையைச் சொன்னால், உங்களோடு சேர்ந்து பணிபுரிவதை நான் விரும்ப ஆரம்பித்திருக்கிறேன்.

-உனக்குத் தோன்றும் எதையும் லோராவிடம் சொல், ஆனால் நான் அவளை நேசிக்கிறேன் என்பதை மட்டும் அவளுக்குப் புரிய வை. அதில் எந்தக் கேள்வியுமில்லை, செடானோ, நான் அவளை நேசிக்கிறேன். அவளுடைய கண்களின் பொருட்டு, உனக்குப் புரிகிறதா? காலையில் முதல் வேலையாக இதைச் செய்து முடி. நிர்வாகியாக நீ செய்யவேண்டிய காரியங்களை எல்லாம் நான் பார்த்துக்கொள்கிறேன். மெடியா லூனாவைப் பற்றிக் கவலைப்படாதே.

<<**எந்த நரகத்திலிருந்து** இந்த வித்தைகளை இச்சிறுவன் கற்றிருப்பான்? - மெடியா லூனாவுக்குத் திரும்பும் வழியில் ஃபுல்கோர் செடானோ யோசித்துக்கொண்டிருந்தார் -. அவனிடம் நான் எதையும் எதிர்பார்த்திருக்கவில்லை. “அவன் ஒரு வெட்டிப் பயல்,” என் எஜமான், காலஞ்சென்ற டான் லூகாஸ், அவர் அப்படித்தான் சொல்வார். “ஒன்றுக்கும்-உதவாதவன்.” நானும் அவரோடு ஒத்துப்போகவே செய்தேன். “நான் செத்தபிறகு, நீ வேறொரு வேலையைத் தேட வேண்டி வரலாம், ஃபுல்கோர்.” “உண்மைதான், டான் லுகாஸ்.” “உனக்கு ஒன்று சொல்லட்டுமா, ஃபுல்கோர், நான் போனபிறகு தனக்கான உணவைச் சம்பாதிக்கவும் அவன் அம்மாவைப் பார்த்துக்கொள்ளவும் அவனுக்கொரு வழி பிறக்கும் என்கிற நம்பிக்கையில் அவனைப் பள்ளிக்கூடத்துக்கு அனுப்ப முயற்சித்தேன். ஆனால் அதைச் செய்வதற்கான மனநிலையைக் கூட அவன் வளர்த்துக்கொள்ளவில்லை.” “நீங்கள் ரொம்பவே பாவம்தான், டான் லூகாஸ்.” “எதற்காகவும் அவனை நம்பாதே, என்னுடைய வயதான காலத்தில் என்னைப் பார்த்துக்கொள்வான் என்பதிலும். அவன் கெட்டுப்போய் விட்டான், ஃபுல்கோர், வேறென்ன நான் சொல்லமுடியும்?” “உண்மையிலேயே இது வெட்கத்துக்குரிய விசயம்தான், டான் லூகாஸ்.”

தற்போது இந்த நிலை. மெடியா லூனா மீது அவருக்கு மிகுந்த பிரியமில்லாது போயிருந்தால், அவர் வந்து அவனைப் பார்க்கும் வாய்ப்பேயில்லை. ஒரு வார்த்தை கூடச் சொல்லாமல்

கிளம்பியிருப்பார். ஆனால் இந்த நிலத்தின் மீது அவருக்கு அபரிமிதமான அக்கறை இருந்தது. பரந்து விரிந்த, அடுக்கடுக்கான இம்மலைகள், இத்தனை சிரமப்படுத்திய பிறகும், இன்னும் கலப்பைகளை அவை அனுமதிக்கின்றன, தங்களுக்குள்ளிருந்து இன்னும் இன்னும் அள்ளித்தந்தவண்ணமுள்ளன... அவர் மிகவும் விரும்பிய மெடியா லூனா... இன்னும் நிறைய நிலங்கள் வரவிருக்கின்றன. "உங்களிடம்தான் நான் பேசிக் கொண்டிருக்கிறேன், என்மீடியோ பண்ணையே, நெருங்கி வாருங்கள்." அந்தச் சொத்தும் இணைக்கப்படுவதை அவரால் பார்க்க முடிந்தது, ஏதோ ஏற்கெனவே அது அவர்களுக்குரியது என்பதுபோல. ஒரேயொரு பெண்ணால் என்ன செய்ய முடியும்? "சத்தியமான உண்மை!" அவர் சொன்னார். பிறகு சாட்டையைத் தன்னுடைய கால்களின் மீது ஓங்கி அறைந்தவாறே அவர் ஹசியேண்டாவின் பிரதான நுழைவுவாயிலைக் கடந்து சென்றார்.

டோலோரெஸை வழிக்குக் கொண்டுவருவது மிகவும் எளிதாயிருந்தது. அவளுடைய கண்கள் மின்னவும் கூடச் செய்தன, அவளின் ஆர்வத்தை அவளது முகத்தில் காண முடிந்தது.

-நாணுவதற்காக என்னை மன்னித்துக்கொள்ளுங்கள், டான் ஃபுல்கோர். டான் பெட்ரோ என்னைக் கவனித்திருப்பார் என ஒருபோதும் நான் நினைத்ததில்லை.

-உன்னைப் பற்றியே நினைத்துக்கொண்டிருப்பதால் அவரால் உறங்க முடியவில்லை.

-ஆனால், யாரை வேண்டுமானாலும் அவர் தேர்ந்தெடுக்கலாமே. கோமாலாவில் நிறைய அழகான பெண்கள் உள்ளனர். அவர்களுக்கு இது தெரியவந்தால் என்ன சொல்வார்களோ?

-அவர் உன்னை மட்டும்தான் நினைக்கிறார், டோலோரெஸ். வேறு யாரையும் அல்ல.

-நீங்கள் என்னைப் பதைபதைக்க வைக்கிறீர்கள், டான் ஃபுல்கோர். நான் கனவிலும் இதை நினைத்ததில்லை.

-ஏனென்றால் அவர் மிகவும் தன்வயமானவர். டான் லூகாஸ் பராமோ - அவருடைய ஆன்மா அமைதியில் உறங்கட்டும் - நீ

அவருக்கு ஏற்றவள் அல்ல என்று மகனிடம் சொன்னார். ஆகவே தூய்மையான கீழ்ப்படிதலின் பொருட்டு அவர் அமைதியாக இருந்தார். இப்போது அவர் அப்பா போய்விட்ட நிலையில், எதுவும் குறுக்கே நிற்கப்போவதில்லை. அவர் எடுத்த முதல் முடிவு இதுதான், என்றாலும் பல்வேறு வேலைகளுக்கு நடுவில் மாட்டிக்கொண்டதால் இது குறித்துப் பேச எனக்குத்தான் சிறிது நேரமாகிவிட்டது. நாம் கல்யாணத்தை நாளைக்கழித்து வைத்துக்கொள்ளலாம். உனக்கு இதில் உடன்பாடுதானே?

-அவ்வளவு சீக்கிரமா? நான் எதையும் தயார்நிலையில் வைத்திருக்கவில்லை. மணப்பெண்ணுக்கான ஓர் ஆடையணிமணித் தொகுதியை நான் ஏற்பாடு செய்ய வேண்டும். மேலும் என் சகோதரிக்கு ஒரு கடிதமும் எழுத வேண்டும். இல்லை, நானொரு செய்தியாளை அனுப்புவதுதான் நல்லது. என்றாலும் கூட ஏப்ரல் எட்டாம் தேதிக்கு முன்னால் நான் தயாராக முடியாது. இன்று தேதி ஒன்று. ஆமாம், எட்டாம் தேதிக்கு முன்னால் நான் தயாராக முடியாது. மிகக் குறைவான நாள்கள் மட்டும் காத்திருக்கும்படி அவரிடம் சொல்லுங்கள்.

-உடனடியாக இதைச் செய்து முடிப்பதையே அவர் விரும்புவார். மணப்பெண் அணியும் ஆடையணிமணித் தொகுதிதான் உனக்குப் பிரச்சினை என்றால் நாங்கள் அதனை ஏற்பாடு செய்கிறோம். டான் பெட்ரோவின் காலஞ்சென்ற தாயார் தனது ஆடைகளை நீ அணிவதையே விரும்புவார். அதுவொரு குடும்ப வழக்கமும் கூட.

-ஆனால் அந்தத் தேதியைப் பற்றிய வேறொரு விசயமும் உள்ளது. பெண்களின் பாடுகள், நான் சொல்வது உங்களுக்குப் புரியுமென்று நம்புகிறேன். கடவுளே! அதை உரக்கச்சொல்ல எனக்குச் சங்கடமாயிருக்கிறது, டான் ஃபுல்கோர். நீங்கள் என்னை வெட்கப்பட வைக்கிறீர்கள். என்னுடைய மாதவிடாய் நாள்கள் அவை. ஐயோ! எனக்கு வெட்கம் பிடுங்கித் தின்கிறது.

-அதனாலென்ன? கல்யாணமென்பது அது உன்னுடைய மாதவிடாய் நாள்களா இல்லையா என்பதைப் பற்றியதல்ல. ஒருவரையொருவர் நேசிப்பதைப் பற்றியது. ஆகவே உனக்குள் அந்த நேசம் இருக்கும்போது, மற்றதைப் பற்றி எந்தக் கவலையுமில்லை.

-ஆனால் நீங்கள் என்னைப் புரிந்துகொண்டிருப்பதாக நான் நினைக்கவில்லை, டான் ஃபுல்கோர்.

-நான் துல்லியமாகப் புரிந்துகொண்டிருக்கிறேன். நாளைக்கழித்து திருமணம் நடப்பது உறுதி.

அவர் கிளம்பியபோதும், பிறகும், அவளது கைகள் அகல விரிந்திருந்தன, ஒரு வாரத்துக்காகக் கெஞ்சியபடி, வெறுமனே இன்னும் ஒரேயொரு வாரத்துக்காக.

<<டான் பெட்ரோவுக்குத் தகவல் சொல்ல நான் மறந்துவிடக் கூடாது - நாசமாய்ப் போக, அந்த இளைய பெட்ரோ நிச்சயம் மிகவும் தந்திரமானவன்! - இனி அந்தச் சொத்து இருவராலும் சேர்ந்து ஆளப்படும் என்பதை நீதிபதிக்குச் சொல்லியாக வேண்டும். "நாளைக்கு முதல் வேலையாக இதை அவரிடம் சொல்ல மறந்துவிடாதே, ஃபுல்கோர்.">>

டோலோரெஸோ, மறுபுறம், சிறிது தண்ணீரைச் சுட வைப்பதற்காகக் கையில் குடுவையோடு அடுக்களைக்கு ஓடினாள்: "என்னால் முடிந்தமட்டும் வேகமாக இதை ஆரம்பிக்க முடிகிறதா என்று பார்ப்போம். முடிந்தால் இன்றிரவே கூட. என்றாலும், அது வழக்கம்போல மூன்று நாள்களுக்குத் தொடரும். என்னால் அதை ஒன்றும் செய்யவியலாது. நான் மிகவும் மகிழ்ச்சியாக இருக்கிறேன்! வெறுமனே மிகவும் மகிழ்ச்சியாக! உனக்கு மனமார்ந்த நன்றி, கடவுளே, டான் பெட்ரோவை எனக்குத் தந்ததற்காக." பிறகு அவள் இதையும் சேர்த்துச் சொன்னாள்: "பிற்பாடு அவர் என்னை வெறுத்தாலும் கூட."

-*அவளது விருப்பம் கேட்கப்பட்டிருக்கிறது*, சொல்வதெனில் அவள் மிகுந்த விருப்பத்தோடு இருக்கிறாள். திருமணத்துக்கு எதிர்ப்பு தெரிவிப்பவர்களைக் கண்டுகொள்ளாமல் இருக்க பாதிரியார் அறுபது பெஸோக்கள் கேட்கிறார். உரிய நேரத்தில் அவருக்குண்டான பணம் தரப்படுமென்று அவரிடம் சொல்லியிருக்கிறேன். பலிபீடத்தைச் சீரமைக்கவேண்டும் என்றும், தனது இரவுணவு மேசை உடைந்து விழுவதாகவும் அவர் சொல்கிறார். நாம் புதிதாக ஒன்றை அனுப்புவதாக உறுதி சொல்லியிருக்கிறேன். நீங்கள் எப்போதும் பிரார்த்தனையில் கலந்துகொள்வதில்லை என்று சொல்கிறார். நீங்கள் கலந்து கொள்வீர்கள் என நான் வாக்குக் கொடுத்திருக்கிறேன். உங்கள்

பாட்டி இறந்த நாளிலிருந்து நீங்கள் பதின்கூற்றுவரியைத் தரவேயில்லை என்றும் அவர் சொல்கிறார். அதை எண்ணிக் கவலைப்படவேண்டாம் என்று அவரிடம் சொன்னேன். அனைத்தையும் அவர் சரியென்று கேட்டுக்கொண்டார்.

-நீ டோலோரெஸிடம் முன்பணம் கேட்கவில்லையா?

-இல்லை, எஜமானே. உண்மையைச் சொன்னால், எனக்கு தைரியம் வரவில்லை. அவள் மிகவும் மகிழ்ச்சியாயிருந்தாள், அவளது உற்சாகத்தைக் குலைக்க நான் விரும்பவில்லை.

-நீ ஒரு குழந்தைதான், போ.

<<அடக் கடவுளே! நான் குழந்தையா? ஐம்பத்து-ஐந்து வருடங்களைப் பார்த்த பிறகுமா? இவன் இப்போதுதான் வாழ்க்கையைத் தொடங்குகிறான், நானோ எனது கல்லறையிலிருந்து சில தப்படிகள் தொலைவில் இருக்கிறேன்.>>

-அவளுடைய மகிழ்ச்சியைப் பாழாக்க நான் விரும்பவில்லை.

-இருந்தபோதிலும், நீ ஒரு குழந்தைதான்.

-நீங்கள் என்ன சொன்னாலும் சரி, எஜமானே.

-அடுத்தவாரம், நீ அல்ட்ரேட்டேவைப் போய்ச் சந்திக்க இருக்கிறாய். மேலும் வேலிகளை மாற்றியமைக்கும்படி அவனிடம் சொல். மெடியா லூனாவுக்குச் சொந்தமான நிலத்தில் அவன் அத்துமீறி நுழைந்திருக்கிறான்.

-அவனுடைய அளவைகள் மிகவும் துல்லியமானவை. எனக்கு உறுதியாகத் தெரியும்.

-போகட்டும், அவன் பிழையிழைத்திருப்பதாக அவனிடம் சொல். அதாவது அவன் தப்பாக அளந்திருக்கிறான் என்று சொல். தேவைப்படும் என்றால் அந்த வேலிகளை அறுத்துப்போடு.

-என்றால் சட்டங்களை என்ன செய்வது?

-எந்தச் சட்டங்கள், ஃபுல்கோர்? இப்போதிருந்து, நாம்தான் சட்டங்களை உருவாக்கப்போகிறோம். மெடியா லூனாவில் வேலை பார்க்கும் சண்டியர்கள் யாரையாவது உனக்குத் தெரியுமா?

-தெரியும், ஒன்றிரண்டு பேர் இருக்கிறார்கள்.

-ஏதேனும் ஒரு வேலையைப் பணித்து அவர்களைப் போய் அல்ட்ரேட்டேவை சந்திக்கச்சொல். பிறகு "நிலத்தின் மீது இன்னொருவருக்கு இருக்கும் உரிமையைப் பறித்துக்கொண்டதாக" அவன் மீது ஒரு புகாரைப் பதிவு செய், அல்லது உனக்குத் தோன்றும் எதையும் எழுதிக்கொள். லூகாஸ் பராமோ இறந்துவிட்டார் என்பதை அவனுக்கு நினைவுபடுத்து. மேலும் அவன் என்னோடு புதிய ஒப்பந்தங்களைச் செய்துகொள்ள வேண்டும் என்பதையும்.

மிகச் சில மேகங்களோடு வானம் இன்னும் நீலநிறத்தில் இருந்தது. வெகு உயரே, காற்று மிகவும் பலமாக வீசிக்கொண்டிருந்தது, அதற்குக் கீழோ வெக்கை அதிகரித்தவண்ணமிருந்தது.

தனது சாட்டையின் கைப்பிடியால் அவர் மீண்டும் தட்டினார், வெறுமனே தனது இருப்பைத் தெரியப்படுத்துவதற்காக, ஏனென்றால் பெட்ரோ பராமோ நன்முறையில் தயாராகி வெளியே வரும் வரைக்கும் யாரும் வந்து கதவைத் திறக்கப்போவதில்லை என்பது அவருக்குத் தெரியும். கதவுக்கு மேலிருந்த மரச்சட்டகத்தை ஆராய்ந்தவாறே அவர் சொன்னார்: "அந்தக் கறுப்பு வளையங்கள் உண்மையாகவே அழகாகவுள்ளன, இறந்துபோன ஒவ்வொரு ஆளுக்கும் ஒவ்வொன்று என்கிற கணக்கில்."

அதே கணத்தில் கதவு திறந்துகொள்ள அவர் உள்ளே சென்றார்.

-உள்ளே வா, ஃபுல்கோர். டோரிபியோ அல்ட்ரேட்டேவின் விவகாரத்தைக் கவனித்துவிட்டாயா?

-எல்லாவற்றையும் சரி செய்தாகிவிட்டது, எஜமானே.

-என்றால் ஃப்ரீகோஸோக்களோடு மட்டும் நமக்கு விவகாரம் மிச்சமுள்ளது. அதை நாம் பிற்பாடு பார்த்துக்கொள்ளலாம். இப்போதைக்கு, என்னுடைய 'தேனிலவில்' நான் மும்முரமாக இருக்கிறேன்.

-இந்நகரம் முழுக்க எதிரொலிகளால் நிறைந்துள்ளது. ஏனோ அவையாவும் சுவர்களின் இடைவெளிகளில் அல்லது நடைபாதைகளின் கருங்கற்களுக்குப் பின்னால்

சிறைப்பட்டிருப்பதைப் போலுள்ளது. நடக்கும்போது, யாரோ உனது கால்தடங்களில் தொடர்வதை உன்னால் உணரமுடியும். பொருட்கள் சரசரப்பதை உன்னால் கேட்கமுடியும். சிரிப்பு. பழங்காலத்தின் சிரிப்பு, ஏதோ சிரித்ததினால் சோர்வுற்றிருப்பதைப் போல. கூடவே அதீதப் பயன்பாட்டினால் தேய்ந்துபோன குரல்களும். இவையாவும் உனக்குக் கேட்கும். இந்த ஒலிகள் யாவும் விலகிச் செல்லும் ஒரு நாளை நான் கனவு காண்கிறேன்.

நகரத்தின் நடுவே நாங்கள் நடந்துசென்றபோது இதைத்தான் டாமியானா சிஸ்னெரோஸ் என்னிடம் சொன்னாள்.

-ஒவ்வொரு நாளிரவும் நடைபெற்ற விருந்தின் கொண்டாட்டச் சத்தங்களை நான் வெகுநாட்களுக்குத் தொடர்ச்சியாகக் கேட்ட ஒரு காலமும் இருந்தது. எல்லாவற்றையும் கடந்து அந்தச் சத்தம் மெடியா லூனாவை வந்தடையும். இறுதியாக, இந்த ஆரவாரமெல்லாம் எதைப் பற்றியது என்பதை நான் அறிந்துகொள்ள முயற்சிக்கும்வரையில் அது தொடர்ந்தது, நான் கண்டுபிடித்தது இதுதான்: இப்போது நாம் எதைப் பார்க்கிறோமோ, அதேதான். ஒன்றுமில்லை. ஒரு ஆன்மாவும் இல்லை. இப்போது கிடப்பதைப் போலவே வெறுமையாகக் கிடக்கும் தெருக்கள்.

>>பிற்பாடு, அந்தக் கூச்சல்கள் எனக்குக் கேட்காமல் போயின. மகிழ்ச்சியாக இருப்பதும் கடைசியில் களைப்படையச் செய்யும். அதனால்தான் அது முடிந்துபோனபோது எனக்கு எந்த வியப்பும் ஏற்படவில்லை.

>>-உண்மைதான் - டாமியானா சிஸ்னெரோஸ் ஆமோதித்தாள் -. இந்நகரம் முழுக்க எதிரொலிகளால் நிறைந்துள்ளது. இப்போதெல்லாம் அவை என்னை அச்சுறுத்துவதில்லை. நாய்கள் ஊளையிடுவதைக் கேட்கிறேன், வெறுமனே அவற்றை நான் ஊளையிட அனுமதிக்கிறேன். கொந்தளிப்பான தினங்களில் காற்று சில இலைகளை அங்குமிங்குமாய் அலைக்கழிப்பதை நீ பார்க்கலாம், சுற்றிப் பார்த்தால் இந்தப் பகுதிகளில் எங்கும் மரங்களே இல்லை என்பதைக் கண்டுபிடிப்பது உனக்கு மிக எளிய சங்கதியாக இருந்தாலும். ஒருகாலத்தில் மரங்கள் இருந்திருக்க வேண்டும். இல்லையென்றால், எங்கிருந்து இந்த இலைகளெல்லாம் வரப்போகின்றன?

>>ஆட்கள் பேசுவது உனக்குக் கேட்கும் என்பதுதான் மிகவும் மோசமான விசயம், ஏதோவொரு பிளவின் வழி கசிவதைப் போல அவர்களின் குரல்கள் ஒலித்தாலும் உன்னால் அவற்றை இனங்காணமுடியும் எனும்படி அத்தனை தெளிவாயிருக்கும். எதேச்சையாக நான் இந்தப் பக்கம் நடந்து வந்துகொண்டிருந்தேன், வழியில் ஒரு நீத்தார் கண்விழிப்புச் சடங்கினைக் காண நேர்ந்ததால் கடவுளின் பிரார்த்தனையை ஜெபிப்பதற்காகச் சற்றே நின்றேன். அந்தக் கூட்டத்திலிருந்து ஒரு பெண் வெளியேறி வந்து என்னிடம் இதைச் சொன்னபோதும் நான் பிரார்த்தனையில்தான் இருந்தேன்:

>>-டாமியானா, கடவுளிடம் எனக்காகப் பிரார்த்தனை செய்வாயா, டாமியானா?

>>தனது ரெபோஸோவை அவள் கழற்றியபோது என் சகோதரி சிக்ஸ்டினாவின் முகத்தை நான் அடையாளம் கண்டுகொண்டேன்.

>>-நீ இங்கே என்ன செய்கிறாய்? - நான் கேட்டேன்.

>>அவள் வேகமாகத் திரும்பிச்சென்று மற்ற பெண்களுக்கு மத்தியில் மறைந்துகொண்டாள்.

>>என் சகோதரி சிக்ஸ்டினா, உனக்குத் தெரியாதென்றால், எனக்குப் பன்னிரண்டு வயதிருக்கும்போதே செத்துவிட்டாள். எங்கள் குடும்பத்தில் மொத்தம் பதினாறு பேர் இருந்தோம், ஆக அவள் இறந்து எத்தனை காலம் ஆகியிருக்கும் என்பதை யோசித்துக்கொள். மேலும் இப்போது அவளைப் பார்க்கும்போது, இன்னும் இந்த பூமியில் அலைந்துகொண்டிருக்கிறாள். ஆகவே பயப்படாதே, யுவான் ப்ரீஸியாடோ. உனக்கு ஏதேனும் எதிரொலிகள் கேட்டால் அவை சமீபத்தையதாகத்தான் இருக்கும்.

-நான் வரப்போகிறேன் என்று என் அம்மா உன்னையும் எச்சரித்தாளா? - நான் கேட்டேன்.

-இல்லையே. போகட்டும், உன் அம்மாவுக்கு என்னதான் ஆனது?

-அவள் இறந்துவிட்டாள் - நான் சொன்னேன்.

-அவள் இறந்துவிட்டாளா, ஓ? எதனால்?

-எனக்கு ஒருபோதும் தெரியவேயில்லை. அனேகமாகத் துயரத்தின் காரணமாக. அவள் நீளமாகப் பெருமூச்சு விடுவாள்.

-அது நல்லதற்கல்ல. ஒவ்வொரு பெருமூச்சும் நம்மிடமிருந்து மெல்ல விலகிச் செல்லும் வாழ்வின் ஒரு துளியைப் போன்றது. அவள் இறந்துவிட்டாள், பிறகு?

-ஆமாம், உனக்கு இது தெரிந்திருக்கும் என்று நினைத்தேன்.

-எனக்கு எப்படித் தெரிந்திருக்கும்? எதையும் நான் தெரிந்துகொண்டு பல வருடங்கள் ஆகிவிட்டன.

-என்றால் என்னை எப்படிக் கண்டுபிடித்தாய்?

-.....

-நீ உயிரோடுதான் இருக்கிறாயா, டாமியானா? என்னிடம் சொல், டாமியானா?

திடீரென்று, அந்த வெறுமையான தெருக்களின் நடுவில் தனியாக இருப்பதை உணர்ந்தேன். கதவுகளின் சாளரங்கள் யாவும் வானை நோக்கித் திறந்திருக்கத் திருகலான களைச்செடிகள் அவற்றினூடாக எட்டிப் பார்க்கின்றன. சிதைந்த நிலையில் உணக்கிய செங்கற்களை வெளிப்படுத்துவதாய் உரிந்திருக்கும் சுவர்களின் மேற்புறங்கள்.

-டாமியானா! - நான் அலறினேன் -. டாமியானா சிஸ்னெரோஸ்!

எதிரொலி பதிலறுத்தது: "... யானா... னெரோஸ்! ... யானா... னெரோஸ்!"

நாய்கள் குரைப்பதைக் கேட்டேன், ஏதோ நான்தான் அவற்றை எழுப்பினேன் என்பதைப் போல.

ஒரு மனிதன் தெருவைக் கடப்பதைக் கண்டேன்:

-ஏய், உன்னைத்தான்! - நான் கூப்பிட்டேன்.

-ஏய், உன்னைத்தான்! - என் குரலே எனக்குப் பதிலளித்தது.

மேலும் ஏதோ அந்த மூலையில்தான் அவர்கள் இருக்கிறார்கள் என்பதுபோல, பெண்கள் உரையாடுவதை நான் கேட்டேன்:

-இந்த வழியாக வருவது யாரென்று கவனி. அவன் ஃபிலோஷியோ அரேக்கிகாதானே?

-அவனேதான். கண்டுகொள்ளாதது போல நில்.

-அதைவிட நல்ல விசயம், நாம் கிளம்புவோம். அவன் பின்தொடர்ந்து வந்தால், நம்முள் ஒருவர் மீது அவனுக்கு விருப்பம் என்று அர்த்தம். அவன் யார் பின்னால் வருகிறான் என்று நினைக்கிறாய்?

-நீயாகத்தான் இருக்க வேண்டும்.

-நீதான் என்று நான் சொல்வேன்.

-வேகமாக நடப்பதை நிறுத்து. அந்த முனையிலேயே அவன் நின்றுவிட்டான்.

-நாம் இருவருமே அவனுக்குத் தேவையில்லைபோல, சரிதானே?

-ஆனால் அவன் உன்னையோ அல்லது என்னையோ தேடி வந்திருந்தால்? பிறகென்ன?

-ரொம்பவும் பீற்றிக்கொள்ளாதே.

-ஒருவகையில் நல்லதுதான். டான் பெட்ரோவுக்கு வேண்டிய பெண்களைக் கண்டுபிடித்துக் கூட்டிப்போவது இவன்தான் என அனைத்து வதந்திகளும் சொல்கின்றன. நாம் பெரிய சிக்கலில் மாட்டிக்கொண்டிருப்போம்.

-அப்படியா? எனக்கு அந்தக் கிழவனின் சங்காத்தமே வேண்டாம்.

-நாம் போய்விடுவது நல்லது.

-நீ சொல்வது சரிதான். இங்கிருந்து கிளம்பிப் போவோம்.

இரவு. நள்ளிரவைக் கடந்து வெகுநேரம் ஆனபிறகு. குரல்கள்:

-...நான்தான் உனக்குச் சொல்கிறேனே, இந்த வருடம் மட்டும் சோளம் நன்றாக விளைந்தால், உனக்குத் தரவேண்டிய பணத்தை என்னால் தரமுடியும். ஆனால் விளைச்சலை இழக்க நேரிட்டால், நீ வெறுமனே காத்திருக்கத்தான் வேண்டும்.

-நான் உன்னை நெருக்கவில்லை. உன்னிடம் எத்தனை நியாயமாக நடந்துகொள்கிறேன் என்று உனக்குத் தெரியும்.

ஆனால் நிலங்கள் உன்னுடையவை அல்ல. வேறு யாருக்கோ சொந்தமான நிலங்களில் நீ வேலை பார்க்கிறாய். எனக்குத் தரவேண்டிய பணத்தை எங்கிருந்து நீ கொண்டு வரப் போகிறாய்?

-அந்த நிலம் என்னுடையதல்ல என்று யார் சொன்னது?

-அதை நீ பெட்ரோ பராமோவுக்கு விற்றுவிட்டதாகக் கேள்விப்பட்டேன்.

-எனக்கும் அந்த ஆளுக்கும் எந்தச் சம்பந்தமுமில்லை. நிலம் இப்போதும் என்னுடையதுதான்.

-உன்னைப் பொருத்தவரை இதுதான் உண்மை, ஆனால் மற்ற அனைவருமே அது அவருக்குத்தான் சொந்தம் என்கிறார்கள்.

-என்னுடைய முகத்துக்கு நேராகச் சொல்லச் சொல், பார்ப்போம்.

-நாம் வெளிப்படையாகப் பேசுவோம், கலீலியோ. எனக்கு உன்னை ரொம்பப் பிடிக்கும், நீ என் சகோதரியின் கணவனும் கூட. அவளை நீ நல்லபடியாக நடத்துகிறாய் என்பதில் யாருக்கும் சந்தேகமில்லை. ஆனால் உனது நிலத்தை விற்கவில்லை என்று என்னிடம் சொல்லாதே.

-நான் யாருக்கும் விற்கவில்லை என்றுதான் உன்னிடம் சொல்கிறேன்.

-சரி, இப்போது நிலம் பெட்ரோ பராமோவுக்குச் சொந்தம். அதை அவர் சாதித்திருக்கிறார் என்பதில் எந்தச் சந்தேகமுமில்லை. டான் ஃபுல்கோர் உன்னை வந்து பார்த்தாரா இல்லையா?

-இல்லை.

-நாளைக்குள் வருவார் என நான் உறுதியாக நம்புகிறேன். அல்லது, நாளை வரவில்லை என்றாலும், கூடிய சீக்கிரம் வருவார்.

-நல்லது, என்னை அவர் கொல்லவேண்டும் அல்லது அதற்கு முயற்சி செய்து சாகவேண்டும், ஆனால் இந்த விசயத்தில் என்னை மீறி அவரால் எதுவும் செய்யவியலாது.

-அமைதியில் உறங்குவாயாக, ஆமென், என் மைத்துனனே. ஒருவேளை இது உனக்குத் தேவைப்பட்டால்.

-இதே இடத்தில் என்னை நீ பார்க்கத்தான் போகிறாய், கொஞ்சம் பொறுத்திரு. என்னைப் பற்றிக் கவலைப்படத் தேவையில்லை. இத்தனை வருடங்களும் என்னை என் அம்மா அடித்து நொறுக்கி வளர்த்ததற்கு அர்த்தமில்லாமல் போகாது, அப்படித்தான் அவள் என்னை உறுதியானவனாக மாற்றினாள்.

-என்றால் நான் உன்னை நாளைக்குச் சந்திக்கிறேன். ஆனால் இரவுணவுக்கு வரமாட்டேன் என்பதை ஃபெலிஸிடாஸிடம் சொல்லிவிடு. "அவன் செத்ததற்கு முந்தின நாளிரவு அவனோடுதான் இருந்தேன்" என்று பிற்பாடு அனைவரிடமும் சொல்லவேண்டி வருவதை நான் விரும்பவில்லை.

-இறுதி நிமிடத்தில் நீ உன் மனதை மாற்றிக்கொள்வாயெனில் உனக்காகவும் கொஞ்சம் உணவை மீதம் வைத்திருப்போம்.

அவன் கிளம்பிச் சென்றபோது காலடிகளின் தொப் தொப்பென்ற சத்தமும் குதிமுட்களின் சலசலப்பும் கலந்து ஒலிப்பதைக் கேட்க முடிந்தது.

-...**நாளைக்கு, அதிகாலையில்**, நீயும் என்னோடு வருகிறாய் சோனா. நான் மிருகங்களைத் தயார்நிலையில் வைத்திருப்பேன்.

-ஒருவேளை என் தந்தை தன்னுடைய நிதானத்தை இழந்து செத்துப்போனால்? அவர் மிகவும் வயதானவர்... என்னால் அவருக்கு ஏதும் நிகழ்ந்தால் ஒருபோதும் என்னால் என்னை மன்னிக்கவே முடியாது. தன்னைத்தானே அவர் ஒழுங்காகப் பார்த்துக்கொள்கிறாரா என்பதைக் கவனிக்க அவருக்கு நான் ஒருத்திதான் இருக்கிறேன். வேறு யாருமில்லை. என்னைக் கூட்டிக்கொண்டு ஓடிப்போவதில் உனக்கு ஏன் இத்தனை அவசரம்? கொஞ்சம் பொறுமையாக இரு. நம்மோடு அவர் இல்லாமல் போக நீண்ட காலமாகாது.

-இதற்கு மேலும் என்னால் இதைப் பொறுக்கமுடியாது என்று போன வருடம் நீ அலுத்துக்கொண்ட சமயத்திலும் இதே கதையைத்தான் சொன்னாய். உண்மையைச் சொன்னால் தைரியமாக எந்த முடிவும் எடுக்கத் தயங்குகிறேன் என்று அப்போது என்னை நீ கிண்டலடிக்கவும் செய்தாய். ஆனால் இம்முறை கோவேறு கழுதைகளைத் தயாராக வைத்திருக்கிறேன். ஆக, நீ என்னோடு வருகிறாய்தானே?

-நான் அதைப் பற்றி யோசிக்கிறேன்.

-சோனா! எனக்கு நீ எவ்வளவு முக்கியமென்பது உனக்கும் கூடத் தெரியாது. இதற்குமேல் என்னால் பொறுத்துக்கொள்ளவியலாது. நீ என்னோடு வந்துதான் ஆகவேண்டும்.

-அதைப் பற்றி யோசிக்கிறேன். புரிந்துகொள்ள முயற்சி செய். அவர் சாகும்வரைக்கும் நாம் காத்திருந்தால் போதும். அவருக்கும் இன்னும் அதிக காலம் மிச்சமில்லை. பிறகு நான் உன்னோடு வருகிறேன், நாம் ஓடிப்போக வேண்டிய அவசியமிருக்காது.

-போன வருடமும் நீ இதைத்தான் சொன்னாய்.

-அதனால்?

-கோவேறு கழுதைகளை நான் வாடகைக்கு எடுக்கவேண்டி வந்தது. அவை இப்போது இங்குதான் உள்ளன. வெறுமனே, உனக்காகக் காத்திருக்கின்றன. அவர் தன்னைத்தானே பார்த்துக்கொள்ளட்டும்! நீ அழகாயிருக்கிறாய். இளமையாகவும். அவரை கவனித்துக்கொள்ள ஏதேனும் ஒரு வயதான பெண் கிடைக்கக்கூடும். இந்த இடம் முழுக்க கருணைபொருந்திய ஆன்மாக்களால் நிறைந்திருக்கிறது.

-என்னால் முடியாது.

-உறுதியாக உன்னால் முடியும்.

-என்னால் முடியாது. நான் எவ்வளவு கேவலமாக உணர்வேன் என்று உனக்குத் தெரியுமல்லவா? எப்படிப் பார்த்தாலும், அவர் என் அப்பா.

-அப்படியென்றால் சொல்வதற்கும் வேறொன்றுமில்லை. நான் போய் ஜூலியானாவைப் பார்க்கிறேன். அவள் என் மீது பைத்தியமாயிருக்கிறாள்.

-சரிதான். நான் உன் வழியில் நிற்கமாட்டேன்.

-நாளைக்கு என்னை வந்து பார்க்க உனக்கு விருப்பமில்லையா?

-இல்லை. மறுபடியும் உன்னை நான் பார்க்கவே விரும்பவில்லை.

ஒலிகள். குரல்கள். முணுமுணுப்புகள். தொலைவில் பாடல் ஒலிக்கிறது:

என் காதலி ஒரு கைக்குட்டையைத் தந்தாள் அதன் விளிம்புகள் என் கண்ணீரைத் துடைப்பதற்காக உச்சஸ்தாயியில். பெண்கள்தான் அதைப் பாடுகிறார்கள் என்பதைப் போல.

பாரவண்டிகள் கடந்துசெல்வதைப் பார்த்தேன். எருதுகள் அசைந்தாடிப் போவதையும். சக்கரங்களுக்குக் கீழே கற்கள் நறநறத்தன. ஏதோ தூக்கத்தில் இருப்பதைப் போல மனிதர்களும் கூடவே போனார்கள்.

<<.... ஒவ்வொரு காலைப்பொழுதும் கடந்துபோகும் பாரவண்டிகளால் நகரம் கிடுகிடுவென்று நடுங்குகின்றது. வெடியுப்பு, சோளத்தவிடு, வைக்கோல் ஆகிய மூட்டைகளைச் சுமந்தபடி அத்தனை திசைகளிலிருந்தும் அவை வருகின்றன. அவற்றின் சக்கரங்கள் கிறீச்சிடுகின்றன, சாளரங்களைக் கலகலக்கச் செய்யும் அந்த ஒலி அனைவரையும் எழுப்புகிறது. அதே சமயத்தில், சூட்டுக் கலங்கள் திறக்கப்பட்டுப் புதிதாய் வேகவைத்த ரொட்டியின் வாசம் அனைத்தின் மீதும் படர்கிறது. திடீரென, வானம் முழங்குகிறது. மழை பொழிகிறது. அனேகமாக வசந்தகாலம் விரைவில் வரப்போகிறது. அங்கே வசிக்கும்போது இதுபோன்ற "திடீர்களுக்கு" நீ பழகிக்கொள்வாய், மகனே.>>

காலியான பாரவண்டிகள் வீதிகளின் மௌனத்தைக் கலைக்கின்றன. இரவின் இருளடர்ந்த வீதிகளுக்குள் மறைகின்றன. நிழல்கள். நிழல்களின் எதிரொலிகள்.

திரும்பிச் செல்வதைப் பற்றி யோசித்தேன். எனக்கு நேர்மேலே - மலைகளின் அடர்த்தியான கருமையை வெட்டிப் போகும் ஒரு திறந்த காயத்தைப்போல - நான் தொடர்ந்து வந்த பாதையை இன்னும்கூட எனக்கு நினைவிருந்தது.

பிறகு யாரோ என் தோளைத் தொட்டார்கள்.

-இங்கு நீ என்ன செய்கிறாய்?

-நான் ஒருவரைத் தேடி... -யார் எனும் பெயரைச் சொல்லவிருந்தேன், என்னை நானே தடுத்து நிறுத்தினேன் - என் அப்பாவைத் தேடி வந்தேன்.

-ஏன் நீ உள்ளே வரக்கூடாது?

நான் உள்ளே சென்றேன். கூரையின் ஒரு பாதி சரிந்து உள்ளேயே விழுந்திருந்த ஒரு வீடு. தரையில் ஓடுகள் கிடந்தன. கூரையும் தரையில் கிடந்தது. வீட்டின் மறுபாதியில், ஓர் ஆணும் ஒரு பெண்ணும்.

-நீங்கள் இன்னும் இறக்கவில்லையா? -நான் கேட்டேன்.

அந்தப் பெண் சிரித்தாள். ஆண் என்னைத் தீர்க்கமாக உற்றுப்பார்த்தான்.

-அவன் குடித்திருக்கிறான் -ஆண் சொன்னான்.

-அவன் வெறுமனே பயந்திருக்கிறான் -பெண் சொன்னாள்.

அங்கு எண்ணெய் விளக்கு இருந்தது. ஒதாதே நாணல்களால் ஆன படுக்கை, ஒரு பிரம்பு நாற்காலி, அதன் மீது அந்தப் பெண்ணின் துணிகள் தொங்கிக்கொண்டிருந்தன. அவள் முழுக்க நிர்வாணமாக இருந்தாள், கடவுள் இப்பூமிக்கு அவளை அனுப்பிய அதே வழிவகையில். அவனும் அப்படித்தான் இருந்தான்.

-யாரோ முனகியபடி தங்களின் தலையைக் கதவின் மீது மோதும் ஒலியை நாங்கள் கேட்டோம். பார்த்தால் நீ அங்கு நிற்கிறாய். உனக்கு என்னவானது?

-எனக்கு என்னென்னவோ ஆகியிருக்கிறது, நான் செய்ய விரும்புவதெல்லாம் வெறுமனே உறங்குவதுதான்.

-ஏற்கெனவே நாங்கள் உறங்கிக்கொண்டுதான் இருந்தோம்.

-என்றால் மறுபடியும் நாம் உறங்கப்போகலாம்.

காலைப்பொழுது நெருங்கி வர எனது நினைவுகள் மங்கத் தொடங்கின.

அவ்வப்போது வார்த்தைகளின் ஒலியைக் கேட்டேன், ஒரு வித்தியாசத்தையும் நான் உணர்ந்தேன். ஏனெனில் அந்தக் கணம்வரை நான் கேட்ட வார்த்தைகள் - அவற்றை நான் புரிந்துகொள்ளத் தொடங்கியிருந்தேன் - எந்த ஒலியையும் கொண்டிருக்கவில்லை, அவை மௌனமாயிருந்தன. உங்களால் அவற்றை உணரமுடியும், ஆனால் அவை எந்த ஒலியையும்

எழுப்பவில்லை, கனவில் நீங்கள் கேட்கக்கூடிய வார்த்தைகளைப் போல.

-இவன் யாராக இருக்கமுடியும்? -பெண் கேட்டாள்.

-யாருக்குத் தெரியும் -ஆண் பதிலளித்தான்.

-எப்படி இவன் இங்கு வந்திருப்பான்?

-யாருக்குத் தெரியும்.

-தன் தந்தையைப் பற்றி அவன் ஏதோ சொன்னதைக் கேட்டேன்.

-அதை அவன் சொன்னதை நானும் கேட்டேன்.

-அவன் வழிதவறி வந்திருப்பானோ? வழிதவறி வந்ததாகச் சொல்லிக்கொண்டு வந்த ஆட்களை யோசித்துப்பார். லாஸ் கன்ஃபைன்ஸ் என்கிற இடத்தைத் தேடி வந்தார்கள், அந்த இடத்தைப் பற்றி எதுவும் தெரியாதென்று அவர்களிடம் நீ சொன்னாய்.

-ஆமாம், எனக்கு நினைவிருக்கிறது, ஆனால் என்னைத் தூங்க விடு. சூரியன் இன்னும் மேலேறி வரவில்லை.

-சீக்கிரம் வந்துவிடும். உன்னோடு நான் பேசுவதற்குக் காரணமே உன்னை எழுப்புவதற்குத்தான். விடிவதற்குமுன்பு உன்னை எழுப்பச்சொல்லி என்னிடம் சொன்னாய். அதைத்தான் செய்கிறேன். ஆகவே எழுந்துகொள்!

-எதற்காக நான் எழுந்துகொள்ள வேண்டும் என்று விரும்புகிறாய்?

-ஏனென்று எனக்குத் தெரியாது. நேற்றிரவு உன்னை எழுப்பச் சொல்லி என்னிடம் சொன்னாய். ஏனென்று நீ என்னிடம் சொல்லவில்லை.

-அப்படியானால், என்னைத் தூங்கவிடு. அந்த ஆள் இங்கே வந்தபோது என்ன சொன்னான் என்று உனக்குக் கேட்கவில்லையா? நாம் அவனை உறங்கவிட வேண்டும் என்றான். அவன் சொன்ன ஒரே விசயம் அதுதான்.

குரல்கள் மங்குவதாகத் தோன்றின. தங்கள் ஒலியை இழப்பதாகவும் தோன்றின. இப்போது யாரும் எதுவும் சொல்லவில்லை. எல்லாம் என் கனவுக்குள் நிகழ்கிறது.

ஆனால் வெகு சீக்கிரமே, அவர்கள் மீண்டும் தொடங்குகிறார்கள்:

-அவன் இப்போதுதான் அசைந்தான். அனேகமாக அவன் விழித்துக்கொள்ள விரும்புகிறான். இங்கே நம்மைப் பார்த்தானென்றால், விசயங்களைப் பற்றி நம்மிடம் அவன் கேள்விகள் கேட்பான்.

-என்ன மாதிரியான விசயங்களைப் பற்றி அவன் நம்மிடம் கேட்பான்?

-அது, அவன் ஏதாவது சொல்லக்கூடும், உனக்கு அப்படித் தோன்றவில்லையா?

-அவனை அப்படியே விடு. அவன் மோசமாகக் களைப்புற்றிருக்க வேண்டும்.

-நீ அப்படியா நினைக்கிறாய்?

-அமைதியாக இரு, பெண்ணே.

-கவனி, அவன் அசைகிறான். எப்படி நடுங்குகிறான் பார்? ஏதோவொன்று உள்ளுக்குள்ளிருந்து அவனைப் பிடித்தாட்டுவதைப்போல. எனக்குத் தெரியும், ஏனென்றால் இது எனக்கும் நடந்திருக்கிறது.

-உனக்கு என்ன நடந்தது?

-இதே விசயம்தான்.

-நீ எதைப் பற்றிப் பேசுகிறாய் என்றே எனக்குப் புரியவில்லை.

-முதல்முறை நீ அந்த விசயத்தைச் செய்தபோது நான் எவ்வாறு உணர்ந்தேன் என்பதை அவனது இந்த நடுக்கம் எனக்கு நினைவுபடுத்தியிருக்காவிட்டால் எதையுமே நான் சொல்லியிருக்கமாட்டேன். அது எவ்வளவு தூரம் வலித்தது, எவ்வளவு அசிங்கமாக என்னை உணரச் செய்தது தெரியுமா.

-நீ எந்த விசயத்தைச் சொல்கிறாய்?

-நீ அதைச் செய்து முடித்தபோது எனக்கு எப்படியிருந்தது தெரியுமா, அது தவறென்பதும் எனக்குத் தெரியும், ஒருவேளை நீ மாற்றிப் பேசினாலும்கூட.

-மறுபடியும் அதைத் தூக்கிக்கொண்டு வரப்போகிறாயா? ஏன் நீ மறுபடியும் உறங்கப்போவதோடு என்னையும் உறங்கவிடக் கூடாது?

-நீதான் உன்னை எழுப்பும்படி என்னிடம் சொன்னாய். அதைத்தான் நானும் செய்கிறேன். கடவுள் சாட்சியாக, நீ விரும்பியதை மட்டுமே நான் செய்கிறேன். எழுந்துதொலை! நீ எழுந்துகொள்ள வேண்டிய நேரமும் நெருங்கிவிட்டது.

-என்னை இப்படியே விடு, பெண்ணே.

ஆண் உறங்குவதாகத் தோன்றியது. பெண் தொடர்ந்து புலம்பிக்கொண்டே இருந்தாள், ஆனால் மிகவும் அமைதியான குரலில்:

-காலைப்பொழுதாக இருக்கவேண்டும், ஏனென்றால் வெளிச்சம் இருக்கிறது. அந்த ஆளை நான் இங்கிருந்தே பார்க்கமுடிகிறது, மேலும் அவனை என்னால் பார்க்கமுடிகிறது எனும்போது, அவனைப் பார்க்குமளவுக்கு வெளிச்சமுள்ளது என்றாகிறது. சூரியன் கூடியசீக்கிரம் மேலே வந்துவிடும். அது தெரிந்ததுதான். என்னைக் கேட்டாயெனில், அவன் ஒன்றுக்கும் உதவாதவன். நாம் அவனை உள்ளே அனுமதித்திருக்கிறோம். வெறுமனே ஒரு இரவுக்கு மட்டும் என்றாலும், அவனை இங்கு ஒளிந்துகொள்ள அனுமதித்திருக்கிறோம். சீக்கிரமாகவோ அல்லது தாமதமாகவோ, நம்மை இந்தப் பிரச்சினை துரத்திவரத்தான் போகிறது... எப்படி முன்னும்பின்னுமாக அவன் அலைக்கழிகிறான் என்று பார், தன்னால் நிம்மதியாகப் படுக்கவேமுடியாது என்பதைப்போல. என்னைக் கேட்டாயெனில், ஏதோவொன்று அவன் ஆன்மாவைப் போட்டு அழுத்துகிறது.

காலைநேர வெளிச்சம் பிரகாசமாய்ப் படர்ந்துகொண்டிருந்தது. நிழல்களை ஓரங்கட்டிவிட்டு பகல் வீறுநடையிட்டது. உறங்கிக்கொண்டிருந்த உடல்களின் வெப்பத்தால் நானிருந்த அறை வெதுவெதுப்பாய் மாறியது. மூடியிருந்த எனது கண்ணிமைகளின் வழியே விடியற்பொழுது கசிந்திறங்கியது. நான் ஒளியை உணர்ந்தேன். எனக்குக் கேட்டது:

-ஏதோ சபிக்கப்பட்டதுபோல அவன் முன்னும்பின்னுமாக அலைக்கழிகிறான். அவனைப் பற்றிய எல்லாமே அவனொரு தீயவன் என்பதைச் சுட்டுகின்றன. எழுந்துகொள், டோனிஸ்!

அவனைப் பார். உடலை முறுக்கிக்கொண்டு அவன் தரையில் கிடந்து உருளுகிறான். எச்சில் ஒழுகுகிறது. ஏகப்பட்ட மரணங்கள் நிகழ்ந்திடக் காரணமான ஒருவனாக அவன் இருக்கக்கூடும். ஆனால் நீ அதைக் கவனிக்கவில்லை.

-அனேகமாக அவனொரு துரதிர்ஷ்டம் பிடித்த மனிதனாக இருக்கக்கூடும். இப்போது நீ போய்த் தூங்கு, கொஞ்சம் ஓய்வெடுக்கவிடு!

-சோர்வாக இல்லாதபொழுது நான் எப்படிப் போய்த் தூங்குவது?

-அப்படியானால் எழுந்துபோய் என்னை நீ தொந்தரவு செய்யாதிருக்கும் ஒரு இடத்தைக் கண்டுபிடி!

-எல்லாம் நேரம்தான். நான் போய் அடுப்பைப் பற்ற வைக்கிறேன். அந்த வேலையைச் செய்யும் வேளையில், நான் உனக்குச் சொல்கிறேன், யார் வந்து உனக்குப் பக்கத்தில் படுத்தாலும் அந்த இடத்திலேயே அவனோடு சேர்ந்து நானும் கிளம்பிவிடுவேன்.

-போய் அவனிடம் சொல், போ.

-என்னால் முடியாது. நான் பயத்தில் செத்துவிடுவேன்.

-என்றால் எங்களை இப்படியே விட்டுவிட்டுப் போய் உன் வேலையைப் பார்.

-நான் அதைத்தான் செய்கிறேன்.

-அப்படியென்றால் ஏன் இன்னும் தாமதிக்கிறாய்?

-நான் போகிறேன்.

அந்தப் பெண் படுக்கையிலிருந்து எழுவதை உணர்ந்தேன். அவளுடைய வெற்றுக்கால்கள் தரையில் அழுந்தி என் தலைக்கு மேலே மிதந்துசென்றன. நான் கண்களைத் திறந்து மறுபடியும் மூடிக்கொண்டேன்.

நான் கண்விழித்தபோது, மத்தியானச் சூரியனை என்னால் உணரமுடிந்தது. எனக்கருகே, சிறிது காப்பி. நான் அதைப் பருக முயன்றேன். கொஞ்சமாக அதை உறிஞ்சினேன்.

-எங்களிடம் இருப்பது அவ்வளவுதான். இதற்குமேல் இல்லை என்பதற்காக வருந்துகிறேன். எங்களிடம் எல்லாமே குறைவாகத்தான் உள்ளது, மிகவும் குறைவாக...

அதுவொரு பெண்ணின் குரல்.

-என்னைப் பற்றி வருந்தாதீர்கள் -நான் அவளிடம் சொன்னேன் -. என்னைப் பற்றிக் கவலைப்படத் தேவையில்லை. எனக்கு இது பழகிவிட்டது. இங்கிருந்து நான் எப்படி வெளியே போவது?

-நீ எங்கே போகிறாய்?

-எங்காவது.

-எண்ணிறந்த சாலைகள் இங்குள்ளன. கோண்ட்லாவுக்குப் போகும் சாலை ஒன்றுள்ளது, மற்றொன்று அங்கிருந்து இங்கு திரும்பிவரும். வேறொன்று வெகு நேராக மலைகளுக்கு இட்டுச்செல்லும். பிறகு, இங்கிருந்து நீ பார்க்கக்கூடிய இந்தச் சாலை, அது எங்கு போகுமென்று எனக்குத் தெரியாது - தனது விரலால் மேற்கூரையில் இருந்து துளையை அவள் சுட்டினாள், மிகச் சரியாகக் கூரையின் ஒருபகுதி சரிந்து விழுந்திருந்த இடத்தை நோக்கி -. இந்தப் பகுதியில் தென்படக்கூடியது மெடியா லூனாவைக் கடந்து நீள்கிறது. பிறகு, பூமியின் மொத்த நீளத்துக்கும் போகும் வேறொரு சாலையும் இருக்கிறது. அதுதான் இருப்பதிலேயே தொலைதூரம் நீளக்கூடியது.

-அனேகமாக அதுதான் நான் வந்த சாலையாக இருக்கக்கூடும்.

-அது எங்கு செல்கிறது?

-சயுலாவிற்கு.

-நீ விளையாடுகிறாய். நான் சயுலா இந்தப் பக்கம் இருப்பதாக அல்லவா நினைத்திருந்தேன். அங்கே போக எப்போதும் விரும்பியிருக்கிறேன். அங்கு ஏராளமான மக்கள் வசிப்பதாக நான் கேள்விப்பட்டிருக்கிறேன், உண்மையா?

-மற்ற எல்லா இடங்களையும் போலவே.

-சொல்லாதே. நாங்கள் இங்கே தன்னந்தனியாகக் கிடக்கிறோம். மக்களைப் பற்றி ஏதாவது தெரிந்துகொள்ளமாட்டோமா என ஏங்குகிறோம்.

-உன் கணவன் எங்கே போனான்?

-அவன் என் கணவனல்ல. என் சகோதரன், என்றாலும் யாருக்கும் அது தெரியக்கூடாது என நினைக்கிறான். அவன் எங்கே போனான்? இங்கே சுற்றிக்கொண்டிருந்த ஒரு கன்றுக்குட்டியைத் தேடிப் போயிருப்பான் என்று நினைக்கிறேன். குறைந்தபட்சம் அப்படித்தான் அவன் என்னிடம் சொன்னான்.

-எவ்வளவு காலமாக நீங்கள் இங்கிருக்கிறீர்கள்?

-என்றென்றைக்குமாக. நாங்கள் இங்குதான் பிறந்தோம்.

-டோலோரெஸ் ப்ரீஸியாடோவை உங்களுக்குத் தெரிந்திருக்க வேண்டும்.

-ஒருவேளை அவனுக்குத் தெரிந்திருக்கலாம், அதாவது, டோனிஸுக்கு. எனக்கு மனிதர்களைப் பற்றி ரொம்பக் கொஞ்சமாகத்தான் தெரியும். நான் எப்போதும் எங்கும் போவதில்லை. மிகச் சரியாக இப்போது நீ என்னை எங்கு பார்க்கிறாயோ, இதே இடத்தில்தான் அசையாமல் கிடக்கிறேன்... இல்லை, அனேகமாக, என்றென்றைக்குமாக இல்லை. அதாவது டோனிஸ் என்னை மனைவியாக ஆக்கிக்கொண்டது முதல். அப்போதிருந்து மொத்தக் காலமும் இங்கு அடைபட்டவளாகத்தான் கழித்திருக்கிறேன், என்னை யாரும் பார்த்திருப்பார்களோ எனும் பயத்தோடு உள்ளேயிருந்து பார்த்துக்கொண்டிருப்பேன். இதை ஒத்துக்கொள்ள அவன் விரும்புவதில்லை, ஆனால் நான் மக்களைத் துணுக்குறச்செய்வேன் என நீ நினைக்கவில்லையா? -சொல்லிவிட்டு அவள் சூரியவொளிக்குள் நகர்ந்தாள் -. என் முகத்தைப் பார்!

மற்ற யாரையும் போல, அதுவொரு சாதாரணமான முகம்தான்.

-நான் எதைப் பார்க்க வேண்டுமென்று நீ விரும்புகிறாய்?

-என்னுடைய பாவங்கள் உனக்குத் தெரியவில்லையா? கருஞ்சிவப்பு நிறத்தில் வேனற்கட்டிகளைப் போல என் உடம்பை மேலிருந்து கீழ்வரைக்கும் முழுதாக மூடியிருக்கும் இவற்றை? சொல்லப்போனால் இது வெளியில் மட்டும்தான், உள்ளுக்குள் நானொரு சேற்றுக்கடல்.

-ஆனால் அக்கம்பக்கத்தில் யாருமே இல்லை என்றானபிறகு யார் உன்னைப் பார்க்கப்போகிறார்கள்? நான் ஊர் முழுக்கச் சுற்றிவிட்டேன், இங்கு யாருமே இல்லை.

-அவ்வாறு தோன்றலாம், ஆனால் இன்னும் சில மனிதர்கள் இருக்கத்தான் செய்கிறார்கள். ஃபிலோமினா இன்னும் உயிரோடுதான் இருக்கிறாள், இல்லையா? டோரோதியாவின் கதி என்ன, அல்லது மெல்குயியாடெஸ், அல்லது மூத்த ப்ரூடென்ஸியோ, அல்லது சோஸ்டீனஸ்? இவர்களெல்லாம் இன்னும் உயிரோடுதானே இருக்கிறார்கள்? அவர்கள் வெளியே வருவதில்லை, அவ்வளவுதான். பகலில் அவர்கள் என்ன செய்வார்கள் என்று எனக்குத் தெரியாது, ஆனால் இரவில் உள்சென்று தங்களைத் தாங்களே தாழிட்டுக்கொள்கிறார்கள். இப்பகுதியின் இரவுகள் நிழல்களால் நிறைந்திருக்கின்றன. வீதிகளைச் சுற்றித்திரியும் ஆன்மாக்களின் கூட்டத்தைப் பார்த்தால் அது உனக்குப் புரியலாம். இருட்டியவுடன் அவை வெளியேறிவரும், எங்களனைவருக்கும் அவற்றைப் பார்ப்பதென்றால் பயம். அவை ஏராளமாக உள்ளன, நாங்களோ சொற்ப எண்ணிக்கையில் உள்ளோம் என்பதால் இந்தத் துயரத்திலிருந்து அவற்றை விடுவிக்க வேண்டுவதையும் கூட நாங்கள் கைவிட்டுவிட்டோம். போதுமான அளவு இங்கு பிரார்த்தனைகளும் இல்லை. அனேகமாக, ஒவ்வொருவருக்காகவும் வேண்டிக்கொண்டு கடவுளின் பிரார்த்தனையில் ஒருசில வரிகளை நாங்கள் சொல்லலாம்தான், ஆனால் அதனால் யாருக்கு என்ன பயன்? தவிரவும் எங்களின் சொந்தப் பாவங்களின் கணக்கும் உள்ளது. இப்போதும் கடவுளின் கருணைக்குப் பாத்தியமானவர்கள் எனச் சொல்வதற்கு ஒருவர்கூட உயிரோடில்லை. அவமானத்தின் சாயல் கண்களில் படியாமல் எங்களால் அண்ணாந்து வானத்தைப் பார்க்க முடியாது. மேலும் அவமானம் யாரையும் குணப்படுத்தாது. குறைந்தபட்சம், சில காலங்களுக்கு முன்பு சடங்குகளைச் செய்து தீட்சையளித்தவாறே இந்தப் பகுதியைக் கடந்துபோன மதகுரு என்னிடம் அப்படித்தான் சொன்னார். மிகச் சரியாக அவருக்கு நேரே நின்று நான் எல்லாவற்றையும் ஒப்புக்கொண்டேன்:

>>-இத்தகைய விசயத்தை மன்னிக்க முடியாது - அவர் என்னிடம் சொன்னார்.

>>-எனக்கு மிகவும் அவமானமாகவுள்ளது.

>>-அது பரிகாரம் அல்ல.

>>-எங்களுக்குத் திருமணம் செய்து வையுங்கள்!

>>-அவரவர் பாதையில் செல்லுங்கள்!

>>வாழ்க்கையே எங்களை ஒன்றுசேர்த்தது, வேறெந்த வாய்ப்புமின்றி ஒருவரை மற்றவரின் கைகளில் ஒப்படைத்திருக்கிறது என்பதை அவரிடம் சொல்ல முயற்சித்தேன். நாங்கள் மட்டுமே இங்கிருக்கிறோம் எனும்போது, மிகுந்த தனிமையை உணர்ந்தோம். எப்படியாகிலும், நகரத்தின் மக்கட்தொகையை நாங்கள் பெருக்கவேண்டும். அனேகமாக அவர் திரும்பி வரும்போது, அவரால் தீட்சை வழங்கப்படுவதற்கு யாரேனும் இருக்கக்கூடும்.

>>-அவனை விட்டு விலகிவிடு. அதை மட்டும்தான் செய்ய முடியும்.

>>-ஆனால் நாங்கள் எப்படிப் பிழைப்பது?

>>-எல்லோரையும் போல.

>>பிறகு தன்னுடைய கோவேறு கழுதை மீதேறி அவர் கிளம்பிச் சென்றார், முகம் இறுகிப்போய், திரும்பிக்கூட பார்க்காமல், ஏதோ நரகத்தை விட்டுத் தப்பியோடுவது போல. அவர் திரும்பி வரவேயில்லை. ஆகவே அதனால்தான் இவ்விடம் முழுக்க ஆன்மாக்களால் நிரம்பியிருக்கிறது, பாவமன்னிப்பு கிட்டாமல் செத்துப்போன - மன்னிப்பைத் தேடிக் கண்டடையும் சாத்தியமும் இல்லாத - அமைதியற்ற ஆன்மாக்களின் நிரந்தர நடமாட்டம், ஒருவேளை எங்களைச் சார்ந்திருப்பதாலும் அவர்களுக்கு அந்த மன்னிப்பு கிட்டாமலே போகக்கூடும். அவன் வருகிறான். உனக்குக் கேட்கிறதா?

-ஆமாம், எனக்குக் கேட்கிறது.

-அது அவன்தான்.

கதவு திறந்தது.

-கன்றுக்குட்டியைக் கண்டுபிடித்தாயா? - அவள் கேட்டாள்.

-தற்போதைக்கு அது திரும்பிவருவதாகத் தெரியவில்லை, ஆனால் அதன் காலடித்தடங்களைக் கண்டுகொண்டேன், அது எங்கிருக்கிறது என்பதையும் சீக்கிரமே கண்டுபிடிப்பேன்.

அப்புறமாக இன்றைக்கு ராத்திரிக்குப் போய் அதனைக் கூட்டிவருகிறேன்.

-இரவில் என்னைத் தனியாக விட்டுச்செல்லப் போகிறாயா?

-இருக்கலாம்.

-என்னால் தாங்கமுடியாது. நீ என்னோடு இங்கிருப்பதையே விரும்புகிறேன். அப்போதுதான் நான் நிம்மதியாக உணர்கிறேன். இரவில்.

-இன்றிரவு நான் கன்றுக்குட்டியைத் தேடிப்போகிறேன்.

-இப்போதுதான் நான் தெரிந்துகொண்டேன் - நானும் பேச்சில் இணைந்தேன்- நீங்களிருவரும் கூடப் பிறந்தவர்கள் என்பதை.

-இப்போதுதான் தெரிந்துகொண்டாயா? உனக்கு முன்னமே வெகுகாலமாக எனக்கு அது தெரியும். ஆகவே நீ உன் வேலையை மட்டும் பார். எங்களைப் பற்றி மற்றவர்கள் பேசுவதை நாங்கள் ரசிக்கமாட்டோம்.

-என்னால் புரிந்துகொள்ள முடிகிறது என்பதை உனக்குத் தெரியப்படுத்த மட்டுமே சொன்னேன். வேறெந்தக் காரணமும் இல்லை.

-எதை உன்னால் புரிந்துகொள்ள முடிகிறது?

அவள் அவனுக்குப் பக்கவாட்டில் போய் நின்றாள், அவனுடைய தோள்களின் மீது சாய்ந்துகொண்டு அதையே திருப்பிக் கேட்டாள்:

-எதை உன்னால் புரிந்துகொள்ள முடிகிறது?

-ஒன்றுமில்லை - நான் பதிலளித்தேன்-. கடந்துபோகும் ஒவ்வொரு கணமும் எனக்குக் குழப்பம் அதிகரிக்கிறது- பிறகு சொன்னேன்-: நான் எங்கிருந்து வந்தேனோ அங்கு திரும்பிச்செல்ல விரும்புகிறேன். இந்நாளில் மிச்சமிருக்கும் மீச்சிறு வெளிச்சத்தையும் நான் பயன்படுத்திக்கொள்வேன்.

-பொறுத்திருப்பது நல்லது -அந்த ஆண் சொன்னான்-. காலை வரைக்கும் பொறுத்திரு. சீக்கிரமே இருட்டிவிடும், எல்லாச் சாலைகளிலும் புதர்கள் மண்டிக் கிடக்கின்றன. நீ தொலைந்து போகக்கூடும். காலையில் நான் உனக்கு வழி காட்டுகிறேன்.

–சரி.

கூரையில் இருந்த ஓட்டையின் வழியே, வானம்பாடிகளின் கூட்டம் தலைக்கு மேலே பறந்து செல்வதைக் கண்டேன், இருள் சாலைகளின் மீது கவிழ்வதற்குச் சற்று முந்தைய பின்மதியப்பொழுதில் சிறகடித்தலையும் பறவைகள். உடன், அன்றைய நாளை முடித்துவைக்க வெளிவரும் தென்றலால் ஏற்கெனவே கலைக்கப்பட்ட சில மேகங்களும்.

அதன் பிறகு மாலைநேர நட்சத்திரம் தோன்றியது, தொடர்ச்சியாக, நிலவும்.

அந்த ஆணும் பெண்ணும் என்னோடு அங்கில்லை. முற்றத்துக் கதவு வழியே வெளியேறிச் சென்றுவிட்டு அவர்கள் திரும்பியபோது இரவு கவிழ்ந்திருந்தது. உள்ளபடியே, அவர்கள் வெளியே போயிருந்தபோது என்ன நடந்தது என்று அவர்களுக்குத் தெரியவில்லை.

இதுதான் நடந்தது:

வீதியில் இருந்து வந்த ஒரு பெண் உள்ளே நுழைந்தாள். அவள் வயதானவளாக இருந்தாள், மிகவும் வயதானவளாக, ஏதோ அவளின் வழவழப்பான மேற்தோல் அவளுடைய உடம்பின் மீது சுற்றி இறுகக் கட்டப்பட்டதைப் போல அத்தனை மெலிவாயிருந்தாள். பெரிய முட்டைக் கண்களால் அறையை ஆராய்ந்தாள். ஒருவேளை அவள் என்னைப் பார்த்திருக்கவும் கூடும். நேராகப் படுக்கையை நோக்கிச்சென்று அதன் கீழிருந்து ஒரு தகரப்பெட்டியை வெளியே எடுத்தாள். அதை அவள் தோண்டித் துருவினாள். சில போர்வைகளைக் கைகளுக்குக் கீழே இடுக்கிக்கொண்டு, ஏதோ என்னை எழுப்பாமல் இருக்க முயற்சிப்பதைப் போல பூனை நடை நடந்து வெளியேறினாள்.

வேறெங்கோ பார்க்க முயற்சித்தவாறு, மூச்சை இழுத்துப் பிடித்துக்கொண்டு நான் அப்படியே அசையாமல் கிடந்தேன். ஆனால் சிறிதுநேரத்துக்குப் பிறகு அவள் சென்ற திசையில் எனது தலையைத் திருப்பினேன், நிலவுக்கு வெகு அருகே மாலைநேர நட்சத்திரம் பிரகாசமாக மின்னிய பாதையில்.

–இதைக் குடி! –எனக்குக் கேட்டது.

மறுபடியும் தலையைத் திருப்பும் தைரியம் எனக்கு இல்லை.

-இதைக் குடி! உனக்கு நல்லது. ஆரஞ்சுப் பூக்களின் வடிநீர். நீ பயந்திருக்கிறாய் என்பதை என்னால் சொல்ல முடியும், ஏனென்றால் உனது உடல் நடுங்குகிறது. உன் பயத்தைப் போக்க இது உதவும்.

அந்தக் கைகளை நான் அடையாளம் கண்டுகொண்டேன், எனது தலையை உயர்த்தியபோது, முகத்தையும் நான் அடையாளம் கண்டுகொண்டேன். அந்த ஆண் அவளுக்குப் பின்னால் நின்று கொண்டு கேட்டான்:

-உனக்கு உடம்புக்கு முடியவில்லையா?

-எனக்குத் தெரியவில்லை. மற்றவர்களால் பார்க்கவியலாத விசயங்களையும் ஆட்களையும் நான் பார்ப்பதாக நினைக்கிறேன். சற்றுமுன் வரை ஒரு பெண் இங்கிருந்தாள். அவள் கிளம்பிச் சென்றதை நீயும் பார்த்திருக்க வேண்டும்.

-நாம் போகலாம் - அவன் அந்தப் பெண்ணிடம் சொன்னான்- . அவன் இங்கேயே இருக்கட்டும். அவனைப் பார்த்தால் மந்திரவாதியாகத் தெரிகிறது.

-நாம் அவனைப் படுக்கையில் படுக்க வைக்க வேண்டும். அவனுடைய உடல் நடுங்குவதைப் பார், அவனுக்குக் காய்ச்சல் அடிக்கிறது போலும்.

-அவன் சொல்வதைக் கேட்காதே. வெறுமனே கவன ஈர்ப்புக்காக இவனைப் போன்ற ஆட்கள் எல்லாவித வித்தைகளையும் செய்வார்கள். தன்னை ஒரு தீர்க்கதரிசி என்று அறிவித்துக்கொண்ட இவர்களுள் ஒருவனை நான் மெடியா லூனாவில் பார்த்தேன். ஆனால் அவனால் முன்னுணர முடியாமல் போன ஒரு சங்கதி யாதெனில் அவனது ஏமாற்றுவேலையை எஜமான் கண்டுபிடித்த மறுகணமே தான் செத்துப்போவோம் என்பதைத்தான். இங்கிருக்கும் இவனும் கூட அந்த மந்திரவாதிகளின் கூட்டத்தைச் சேர்ந்தவனாக இருக்கவேண்டும். வெறுமனே "தெய்வ சங்கற்பத்தால் நமக்கு ஏதாவது கிடைக்குமா" எனும் ஆசையில் ஊர் ஊராகச் சுற்றித் தங்களின் வாழ்வை அழித்துக் கொள்பவர்கள். ஆனால் சாப்பிடுவதற்கு ஒருவாய் தருகிற ஒரு ஆளைக்கூட இவனால் இந்தப் பகுதியில் கண்டுபிடிக்கமுடியாது. அவன் நடுங்குவதை

எப்படி நிறுத்திவிட்டான் என்பதைக் கவனி. ஏனென்றால் அனேகமாக நாம் பேசுவதை அவன் கேட்டுக்கொண்டிருக்கிறான்.

ஏதோ காலம் பின்னோக்கிச் சென்றதைப் போல. நிலவுக்கருகில் நட்சத்திரம் இருப்பதை மீண்டும் கண்டேன். மேகங்கள் சிதறி விலகுவதையும். வானம்பாடிகளின் கூட்டம். பிறகு திடீரென முழுக்க வெளிச்சத்தால் நிறைந்த பிற்பகல் வானம்.

மதியச்சூரியனைப் பிரதிபலிக்கும் சுவர்கள். வட்டக்கற்களின் மீது எதிரொலிக்கும் காலடியோசைகள். கழுதையோட்டி என்னிடம் சொல்கிறான்: "டோனா எடுவீகஸைக் கண்டுபிடியுங்கள், அவள் இன்னும் உயிரோடிருந்தால்."

பிறகு ஓர் இருண்ட அறை. என்னருகே ஒரு பெண்மணி குறட்டை விடுகிறாள். அவளுடைய சுவாசம் சீரின்றி இருந்ததைக் கவனித்தேன், ஏதோ அவள் கனவு காண்பதைப்போல, அல்லது அவள் உறங்கவேயில்லை என்பதைப்போல, ஆனால் அதற்கு மாறாக உறக்கத்தில் வரக்கூடிய ஒலிகளை அவள் பாவனை செய்துகொண்டிருந்தாள். மூத்திரநாற்றம் வீசிய முரட்டுச் சாக்குப் பைகளால் மூடப்பட்டிருந்த, ஓதாதே நாணல்களால் ஆன படுக்கை, எப்போதும் அவற்றை வெயிலில் காயப்போட்டதில்லை என்று தோன்றியது. ஒரு கந்தல் துணியைக் கொண்டு சில பொசோட்டே மரயிலைகளை அல்லது சிறிதளவு கம்பளியைச் சுற்றிக்கட்டிய தலையணை, முழுக்க வியர்வையால் நனைந்து ஒரு மரக்கட்டையைப்போல அது இறுகிக் கிடந்தது.

அப்பெண்ணின் நிர்வாணமான கால்கள் என் முழங்கால்களில் அழுந்துவதை என்னால் உணரமுடிந்தது, என்னுடைய முகத்துக்கு வெகு அருகில் அவளின் மூச்சுக் காற்றையும். நான் படுக்கையில் எழுந்து உட்கார்ந்தேன், உணக்கிய செங்கல்லைப் போலிருந்த தலையணையில் வசதியாகச் சாய்ந்துகொண்டேன்.

-நீ தூங்கவில்லையா? -அவள் கேட்டாள்.

-எனக்குக் களைப்பாயில்லை. நாள் முழுக்கத் தூங்கியிருக்கிறேன். எங்கே உன் சகோதரன்?

-அவன் எங்கோ போயிருக்கிறான். எங்கோ போகும் வேலையிருக்கிறது என்று அவன் சொன்னதை நீ கேட்டாயல்லவா. அனேகமாக இன்றிரவு திரும்பி வரமாட்டான்.

-ஆக சொல்லாமல் கொள்ளாமல் அவன் கிளம்பிப் போய்விட்டான்? அவன் போவதை நீ விரும்பவில்லை என்றாலும்கூட?

-ஆமாம். மேலும், அவன் திரும்பிவராமலும் போகக்கூடும். கிளம்பிப்போன எல்லோரோடும் இதுதான் நிகழ்ந்தது. அதோ நான் அங்கே போகிறேன், இதோ நான் இங்கே போகிறேன். இங்கே திரும்பிவருவது எளிதல்ல எனும்படியான தொலைதூரத்தை அவர்கள் சென்று சேரும்வரைக்கும். சில நாள்களாகவே இங்கிருந்து கிளம்ப அவன் முயற்சித்துக் கொண்டிருந்தான், இது அவனுடைய முறை என நினைக்கிறேன். அப்படி வெளிப்படையாக அவன் சொல்லவில்லை, ஆனால் நீ என்னோடு தங்கி என்னைப் பார்த்துக்கொள்வாய் என்பதற்காக இக்கணத்தை அவன் தேர்ந்தெடுத்திருக்கிறான். இதுதான் தனக்கான வாய்ப்பு என்பதைக் கவனித்திருக்கிறான். ஓடிப்போன கன்றுக்குட்டி என்பது வெறும் சாக்கு. நீ பார்க்கத்தான் போகிறாய், அவன் திரும்பி வரமாட்டான்.

நான் அவளிடம் சொல்ல விரும்பினேன்: "கொஞ்சம் காற்றாட நான் வெளியே போகிறேன். எனக்குச் சோர்வாயிருக்கிறது." மாறாக, இதைச் சொன்னேன்:

-கவலைப்படாதே. அவன் திரும்பி வருவான்.

நான் எழுந்தபோது, அவள் சொன்னாள்:

-சமையலறையில் அடுப்பின் மீது உனக்காகச் சிறிதளவு வைத்திருக்கிறேன். நிறைய எல்லாம் இல்லை, ஆனால் அது உன் பசியைத் தணிக்கக் கூடும்.

அடுப்பின் மீது வெந்துகொண்டிருந்த சில டோர்தியாக்களையும் ஒரு துண்டு உலர்ந்த மாமிசத்தையும் கண்டேன்.

-இதைத்தான் உனக்கு என்னால் கொண்டுவர முடிந்தது - அங்கிருந்தே அவள் சொல்வது எனக்குக் கேட்டது -. என் அம்மா உயிரோடிருந்த காலம் தொடங்கி பத்திரமாக வைத்திருந்த இரண்டு நல்ல போர்வைகளை என் சகோதரியிடம் பண்டமாற்று செய்துகொண்டேன். அவற்றை எடுத்துப்போக அவள் இங்கு வந்திருக்கவேண்டும். டோனிஸின் முன்னால் எதையும் சொல்ல நான் விரும்பவில்லை, ஆனால் முன்பு ஒரு

பெண்ணைப் பார்த்து வெகுவாகப் பயந்தாயே அந்தப்பெண் அவள்தான்.

நட்சத்திரங்கள் நிரம்பிய கறுப்பு வானம். இருப்பதிலேயே பெரிய நட்சத்திரம், நிலவின் அருகில்.

-நான் பேசுவது உனக்குக் கேட்கவில்லையா? -தாழ்ந்த குரலில் கேட்டேன்.

அவளுடைய குரல் பதிலளித்தது:

-எங்கிருக்கிறாய்?

-நான் இங்கிருக்கிறேன், உன் ஊரில். உனது மக்களோடு. என்னை நீ பார்க்க முடியவில்லையா?

-இல்லை, மகனே, என்னால் உன்னைப் பார்க்க முடியவில்லை.

அவளுடைய குரல் எல்லாப் பக்கமிருந்தும் வருவதாகத் தோன்றியது. பிறகு பூமியின் எல்லைகளுக்கப்பால் எங்கோ அது மறைந்துபோனது.

-என்னால் உன்னைப் பார்க்க முடியவில்லை.

வீட்டின் மேற்கூரையில் பாதி காணாமல் போயிருந்த பகுதிக்குச் சென்றேன், அங்கே அந்தப் பெண் உறங்கிக் கொண்டிருந்தாள், அவளிடம் சொன்னேன்:

-இதோ இந்த மூலையிலேயே நான் தங்கிக்கொள்கிறேன். சொல்லப்போனால், படுக்கையும் தரையைப் போலவே கடினமாக இருக்கிறது. உனக்கு எதுவும் வேண்டுமென்றால் சொல்.

அவள் பதிலளித்தாள்:

-டோனிஸ் திரும்பி வரப்போவதில்லை. அதை அவனுடைய கண்களில் நான் பார்த்தேன். யாராவது வருவதற்காக அவன் காத்திருந்தான், ஆகவே அவன் கிளம்பிப் போகலாம் என்பதற்காக. இப்போது என்னைப் பார்த்துக்கொள்ளும் பொறுப்பு உன் தலையில் விழும். அல்லது உனக்கு அதில் விருப்பமில்லையா? வந்து எனக்குப் பக்கத்தில் படுத்துத் தூங்கு.

-எனக்கு இந்த இடமே போதும்.

-நீ மேலே வந்து படுக்கையில் படுப்பதுதான் நல்லது. அங்கே கீழே இருந்தால் டூரிகாட்டாக்கள்³ உன்னை உயிரோடு பிடித்துத் தின்றுவிடும்.

ஆகவே நான் சென்று அவளுக்குப் பக்கத்தில் படுத்துக்கொண்டேன்.

மிகச்சரியாக நடுநிசியில் வெப்பம் என்னை எழுப்பிவிட்டது. வியர்வையும். தூசியில் இருந்து உருவாகி பூமியின் அடுக்குகளால் கட்டியெழுப்பிய அந்தப் பெண்ணின் உடல் ஏதோவொரு சேற்றுக்குழம்பாக உருகி ஓடுவதைப்போல உடைந்து நொறுங்கியது. அவளிடமிருந்து வழிந்தோடிய வியர்வைக்குள் நான் நீந்துவதாக உணர்ந்தேன், சுவாசிக்க அங்கு காற்றேயில்லை. ஆகவே நான் எழுந்து கொண்டேன். அந்தப் பெண் இன்னும் உறங்கியவாறிருந்தாள். மரண ஓலத்தைப் போன்ற ஒலி அவளுடைய வாயிலிருந்து குமிழியிட்டது.

காற்றுக்காக நான் வெளியேறி வீதிக்கு வந்தேன், ஆனால் வெப்பம் துரத்தி வந்ததோடு என்னைத் தனியே விடுவதாயில்லை.

ஏனென்றால் அங்கு காற்றேயில்லை, ஆகஸ்ட் மாதத்தின் கத்திரி நாள்களில் நொதித்துக் கொண்டிருந்த, வெறுமனே ஓர் அமைதியான, சலிப்பான இரவு.

அங்கு காற்றேயில்லை. எனது வாயிலிருந்து வெளியேற முயன்ற காற்றை, அது தப்பிக்குமுன்னால் இரு கைகளாலும் இறுக்கிப்பிடித்து, அதே காற்றைத்தான் நான் விழுங்க வேண்டியிருந்தது.

உள்ளேயும் வெளியேயுமாக அது நகர்வதை என்னால் உணரமுடிந்தது, ஒவ்வொரு முறையும் சிறிதாகிக்கொண்டே வந்து, கடைசியில் மிகவும் மெலிதாகிப் பிறகு எனது விரல்களினூடாகக் கசிந்து என்றென்றைக்குமாக மறைந்துபோனது.

என்றென்றைக்குமாக என்பதை அழுத்திச் சொல்கிறேன்.

ஏதோ நுரை போன்ற மேகங்கள் என்னுடைய தலைக்கு மேலே சுழன்றதும் பின் நுரைக்குள் தலையைப் புதைத்து ஒரு மாபெரும் அலைக்குள் தொலைந்ததும் எனக்கு நினைவுக்கு வருகிறது. கடைசியாக நான் பார்த்தது அதைத்தான்.

-**மூச்சுமுட்டி நீ இறந்தாயென** நான் நம்பவேண்டுமா, யுவான் ப்ரீஸியாடோ? டோனிஸின் வீட்டிலிருந்து வெகுதொலைவில் ஊர்ச் சதுக்கத்தில் உன்னைக் கண்டுபிடித்தேன், அப்போது அவனும் என்னோடு அங்கிருந்தான், நீ நடிப்பதாக என்னிடம் சொன்னான். நாங்களிருவரும் சேர்ந்து, சதுக்கத்தின் நிழலுக்கு உன்னை இழுத்துப்போனோம், உடல் ஏற்கெனவே விறைத்து, பயத்தால் செத்தவனைப் போலக் கோணல்மாணலாகக் கிடந்தாய். நீ சொல்கிற அவ்விரவில் சுவாசிக்கக் காற்றேயில்லை என்றால், உன்னைத் தூக்கிப்போவதற்கான சக்தி எங்களுக்கு இருந்திருக்காது, தவிரவும் உன்னைப் புதைத்தோம் என்பதை மறந்துவிடு. ஆனால் நீயே பார்த்தாய்தானே, நாங்கள்தான் உன்னைப் புதைத்தோம்.

-நீ சொல்வது சரிதான், டோரோதியா. உன் பெயர் டோரோதியா என்று சொன்னாயில்லையா?

-எல்லாம் ஒன்றுதான். என் பெயர் டோரோதியாதான் என்றபோதிலும். ஆனால் எல்லாம் ஒன்றுதான்.

-உண்மை, டோரோதியா. முணுமுணுப்புகள்தான் என்னைக் கொன்றன.

<<எனது புகலிடத்தை அங்கு நீ காண்பாய். நான் மிகவும் நேசித்த இடத்தை. எண்ணற்ற நம்பிக்கைகளாலும் கனவுகளாலும் என்னைக் கிறுகிறுக்கச் செய்த இடத்தை. என் ஊர், சமவெளியில் இருந்து எழுந்து வரும். மரங்களாலும் இலைகளாலும் நிறைந்திருக்கும், எங்களின் நினைவுகளை நாங்கள் சேமித்து வைத்திருக்கும் பேழையைப் போல. அங்கிருக்கும் எவரும் ஏன் நிரந்தரமாக அங்கேயே வசிக்க விரும்புகிறார்கள் என்பதைப் புரிந்துகொள்வாய். விடியல், காலை, மதியம், இரவு, யாவும் ஒன்றுதான், காற்றில் நிலவும் மாற்றங்களைத் தவிர. காற்று பொருட்களின் நிறத்தை மாற்றிவிடும், வாழ்க்கையென்பது கடந்துபோகும் ஒரு முணுமுணுப்பு என்பதைப்போலத் தென்றல்கள் உன் ஆன்மாவுக்குப் புத்துணர்வு தரும், ஒரு சாந்தமான முணுமுணுப்பு என்பதைத் தாண்டி வேறொன்றுமில்லை என்பதைப்போல...>>

-ஆமாம், டோரோதியா. முணுமுணுப்புகள்தான் என்னைக் கொன்றன. எனது பயங்களைக் கட்டுப்படுத்தும் வழிமுறைகளை நான் கண்டடைந்திருந்தேன் என்றபோதும். ஆமாம்,

என்னால் தாங்கமுடியாத நிலைக்கு வரும்வரைக்கும் அது வளர்ந்துகொண்டேயிருந்தது. ஆக, முழுக்க முணுமுணுப்புகளால் நான் சூழப்பட்டிருப்பதை உணர்ந்த தருணத்தில் என்னுடைய நிதானத்தின் இறுதி இழையும் அறுந்துபோனது.

<<எப்படியோ நான் ஊர்ச்சதுக்கத்துக்கு வந்து சேர்ந்தேன், நீ சொல்வது நிஜம்தான். அங்கிருப்பதாக நான் கற்பனை செய்த எண்ணற்ற மனிதர்களின் கூச்சலால் ஈர்க்கப்பட்டு வந்தேன். அந்தத் தருணத்தில் நான் நிதானமாயில்லை. ஏதோ எனது கைகளால் நடக்கிறேன் என்பதைப்போல சுவர்களின் மீது சாய்ந்து தள்ளாடியபடி நடந்தது எனக்கு நினைவுள்ளது. விரிசல்களின் ஊடாகவும் காரையுதிர்ந்த பகுதிகளின் வழியாகவும் கசிந்து முணுமுணுப்புகள் சுவர்களை ஊடுருவி என்னிடம் வருவதாகத் தோன்றியது. நான் அவற்றைக் கேட்டேன். அவை மனிதக் குரல்கள்தாம், ஆனால் தெளிவானவை அல்ல, ரகசியமாக, என் காதுகளுக்குள் ஒலிக்கும் தேனீயின் ரீங்காரத்தை போல, நான் கடக்கையில் எதையோ அவை என்னிடம் முணுமுணுத்தன. சுவர்களை விட்டு விலகி நான் வீதியின் நடுவில் நடந்தேன், ஆனால் எந்த மாற்றமுமின்றி அவற்றை என்னால் தொடர்ந்து கேட்க முடிந்தது, அவை என்னோடு தொடர்ந்து பயணித்ததைப்போல, எனக்கு முன்னாலோ அல்லது பின்னாலோ. முன்பு குறிப்பிட்ட வெப்பத்தை அதன்பிறகு நான் உணரவில்லை. மாறாக, எனக்குக் குளிரடித்தது. என்னோடு படுக்கையைப் பகிர்ந்துகொண்ட பெண்ணின் வீட்டை விட்டு வெளியேறிய தருணத்தில் இருந்து, அதாவது, நான் சொன்னதைப்போல, தன்னுடைய வியர்வையின் ஈரத்துக்குள் அவள் சிதைந்து போனாள் இல்லையா, அப்போதிருந்து உடலை ஊடுருவிக் குத்தும் குளிரை நான் உணர்ந்தேன். நான் நடக்க நடக்க, அந்தக் குளிர் மிகவும் மோசமானது, மயிர்க்கூச்செறிதல்களால் எனதுடம்பு முழுக்க மூடப்பட்டது. நான் விட்டுவந்த கதகதப்பை மீண்டும் கண்டுபிடிக்க முயற்சிக்கலாம் என்றெண்ணித் திரும்பிப்போக விரும்பினேன். ஆனால் சற்று நேரங்கழித்து அந்தக் குளிர் எனக்குள்ளிருந்துதான் வருகிறது என்பதைப் புரிந்துகொள்ள ஆரம்பித்தேன், என்னுடைய சொந்த உதிரத்தில் இருந்து. நான் அரண்டிருந்ததை அப்போதுதான் உணர்ந்தேன். ஊர்ச் சதுக்கத்திலிருந்து ஆரவாரங்கள் வருவதைக் கேட்டேன், ஆகவே அந்த மனிதர்களுக்கு மத்தியில் இருப்பது என் அச்சத்தைக்

குறைக்கும் என்றெண்ணினேன். அதனாலேயே நீங்களிருவரும் என்னை ஊர்ச் சதுக்கத்தில் கண்டுபிடித்திருக்கிறீர்கள். ஆக டோனிஸ் திரும்பினானா இல்லையா? அவனை மீண்டும் பார்க்கமாட்டோம் என்பதில் அந்தப் பெண் அத்தனை உறுதியாயிருந்தாள்.>>

-நாங்கள் உன்னைக் கண்டுபிடித்தபோது விடிந்திருந்தது. அவன் எங்கிருந்து வந்தான் என்று எனக்கு உறுதியாகத் தெரியவில்லை. நான் கேட்கவும் இல்லை.

-எப்படியோ, நான் ஊர்ச் சதுக்கத்தை வந்தடைந்தேன். முகப்பின் தூண்களுள் ஒன்றில் சாய்ந்துகொண்டேன். அங்கு யாருமில்லை என்பதைப் பார்த்தேன், இருந்தாலும் சந்தை நாளில் புழங்கும் பெரும் மக்கள் கூட்டம் போல் ஒலித்த முணுமுணுப்பை என்னால் இன்னும் கேட்கமுடிந்தது. நிலையான ஆரவாரம், எந்தவிதமான ஒத்திசைவும் காரணமும் இன்றி, இரவில் மரத்தின் கிளைகளில் மோதும் காற்று உண்டாக்கும் ஒலியைப் போல. மரத்தை அல்லது கிளைகளை நாம் பார்க்காதபோதும் அதன் சலசலப்பை நம்மால் கேட்கமுடியும். அத்தகைய சூழல். அடுத்த அடியை நான் எடுத்து வைக்கவில்லை. அந்த முணுமுணுப்பு என்னை நெருங்குவதை உணரத் தொடங்கினேன், தேனீக்களின் கூட்டமாய் என்னைச் சுற்றி ரீங்கரித்தபடி, கிட்டத்தட்ட ஒலியேயில்லாத அதிலிருந்து இறுதியாகச் சில வார்த்தைகளை என்னால் கிரகிக்கமுடிந்தது: "ஆண்டவரிடம் எங்களுக்காகப் பிரார்த்தனை செய்." அவர்கள் அவ்வாறு சொல்வதை நான் கேட்டேன். மேலும் அப்போதுதான் என் ஆன்மா உறைந்தது. அதனால்தான் என்னை நீங்கள் பிணமாகக் கண்டெடுத்திருக்கிறீர்கள்.

-உன் ஊரைவிட்டு நீ கிளம்பாமலே இருந்திருக்கலாம். எதற்காக இங்கு வந்தாய்?

-ஆரம்பத்திலேயே நான் உனக்குச் சொன்னேன். நான் பெட்ரோ பராமோவைத் தேடி வந்தேன், அவர்தான் என் அப்பா என்பதாகத் தெரிகிறது. நம்பிக்கையே என்னை இங்கு அழைத்து வந்தது.

-நம்பிக்கை? அதற்கு நீ தந்திருக்கும் விலையைப் பார்த்தாயா? அதுபோன்ற ஒரு பிரம்மைதான் நான் வாழவேண்டிய காலத்தைக் காட்டிலும் அதிகமாய் என்னை வாழவைத்தது.

என் மகனைக் கண்டுபிடிக்கமுடியும் என்கிற நம்பிக்கைக்கு நான் கொடுத்த விலை அது, உண்மையைச் சொன்னால், வெறுமனே அதுவொரு ஏக்கம் மட்டுமே, காரணம் என்னவென்றால் எனக்கு நிஜத்தில் மகனே கிடையாது. இப்போது நான் இறந்துவிட்டதால், நிதானமாக யோசித்து அனைத்தையும் புரிந்துகொள்ள எனக்கு நேரம் கிட்டியிருக்கிறது. ஒரு குழந்தையை வளர்க்குமளவுக்கு எனக்கென்று ஒரு கூட்டைக் கடவுள் வழங்கவில்லை. வெறுமனே ஒரு நீண்ட, இழுபறியான வாழ்க்கை, சோகம் ததும்பும் கண்களோடு இங்குமங்கும் தேடிக்கொண்டேயிருந்தேன், எப்போதும் சிறு சந்தேகத்தோடு, ஏதோ அக்கம்பக்கத்தில் இருந்த மனிதர்கள் என் மகனை என்னிடமிருந்து ஒளித்துவைத்திருக்கிறார்கள் என்பதைப் போல. எல்லாவற்றுக்கும் காரணம் ஒரு கெட்ட கனவுதான். எனக்கு இரண்டு கனவுகள் வந்தன: ஒன்றை என்னுடைய 'ஆசிர்வதிக்கப்பட்ட' கனவு என்று சொல்வேன், மற்றொன்று 'சபிக்கப்பட்டது'. முதற்கனவு எனக்கொரு குழந்தை இருப்பதாய் என்னை நம்ப வைத்தது. எனவே நான் உயிரோடிருந்தபோது, அதை உண்மை என நம்புவதை எப்போதும் கைவிடவில்லை, ஏனென்றால் என் கைகளுக்குள் அவனை என்னால் உணரமுடியும், அத்தனை மிருதுவாக, அவனுடைய சிறிய வாயோடும் கைகளோடும் கண்களோடும். நீண்ட நெடுங்காலத்துக்கு, உறக்கத்தில் இருக்கும் அவனது கண்ணிமைகளையும் இதயத் துடிப்பையும் எனது விரல்நுனிகளில் என்னால் உணரமுடிந்தது. என்றால் அது உண்மைதான் என்பதை எப்படி நான் நம்பமறுப்பேன்? எனது ரெபோஸோவுக்குள் அவனைச் சுற்றிக்கொண்டு எங்குபோனாலும் அவனையும் அழைத்துப்போவேன்; பிறகு, திடீரென்று, அவன் போய்விட்டான். பரலோகத்தில், அவர்கள் தவறிழைத்து விட்டதாக என்னிடம் சொன்னார்கள். அதாவது, அவர்கள் எனக்கு அம்மாவின் இதயத்தையும், ஆனால் ஒரு பரத்தையின் கருப்பையையும் தந்துவிட்டார்கள். அதன்பிறகு எனக்கு வந்த மற்ற கனவு இதுதான். நான் பரலோகத்துக்குச் சென்று அங்குள்ள தேவதைகளுக்கு மத்தியில் என் குழந்தையின் மலர்முகத்தைக் காணமுடிகிறதா எனத் தேடுகிறேன். ஆனால் ஒன்றுமில்லை. அத்தனை முகங்களும் ஒன்றுபோல இருந்தன, ஒரே அச்சில் வார்த்தெடுத்தது போல. ஆக நான் கேட்டேன். அந்தப் புனிதர்களில் ஒருவர் முன்னேறி வந்தார், ஒருவார்த்தை கூடப் பேசாமல், தனது கைகளுள் ஒன்றை எனது வயிற்றுக்குள்

நுழைத்தார், ஏதோ மெழுகுப் பந்துக்குள் நுழைப்பதைப்போல. அதை அவர் வெளியிலிழுத்தபோது, கொட்டை ஓடு போலத் தெரிந்த ஏதோவொன்றை என்னிடம் காட்டினார். "உனக்குக் காட்டப்படும் விசயத்தை நிரூபிக்கும் சான்றாக இதை வைத்துக்கொள்."

>>மேலோகத்தில் அவர்கள் வினோதமான வழிமுறையில் பேசுவார்கள் என்பது தெரியும், ஆனாலும் நமக்கு அது புரியும். அது பட்டினியால் சுருங்கிப்போன என்னுடைய வயிறுதான், மேலும் அதனால் எந்தப் பயனுமில்லை என்பதையும் நான் விளக்க விரும்பினேன், ஆனால் அந்தப் புனிதர்களுள் மற்றொருவர் எனது தோள்களைப் பற்றிக் கதவை நோக்கித் தள்ளினார்: "இன்னும் சிறிது காலம் பூமிக்குச் சென்று ஓய்வெடு, மகளே. மேலும் நரகத்தில் உழலும் நேரத்தைக் குறைக்க நல்லவளாக இருக்க முயற்சி செய்.">>

>>அதுதான் என் 'சபிக்கப்பட்ட' கனவு, மேலும் எனக்கு மகனே கிடையாது என்பதை அக்கனவு எனக்கு உணர்த்தியது. எனது உடல் வற்றிச் சுருங்கிய பிறகு, வலுக்கட்டாயமாகத் தலையைக் கீழ்நோக்கிப் பார்க்கும்படியாக எனது முதுகெலும்பு வளைந்தபிறகு, அதற்குமேல் என்னால் நடக்கமுடியாது என்றான பிறகே, அந்தப் புரிதல் எனக்கு மிகத் தாமதமாக வந்தது. தவிரவும், அனைவரும் ஊரை விட்டு வெளியேறிக்கொண்டிருந்தார்கள். என்னை உயிரோடு வைத்திருந்த தங்களுடைய கருணையையும் கூட்டிக்கொண்டு அவர்கள் ஒவ்வொருவரும் வெவ்வேறு திசைகளில் கிளம்பிப்போனார்கள். நான் வெறுமனே உட்கார்ந்து சாவுக்குக் காத்திருந்தேன். நாங்கள் உன்னைக் கண்டுபிடித்த பிறகு, சிறிதளவேனும் ஓய்வெடுப்பதில் என்னுடைய எலும்புகள் உறுதியாக இருந்தன. "யாரும் என்னைக் கண்டுகொள்ளக் கூட மாட்டார்கள்," என எண்ணினேன். யாரும் பொருட்படுத்தும் அளவுக்கு நான் தகுதியானவளும் அல்ல. அதோடு, உனக்குத் தெரியுமா, இந்தப் பூமியில் எனக்கென்று தனியாக ஒரு இடமும் தேவைப்படவில்லை. உனது கல்லறைக்குள் என்னை அவர்கள் புதைத்துவிட்டார்கள், உன்னுடைய கரங்களின் இடைவெளிக்குள் என்னைத் திணித்தார்கள். இதோ, இப்போது நானிருக்கும் இந்தச் சின்னஞ்சிறு இடத்தில். என்றபோதிலும் நான்தான் உன்னை எனது கைகளுக்குள் தாங்கிக்கொள்ள வேண்டுமென்று எனக்குத் தோன்றுகிறது. உனக்குக் கேட்கிறதா?

மேலே மழை பெய்கிறது. மழை அடித்து ஊற்றுவதை உன்னால் உணரமுடியவில்லையா?>>

-யாரோ நமக்கு மேலே நடந்து போவதாகத் தெரிகிறது.

-பயப்படுவதை நிறுத்தும் நேரமிது. இனிமேலும் உன்னை யாரும் பயமுறுத்த முடியாது. வெகுகாலம் இங்கே மண்ணுக்குக் கீழே நாம் புதைந்து கிடக்கப்போகிறோம் எனும்போது, இனிமையான நினைவுகளை யோசிக்க முயற்சி செய்.

விடியும்பொழுதில், அடர்த்தியான மழைத்துளிகள் பூமியில் விழுகின்றன. உழவுகால்களின் மெத்தென்ற, தளர்ந்த நிலத்தில் மோதும்போது அவை ஒரு வெறுமையான சத்தத்தை எழுப்புகின்றன. ஒரு குழந்தையின் அழுகையை பிரதிசெய்வது போலக் கூவியபடி ஒரு பாடும்பறவை தரைக்குச் சற்று மேலே தாழப் பறந்தது. தொலைதூரம் பறந்தபிறகு சோர்வுற்றிருப்பதைப்போல அது முனகியது, இன்னும் தொலைவாகச் சென்றபிறகு - அத்துவானம் தொடங்கும் இடத்தில் - அதுவொரு விக்கலை வெளிப்படுத்தியது, பிறகு அது சிரித்தது, தொடர்ச்சியாக மற்றொரு விக்கலும்.

மண்ணின் புத்தம்புது மணத்தை உணர்ந்து ஃபுல்கோர் செடானோ வெளியே பார்த்தபோது மழை உழவுகால்களை ஊடுருவிப் பாய்வதைக் கண்டார். அவருடைய சின்னஞ்சிறு கண்கள் மகிழ்ச்சியில் மின்னின. அந்த உணர்வை அனுபவிப்பவராக மூன்றுமுறை ஆழமாக மூச்சையிழுத்துவிட்டார், பிறகு பல்லைக் காட்டியபடி அகலப் புன்னகைத்தார்.

<<"தேவனுக்கு நன்றி! -அவர் சொன்னார்-. இன்னுமொரு பிரமாதமான வருடம்." பிறகு அவர் தொடர்ந்து சொன்னார்: "பொழி, அற்புதமான மழையே, பொழி. நீயாகத் தீர்ந்து போகுமட்டும் பொழிந்துகொண்டேயிரு! பிறகு அந்த வழியே செல். மண்ணைப் புரட்டிப்போட எத்தனை சிரமப்பட்டிருக்கிறோம் என்பதை நினைவில் வைத்திரு, உனக்காகத்தான், உன் மகிழ்ச்சிக்காகவே."

பிறகு அவர் எக்காளமிட்டுச் சிரித்தார்.

வயல்களைச் சுற்றித்திரிந்து திரும்பிய பாடும்பறவை வேதனையுடன் கூடிய ஓர் ஊளையை வெளியிட்டவாறே அவருக்கு முன்னால் பறந்து சென்றது.

மேகங்களிலிருந்து சிதறிய மழை அதிகத் தீவிரத்துடன் பெய்ய ஆரம்பித்தது, தொலைதூரத்தில், சூரியன் எழத்தொடங்கிய இடத்தில், வானம் இருண்டு மூடிக்கொள்ள, விலகத் தொடங்கியிருந்த இரவு மறுபடியும் திரும்பி வருவதாகத் தோன்றியது.

விசையோடு திறந்தபோது, ஈரக்காற்றில் நனைந்தூறிய மெடியா லூனாவின் பிரதானக் கதவு பலமாகக் கிறீச்சிட்டது. இருவர் குதிரைகளில் விரைந்தார்கள், மேலும் இருவர், அதன்பிறகும் இருவர் எனக் கிட்டத்தட்ட இருநூறு ஆண்கள் குதிரைகளின் முதுகுகள் மீதேறி மழையில் ஊறியிருந்த வயல்களினூடாகப் பரவி நின்றார்கள்.

–கால்நடைகளை நாம் என்மீடியோ பண்ணையிலிருந்து எஸ்டாகுவா பண்ணையாயிருந்த பகுதியைத் தாண்டி, பிறகு எஸ்டாகுவா பண்ணையிலுள்ள கூட்டத்தை வில்மாயோ மலைகள்வரை ஓட்டிப்போக வேண்டும் – அவர்கள் வெளியேறிச்சென்ற அதே கணத்தில் ஃபுல்கோர் செடானோ ஆணையிட்டார் –. விரைந்து செயல்படுங்கள், மழை நம்மைக் கடுமையாகத் தாக்கப்போகிறது!

இந்த உத்தரவை அவர் பலமுறை தொடந்து சொல்லிக்கொண்டே இருந்ததால் கடைசியாகக் கிளம்பியவர்களுக்கு இது மட்டும்தான் கேட்டது: “இங்கிருந்து அங்கு, பிறகு அங்கிருந்து இன்னும் தொலைவாக.”

தங்களுக்குப் புரிந்தது என்பதைக் குறிப்புணர்த்த ஒவ்வொருவரும் கைகளை உயர்த்தித் தங்களின் சொம்ப்ரேரோவைத்[4] தொட்டுக் காட்டினார்கள்.

கடைசி ஆளும் கிளம்பிச்சென்ற கணத்தில் நாலுகால் பாய்ச்சலில் மிகுவேல் பராமோ அங்கு தோன்றினான், வேகத்தைக் குறைக்காமலே, கிட்டத்தட்ட ஃபுல்கோரின் மேலே விழுவதைப்போல, தனது குதிரையில் இருந்து தாவி இறங்கினான், குதிரை அதுவாகவே திரும்பிச்சென்று கொட்டடியில் நின்றது.

–நாளின் இந்நேரத்தில் எங்கிருந்து வருகிறாய், இளைஞனே?

-நான் கறக்கப் போயிருந்தேன்.

-யாரிடம்?

-உன்னால் யூகிக்க முடியவில்லையா?

-டோரோதியா, லா குவாரகா[5], அவளாகத்தான் இருக்கவேண்டும். இந்தச் சுற்றுவட்டாரத்தில் அவள் ஒருத்திக்குத்தான் குழந்தைகளைப் பிடிக்கும்.

-நீ ஒரு முட்டாள், ஃபுல்கோர், ஆனால் அது உன் தவறல்ல.

தனது குதிமுட்களைக் கூடக் கழற்றாமல், தனக்குக் காலையுணவு கொண்டு வரும் ஆளைத் தேடிக்கொண்டு, அவன் கிளம்பினான்.

சமையலறையில், டாமியானா சிஸ்னெரோஸ் அதே கேள்வியை அவனிடம் கேட்டாள்.

-நீ எங்கே போனாய், மிகுவேல்?

-முழுக்க ஒரே வேலைதான், உன் அம்மாவைத் தேடி.

-ஆத்திரப்பட வேண்டியதில்லை. நான் கேட்டதை மறந்துவிடு. உனக்கு முட்டைகளை எப்படிச் சமைக்க?

-உனக்குத் தோன்றுவதைச் செய்.

-நான் தவறாகக் கேட்கவில்லை, மிகுவேல்.

-எனக்குத் தெரியும், டாமியானா. நான் சொன்னதை மறந்திடு. ஹேய், உனக்கு டோரோதியா எனும் பெண்ணைத் தெரியுமா, லா குவாரகா என்று அவளை அழைக்கிறார்கள்?

-தெரியும். மேலும் நீ அவளைப் பார்க்க விரும்பினால், அவள் வெளியேதான் நிற்கிறாள். தினமும் அதிகாலை எழுந்தவுடன் சிறிதளவு காலையுணவுக்காக இங்கு ஓடிவருவாள். அவள்தான் எப்போதும் தன்னுடைய ரெபோஸோவுக்குள் ஒரு மூட்டையை வைத்துக்கொண்டு சுற்றுபவள், அதனைக் கொஞ்சியபடி, எல்லோரிடமும் அதைத் தன் குழந்தை என்கிறாள். முன்பொரு சமயம் ஏதாவது ஒரு கெட்டது அவளுக்கு நடந்திருக்க வேண்டும், ஆனால் அவள் பேசுவதே கிடையாதென்பதால் அந்தக் கெட்ட சங்கதி என்னவென்று யாருக்கும் தெரியவில்லை. மக்கள் எதைத் தந்தாலும் அதை உண்டு பிழைத்துவருகிறாள்.

-அந்தக் கிழவன் ஃபுல்கோர் நாசமாகப் போகட்டும்! அவனுக்குத் தலைசுற்றிப் போகும் ஒரு பாடத்தை அவனுக்குக் கற்றுத்தருவேன்.

ஆனால் அதன்பிறகு அந்தப் பெண்ணால் ஏதும் பயனிருக்குமா என்று அவன் யோசித்தான். எந்தத் தயக்கமுமின்றி, சமையலறையின் பின்புறக் கதவுக்குச் சென்று அவன் டோரோதியாவை அழைத்தான்:

-இங்கே வா. உன்னிடம் ஒரு விசயம் பேசவேண்டும் - அவன் அவளிடம் சொன்னான்.

என்ன பேரத்தை அவளிடம் அவன் முன்வைத்தான் என்று தெரியவில்லை, உறுதியாகச் சொல்லக்கூடிய ஒரே விசயம் என்னவென்றால் அவன் திரும்பி உள்ளே வந்தபோது, தனது கைகளை நன்றாகத் தேய்த்துக்கொண்டான்.

-அந்த முட்டைகளை எடுத்து வா! - டாமியானாவிடம் கத்தினான், பிறகு சொன்னான்-: இப்போதிருந்து நான் என்ன சாப்பிட்டாலும் அதை அந்தப் பெண்ணுக்கும் தரவேண்டும், கஞ்சத்தனம் நிரம்பிய உன்னுடைய மனதை அது கொன்றாலும் பரவாயில்லை.

அதேவேளை, சோளத்தின் கையிருப்பைச் சோதிக்க ஃபுல்கோர் செடானோ களஞ்சியத்துக்குச் சென்றார். அறுவடைக்கு இன்னும் காலமிருந்ததால் எவ்வளவு பயன்படுத்தப்படுகிறது என்பதில் அவர் கவலை கொண்டிருந்தார். சொல்லப்போனால், அப்போதுதான் அவர்கள் நடவையே முடித்திருந்தார்கள். "நமக்கு இது கடைசி வரைக்கும் தாங்குமா என்று பார்க்கவேண்டும்." பிறகு அவர் தொடர்ந்தார்: "இந்தப் பயல்! அப்படியே அப்பனைப் போல, ஆனால் இவன் ரொம்ப சீக்கிரமே ஆரம்பித்துவிட்டான். இதேரீதியில் போனால், இவன் தப்பிப்பிழைப்பான் என்று தோன்றவில்லை. ஒரு ஆளைக் கொன்றதாக இவன்மீது குற்றஞ்சாட்டிக்கொண்டு நேற்று சிலர் வந்தார்களென்பதைச் சொல்ல மறந்து போனேன். இவன் இப்படியே போனான் என்றால்..."

நீண்ட பெருமூச்சை வெளியிட்டபடி, பண்ணையாட்கள் இந்நேரம் எங்கு சென்றிருப்பார்கள் என்பதை யூகிக்க முனைந்தார். ஆனால் தனது முகவாயை வேலியின் மீது தேய்த்துக் கொண்டிருந்த மிகுவேல் பராமோவின் குதிரையால் அவருடைய

கவனம் சிதறடிக்கப்பட்டது. "அதன் சேணத்தைக் கூட அவன் கழற்றவில்லை," அவர் நினைத்துக்கொண்டார். "அவன் கழற்றவும் மாட்டான். குறைந்தபட்சம் டான் பெட்ரோவை நாம் சற்று நம்பலாம், அவர் அமைதியாக இருந்த காலங்களும் உண்டு. ஆனால் இந்த மிகுவேலை அவர் ரொம்பத்தான் தாலாட்டுகிறார். நேற்று மிகுவேல் என்ன செய்திருக்கிறான் என்று அவரிடம் சொன்னபோது, அவர் பதிலளித்தார்: "வெறுமனே நான்தான் இதற்கெல்லாம் பொறுப்பு என்று மக்களிடம் சொல்லிவிடலாம், ஃபுல்கோர். அவன் அதைச் செய்திருக்கமாட்டான், யாரையும் கொல்லுமளவுக்கு அவன் இன்னும் பெரிய ஆளாகவில்லை. அதுபோன்ற வேலைகளைச் செய்ய, அவனுக்கு இத்தனை பெரிய கொட்டைகள் வேண்டும்." கைகளை அவர் உயர்த்திக் காட்டினார், ஏதோ பூசணிக்காயின் அளவைக் காட்டுவதுபோல. "அவன் என்ன செய்தாலும், பழியை என் தலையில் போடு."

-மிகுவேல் உங்களுக்கு எக்கச்சக்கமான தலைவலிகளைத் தரப்போகிறான், டான் பெட்ரோ. சிக்கலில் மாட்டிக்கொள்வது அவனுக்குப் பிடித்திருக்கிறது.

-அவனைக் கொஞ்சம் நிம்மதியாக விடு. அவன் இன்னும் குழந்தைதான். அவனுக்கு இப்போது என்ன வயது? பதினேழு இருக்கலாம். சரியா, ஃபுல்கோர்?

-இருக்கலாம். பிறந்த குழந்தையாக அவனை இங்கு கொண்டு வந்தது எனக்கு நினைவுள்ளது, நேற்று நடந்ததைப் போலிருக்கிறது. ஆனால் அவன் மிகவும் கோபக்காரனாகவும் எப்போதும் அவசரப்படுகிறவனாகவும் இருக்கிறான், சிலசமயம் அவன் காலத்தை எதிர்த்து போட்டி போடுவதாகத் தோன்றுகிறது. அந்தப் பந்தயத்தில் அவன் தோற்றுப்போவான், உங்களுக்குத் தெரியும்.

-அவன் இன்னும் குழந்தைதான், ஃபுல்கோர்.

-நீங்கள் எது சொன்னாலும் சரிதான், டான் பெட்ரோ, ஆனால் உங்கள் பையன் அவள் கணவனைக் கொன்றதாகச் சொல்லிக்கொண்டு நேற்று விசும்பியபடி ஒரு பெண் வந்தாளே, மனப்பிறழ்வையும் தாண்டிய மனநிலையில் இருந்தாள். ஒரு மனிதனின் துயரத்தைக் கணக்கிட எனக்குத் தெரியும், டான் பெட்ரோ. ஆனால் அந்தப் பெண்ணோ துயரத்தால் கொதித்துப் போயிருந்தாள். மொத்தச் சங்கதியையும் அவள்

மறக்கத் தயாரென்றால் அவளுக்கு ஐயாயிரம் லிட்டர் மக்காச்சோளத்தைத் தர நான் முன்வந்தேன், ஆனால் அவள் மறுத்துவிட்டாள். எனவே வேறேதேனும் ஒரு வகையில் இந்தப் பிரச்சினையைத் தீர்த்துக்கொள்ளலாம் என்று உறுதியளித்தேன். அப்படியும் அவளுக்குச் சமாதானம் ஆகவில்லை.

–கூட வந்தவர்கள் யார்?

–எனக்கு அந்த ஆட்களைத் தெரியாது.

–என்றால் அதைப் பற்றிக் கவலைப்படாதே, ஃபுல்கோர். அவர்களெல்லாம் ஒரு கணக்கே கிடையாது.

ஃபுல்கோர் களஞ்சியத்துக்குள் நுழைந்து சோளத்தின் வெதுவெதுப்பைத் தொட்டுணர்ந்தார். பூச்சிகள் அதற்குள் புகுந்துவிடவில்லை என்பதை உறுதிசெய்ய கைநிறைய அள்ளி ஆராய்ந்தார். அதன் உயரத்தை அளந்தார்: "இது போதும் - என்றார் -. புற்கள் வளரத் தொடங்கிவிட்டால் கால்நடைகளுக்கு நாம் சோளத்தைத் தரவேண்டி வராது. தேவைக்கு அதிகமாகவே இருக்கிறது."

திரும்பும் வழியில், முழுக்க மேகங்களால் நிறைந்திருந்த வானத்தை அவர் அண்ணாந்து பார்த்தார்: "இன்னும் சிறிது காலத்துக்கு நல்ல மழை பெய்யும்." மற்ற அனைத்தையும் அவர் மறந்துபோனார்.

–அங்கு மேலே நிலவும் பருவநிலை மாறியிருக்க வேண்டும். என் அம்மா எப்போதும் சொல்வாள், மழை பெய்யத் தொடங்கியதுமே யாவும் ஒளியாலும் புதிய தாவரங்களின் பசுமையான வாசனையாலும் நிறைந்திடும். மேகங்கள் எவ்வாறு திரண்டு வருமென்பதைப் பற்றி அவள் பேசுவாள், எவ்வாறு அவை தரைமீது பொழிந்திடும் என்பதையும், பூமியைச் திதறடித்து அதன் நிறத்தை மாற்றி... என் அம்மா, தனது குழந்தைப் பருவத்தை இந்த ஊரில்தான் அவள் கழித்தாள், அவளுடைய வாழ்க்கையின் மிகச் சிறந்த ஆண்டுகளையும், என்றாலும் சாவதற்கு அவளால் இங்கு திரும்பி வர முடியவில்லை. ஆகவே அவளிடத்தில் என்னை இங்கு வரவைத்தாள். வினோதம்தான், டோரோதியா, வானத்தைப் பார்க்கும் வாய்ப்பு எனக்குக் கிடைக்கவேயில்லை என்பது. குறைந்தபட்சம் அது

மட்டும், அனேகமாக, அவளுக்குத் தெரிந்த விதத்தில் இருந்து மாறாமலிருக்கிறது.

-எனக்குத் தெரியாது, யுவான் ப்ரீஸியாடோ. நான் எனது தலையை உயர்த்தி வெகுகாலம் ஆகிறது, வானங்களை நான் மறந்தே போய்விட்டேன். அப்படியே நிமிர்ந்து பார்த்திருந்தாலும், எனக்கு என்ன நல்லது செய்துவிடப்போகிறது? வானம் எங்கோ வெகுதூரத்தில் உள்ளது, எனது கண்கள் மிக பலவீனமானவை, ஆகவே தரை எங்கிருக்கிறது என்பதைத் தெரிந்துகொள்வதே எனக்குத் திருப்திகரமாயிருந்தது. தவிர, கடவுளின் கருணையை ஒருபோதும் நான் பெறமுடியாது என்று பாதிரியார் ரெண்டேரியா உறுதிபடக் கூறியபிறகு வானத்தைப் பார்க்கும் ஆசையைத் துறந்துவிட்டேன். தூரத்தில் இருந்து கூட என்னால் அதைப் பார்க்கமுடியாது என்றார்... எனது பாவங்களின் பொருட்டு. ஆனால் அதை என்னிடம் சொல்லியிருக்க வேண்டியதில்லை. வாழ்க்கை தானாகவே நம்மை அடித்து வீழ்த்திவிடுகிறது. நாம் செத்த பிறகு வேறொரு வித்தியாசமான இடத்துக்குப் போவோம் எனும் நம்பிக்கைதான் மனிதனைத் தொடர்ந்து ஓடவைக்கும் ஒரே விசயம், ஆனால் ஒரு கதவு நம்முடைய முகத்துக்கு நேரே அறைந்து மூடப்பட்ட பிறகு மிச்சமிருக்கும் மற்றொரு கதவும் நம்மை நேராக நரகத்துக்கு அழைத்துச் செல்லுமெனில், நாம் பிறக்காமலிருப்பதே நல்லது... என்னைப் பொருத்தமட்டில், யுவான் ப்ரீஸியாடோ, நான் இப்போதிருக்கும் இங்குதான் சொர்க்கம் உள்ளது.

-உன் ஆன்மாவின் கதி? அது எங்கே மறைந்ததென்று நினைக்கிறாய்?

-உயிரோடிருக்கும் யாராவது தனக்காகப் பிரார்த்தனை செய்வார்கள் என அவர்களைத் தேடிக்கொண்டு, மற்ற பலரையும் போல அதுவும் பூமியில் அலைகிறதென்று நினைக்கிறேன். நான் அதை நடத்திய விதத்திற்காக அது என்னை வெறுக்கும் சாத்தியமும் உண்டு, ஆனால் எனக்கு அதுபற்றிக் கவலையில்லை. கழிவிரக்கத்திடம் அதற்கிருக்கும் அபாரமான நாட்டத்தில் இருந்து நான் விடுபட்டுவிட்டேன். என்னால் சாப்பிட முடிந்த மிகக் குறைந்த உணவையும் அது கசக்கச்செய்தது, சபிக்கப்பட்டவர்கள் குறித்த கொடுங்கனவுகளாலும் அத்தகைய சங்கதிகளாலும் என்னுடைய இரவுகளைத் தாங்கிக்கொள்ள முடியாததாக மாற்றியது. சாவதற்கு நான் தயாரானபோது,

எனது பாவங்களைக் கழுவுகிற ஏதேனும் அற்புதம் நிகழுமென்று நம்பியதைப் போல, வாழ்க்கைக்குத் திரும்பி எனது காலத்தைக் கழிக்க வேண்டுமென்று என்னிடம் மன்றாடியது. நான் அதற்கு முயற்சி கூடச் செய்யவில்லை: "இதுதான் சாலையின் முடிவு - நான் அதனிடம் சொன்னேன் -. தொடர்ந்து ஓடுவதற்கு என்னிடம் சக்தி இல்லை." அது தப்பிச் செல்வதற்காக என்னுடைய வாயைத் திறந்தேன். அது பறந்தோடிப் போனது. அதுநாள் வரையில் எனது இதயத்தோடு அதைப் பிணைத்திருந்த உதிரம் மெல்லிய கோடாக என்னுடைய கைகளில் வீழ்ந்த தருணத்தில் அது பிரிந்துசென்றதை நான் உணர்ந்தேன்.

அவர்கள் கதவைத் தட்டினார்கள், ஆனால் அவர் பதிலளிக்கவில்லை. அனைவரையும் எழுப்பும் வகையில், அவர்கள் அத்தனை கதவுகளையும் தட்டுவதை அவர் உற்றுக் கவனித்தார். ஃபுல்கோர் - அந்த நடையைக் கொண்டே அவரை அடையாளம் கண்டுகொண்டார் - பிரதான கதவுக்கு ஓடினார், ஆனால் மறுபடியும் தட்டுவதைப்போல ஒரு கணம் தாமதித்தார். பிறகு அவர் மீண்டும் ஓடத் தொடங்கினார்.

முணுமுணுத்த குரல்கள். யாரோ கனமான எதையோ சுமந்து வருவதைப் போன்று மெல்ல இழுத்து இழுத்து நடக்கும் காலடித் தடங்கள்.

குழப்பமான இரைச்சல்கள்.

தன் அப்பாவின் மரணம் குறித்த நினைவு அவர் மூளைக்குள் சுழன்றடித்தது. மேலும், இப்போது போலவே, அதுவும் ஓர் அதிகாலைப்பொழுது, ஆனாலும் அந்தத் தருணத்தில் கதவு ஏற்கெனவே திறக்கப்பட்டு, இருண்ட சாம்பலேறிய வானத்தின் பழுப்புநிறக் கதிர்களை உள்ளே கசிய அனுமதித்தது. தனது கண்ணீரைக் கட்டுப்படுத்திக்கொண்டிருந்த ஒரு பெண் கதவின் மீது சாய்ந்திருந்தாள். அவர் மறந்துபோயிருந்த அம்மா, அதற்கு முன்பும் பல முறை அவரால் மறக்கப்பட்டவள், அவரிடம் சொன்னாள்: "அவர்கள் உன் அப்பாவைக் கொன்று விட்டார்கள்!" உடைந்த, தோற்றுப்போன ஒரு குரலோடு, அவளுடைய விசும்பலின் மெல்லிய இழைதான் அந்தக் குரலை இன்னும் தாங்கிப் பிடித்திருந்தது.

அந்த நினைவை மறுபடியும் வாழ்வதை ஒருபோதும் அவர் விரும்பியதில்லை, ஏனென்றால் அது வேறு சில நினைவுகளையும் கொண்டுவந்தது, ஏதோ முழுக்க தானியங்களால் நிறைந்திருக்கும் பையில் அவர் ஓர் ஓட்டையைப் போட்டுவிட்டார் என்பதாகவும் பொருட்களைப் பாதுகாக்க மிகவும் தடுமாறுகிறார் என்பதைப் போலவும். அவர் அப்பாவின் மரணத்தைத் தொடர்ந்து ஏனைய மற்ற மரணங்களும் நிகழ்ந்துவிட்டன, அந்த மரணங்கள் யாவிலும் ஒரேயொரு காட்சி மட்டுமே அவருக்குக் கண்முன் நிழலாடியது, அவர் அப்பாவின் முகம் வெடித்துப் பிளக்கப்பட்டிருக்க, ஒரு கண் சிதைக்கப்பட்டு, மற்றொரு கண் பழிதீர்க்கும் வெறியோடு பார்த்துக்கொண்டிருந்தது. மேலும் அந்த நினைவு மீண்டும் மீண்டும் வந்தது, மீண்டும் மீண்டும், அதைத் தன்னுடைய மூளையில் இருந்து அவர் அழிக்கும் வரையில், ஆனால் அதை அவருக்கு நினைவுபடுத்த வேறு யாரும் மீதமிருக்கவில்லை என்ற நிலை வந்தபிறகுதான்.

-அவனை இங்கே கீழே கிடத்துங்கள்! இல்லை, அப்படியில்லை. தலையை இப்படித் திருப்பி வையுங்கள். எதற்குக் காத்திருக்கிறீர்கள்?

யாவும் தாழ்ந்த குரல்களில்.

-அவர்?

-அவர் உறங்குகிறார். அவரை எழுப்ப வேண்டாம். சத்தம் போடாதீர்கள்.

ஆனால், சவச் சீலையைப் போல, பழைய முரட்டுச் சாக்குகளால் சுற்றி சணல் கயிற்றால் இறுக்கிக்கட்டிய ஒரு மூட்டையைத் தனக்கு முன்னால் கொண்டு வந்து வைக்க ஆட்கள் பணிபுரிவதைப் பார்த்தபடி, ஓங்குதாங்காக, ஏற்கெனவே அவர் அங்கு நின்றிருந்தார்.

-யார் அது? -அவர் கேட்டார்.

ஃபுல்கோர் செடானோ அவரிடம் நெருங்கிச் சென்று சொன்னார்:

-அது மிகுவேல், டான் பெட்ரோ.

-அவர்கள், அவனை என்ன செய்தார்கள்? அவர் அலறினார்.

இதைத்தான் கேட்போம் என்று அவர் எதிர்பார்த்தார்: "அவர்கள் அவனைக் கொன்றுவிட்டார்கள்." மேலும் தன் அடிவயிற்றில் திரண்டு வந்த பழிவாங்கும் வெறியைக் கட்டுப்படுத்த அவர் சிரமப்பட்டு முயற்சி செய்த அதேசமயத்தில் ஃபுல்கோர் செடானோ மென்மையாகச் சொன்ன பதிலைக் கேட்டார்:

-யாரும் அவனை எதுவும் செய்யவில்லை. தன்னுடைய சாவை அவனே தேடிக்கொண்டான்.

எண்ணெய் விளக்குகள் இரவைச் சற்றுத் தொலைவிலேயே வைத்திருந்தன.

-... அவனுடைய குதிரை அவனைக் கொன்றுவிட்டது -யாரோ சொன்னார்கள்.

அவர்கள் அவனைப் படுக்கையில் கிடத்தினார்கள். கீழிருந்த மரப்பலகைகள் தெரியும்படி மெத்தையைத் தரையில் இழுத்துப் போட்டார்கள், பிணத்தைக் கட்டி எடுத்துவரப் பயன்படுத்திய கயிறுகளிலிருந்து தற்போது விடுபட்டிருந்த உடலை அதன் மீது வைத்தார்கள். அவனுடைய கைகளை எடுத்து மார்பின் மீது வைத்தபிறகு முகத்தைக் கறுப்புத் துணியால் மூடினார்கள். "அவன் இருந்ததைக் காட்டிலும் தற்போது பெரிதாகத் தெரிகிறான்," ஃபுல்கோர் செடானோ தனது மூச்சுக் காற்றினூடாக முணுமுணுத்தார்.

வேறெங்கோ தொலைதூரத்தில் நின்றிருப்பதைப்போல, எந்த உணர்வையும் வெளிக்காட்டாமல், பெட்ரோ பராமோ அங்கு நின்றிருந்தார். எந்த முடிவுக்கும் அல்லது புரிதலுக்கும் வரவியலாமல் எண்ணங்கள் அவருடைய தலைக்குள் சுற்றிச் சுற்றி வந்தன. இறுதியாக, அவர் சொன்னார்:

-நான் திருப்பிச் செலுத்த ஆரம்பித்திருக்கிறேன். சீக்கிரமே தொடங்கினால் நல்லது, அப்போதுதான் சீக்கிரமே முடிக்க முடியும்.

அவர் வருத்தப்படவேயில்லை.

மேலும் முற்றத்தில் கூடியிருந்த ஆட்களுக்கு நன்றி சொல்வதற்கென அவர் பேசத்தொடங்கியபோது, பெண்களின் ஒப்பாரிச் சத்தத்தையும் மீறி தனது குரலைக் கொண்டு சேர்க்கத் தேவையான ஆற்றலை வரவழைத்துக்கொண்டு சரியான

வார்த்தைகளைத் தேர்ந்தெடுத்துப் பேசினார். பிற்பாடு அன்றைய இரவில் அனைவருக்கும் கேட்டது மிகுவேல் பராமோவின் சிவப்புக் குதிரை தன்னுடைய பாதங்களைத் தரையில் தேய்க்கும் சத்தம் மட்டுமே.

-நாளைக்கு - அவர் ஃபுல்கோர் செடானோவுக்குக் கட்டளையிட்டார் - அந்த மிருகத்தை அதன் துயரத்திலிருந்து விடுவிக்க யாரையாவது அனுப்பி வை.

-உறுதியாகச் செய்கிறேன், டான் பெட்ரோ. எனக்குப் புரிகிறது. அந்தப் பரிதாபத்துக்குரிய ஜீவன் மனதுடைந்து போயிருக்கும்.

-ஆமோதிக்கிறேன், ஃபுல்கோர். மேலும் நீ இதைச் செய்து முடிக்கும் வேளையில், இத்தனை ஆர்ப்பாட்டம் வேண்டாம் என்று அந்தப் பெண்களிடம் சொல், எனக்கு நிகழ்ந்த இழப்புக்கு அவர்கள் இத்தனை அலட்டிக்கொள்ள வேண்டியதில்லை. அவர்கள் சொந்தத்தில் இப்படி எதுவும் நிகழ்ந்திருந்தால், துக்கப்படுவதற்கு இவ்வளவு ஆர்வம் காட்டமாட்டார்கள் என்று எனக்கு உறுதியாகத் தெரியும்.

பல வருடங்களுக்குப் பிறகு, கெட்டியான தனது படுக்கையால் உறக்கம் வராமல் விழித்திருக்கச் செய்த, இறுதியில் அவரைப் பலவந்தமாக வெளியே போகவைத்த அந்த இரவினை, பாதிரி ரெண்டேரியா நினைவுகூர்ந்தார். மிகுவேல் பராமோ இறந்த அதே இரவு.

கோமாலாவின் வெறிச்சோடிய வீதிகளில் அவர் அலைந்தார், குப்பைகளின் நடுவில் முகர்ந்தவாறிருந்த நாய்களை அவரின் காலடிகள் வெருண்டோடச் செய்தன. தொலைவிலிருந்த நதி வரையில் அவர் நடந்து சென்றார், அங்கே, தேங்கிய நீர்க் குட்டைகள் வானிலிருந்து விழும் நட்சத்திரங்களின் ஒளியைப் பிரதிபலிப்பதைப் பார்த்தவாறே நேரத்தைக் கடத்தினார். எண்ணங்களோடு மல்லுக்கட்டி அவற்றை நதியின் கறுப்பு நீருக்குள் வீசியெறியும் முயற்சியில் பல மணி நேரங்கள் அவர் அங்கே நின்றிருந்தார்.

<<இதெல்லாம் தொடங்கியது - அவர் எண்ணினார் - பெட்ரோ பராமோ, மிகவும் கீழ்மையான நிலையில் இருந்து வந்து போராடி, தனக்கென ஓர் உயரத்தை அடைந்த பிறகுதான்.

ஒரு களையைப் போல அவன் வளர்ந்தான். இதில் மிகவும் மோசமான சங்கதி அதற்கான சாத்தியங்களை உருவாக்கித் தந்தவன் நானென்பதே: “நேற்றிரவு பெட்ரோ பராமோவுடன் தூங்கினேன் என்பதை ஒப்புக்கொள்கிறேன் தந்தையே.” “பெட்ரோ பராமோவால் எனக்கு ஒரு மகன் பிறந்தான் என்பதை ஒப்புக்கொள்கிறேன் தந்தையே.” அவனே நேரில் வந்து தனது பாவங்களை ஒத்துக்கொள்வான் என நான் காத்திருந்தேன், ஆனால் அவன் எப்போதும் வரவில்லை. பிறகு தன் மகனின் மூலமாகத் தன்னுடைய ஒழுக்கக்கேட்டின் எல்லைகளை அவன் விரிவுபடுத்தினான். மகன் என்று அவனால் அங்கீகரிக்கப்பட்ட ஒரேயொருவன், ஏன் என்று கடவுளுக்குத்தான் தெரியும். அவனது கைகளில் அந்தக் கருவியைத் தந்தவன் நான் என்பது மட்டும் எனக்குத் தெரியும்.>>

மிகுவேலைக் கைக்குழந்தையாக அவர் அவனிடம் தூக்கிக்கொண்டு போன நாள் அவருக்கு நன்றாக நினைவிருந்தது.

அவர் அவனிடம் சொன்னார்:

-குழந்தைப்பேறின்போது தாய் இறந்துவிட்டாள். இவன் உனக்குப் பிறந்தவன் என்று சொன்னாள். இதோ இவனை ஏற்றுக்கொள்.

எந்தத் தயக்கமும் இன்றி, அவன் உடனடியாகப் பதிலறுத்தான்:

-அவனை நீங்களே ஏன் வைத்துக்கொள்ளக்கூடாது, தந்தையே? அவனை ஒரு மதகுரு ஆக்குங்கள்.

-அவனது நாளங்களில் ஓடும் ரத்தத்தோடு அது முடியாது. அந்தப் பொறுப்பை ஏற்க நான் விரும்பவில்லை.

-என்னுடைய ரத்தம் மோசமானது என்று நினைக்கிறீர்களா?

-உண்மையில் நான் அப்படித்தான் நினைக்கிறேன், டான் பெட்ரோ.

-நீங்கள் நினைப்பது தவறென்று நிரூபிக்கிறேன். இங்கேயே அவனை விட்டுச் செல்லுங்கள். அவனைப் பார்த்துக்கொள்ள நிறைய ஆட்கள் இருக்கிறார்கள்.

-அதைத்தான் நானும் நினைத்தேன். குறைந்தபட்சம் உங்களோடு இருந்தால் அவன் உயிர்பிழைத்திருக்கத் தேவையானது அவனுக்குக் கிடைக்கலாம்.

குழந்தை, மிகவும் சின்னதாயிருந்ததால், பாம்பைப் போல நெளிந்தது.

-டாமியானா! வந்து இதை வாங்கிக்கொள். இது என் மகன்.

அதற்குப் பிறகு அவன் ஒரு போத்தலை உடைத்துத் திறந்தான்:

-இறந்துபோனவளுக்காகவும், உனக்காகவும்.

-குழந்தைக்காக?

-ஏன், அவனுக்காகவும்தான்?

மற்றொரு கண்ணாடிக்குவளையிலும் அவன் ஊற்ற, இரண்டு ஆண்களும் அந்தக் குழந்தையின் எதிர்காலத்துக்காகக் குடித்தார்கள்.

அப்படித்தான் இது எல்லாம் தொடங்கியது.

மாட்டுவண்டிகள் மெடியா லூனாவுக்குப் போகும் தங்களின் பாதையில் நகரத் தொடங்கின. அவர் குனிந்துகொண்டார், ஆற்றோரமிருந்த மணற்மேட்டுக்குப் பின்னால் ஒளிந்தார். "யாரிடமிருந்து நீ ஒளிகிறாய்?" தனக்குத்தானே அவர் கேட்டுக் கொண்டார்.

-போய்வருகிறோம், தந்தையே! - வண்டிக்காரர்களில் ஒருவன் சொல்வது அவருக்குக் கேட்டது.

அவர் எழுந்து நின்று பதிலளித்தார்:

-போய்வாருங்கள்! கடவுள் உங்களை ஆசிர்வதிக்கட்டும்.

மெல்ல மெல்ல, ஊரைச் சுற்றியிருந்த விளக்குகள் யாவும் அணைக்கப்பட்டன. அற்புதமான நிறங்களின் ஒளித்தாரைகளில் ஆறு பளபளத்தது.

-ஏற்கெனவே அவர்கள் முதல்மணியை அடித்துவிட்டார்களா, தந்தையே? - மற்ற வண்டிக்காரன்களில் ஒருவன் கேட்டான்.

-முதல்மணி அடித்து வெகுநேரம் ஆகியிருக்கலாம் - அவர் பதிலளித்தார். பிறகு அங்கேயே மாட்டிக்கொள்ள விரும்பாதவராக எதிர்த்திசையில் நடக்க ஆரம்பித்தார்.

-இவ்வளவு சீக்கிரம் எங்கே கிளம்பிவிட்டீர்கள், தந்தையே?

-செத்துக்கொண்டிருப்பது யார், தந்தையே?

-கோண்ட்லாவில் யாரும் இறந்துவிட்டார்களா, தந்தையே?

இவ்வாறு பதிலளிக்க அவர் விரும்பினார்: "நான், நான்தான் செத்துவிட்டேன்." ஆனால் ஒரு புன்னகையோடு நிறுத்திக்கொண்டார்.

ஊரை விட்டு வெளியேறிய பிறகு அவர் வேகத்தைக் கூட்டினார்.

அவர் திரும்பி வந்தபோது காலையில் வெகுநேரம் ஆகியிருந்தது.

-நீங்கள் எங்கு சென்றீர்கள், சித்தப்பா? - அவருடைய அண்ணன் மகள் அனா கேட்டாள் -. ஒரு பெண்கள் கூட்டமே உங்களைத் தேடி வந்தார்கள். நாளை முதல் வெள்ளிக்கிழமை என்பதால் இன்று பாவமன்னிப்பு கேட்கலாம் என்று அவர்கள் நம்பிக்கொண்டிருந்தார்கள்.

-இன்று மாலை அவர்கள் திரும்பவும் வரலாம்.

முற்றத்தில் கிடந்த பலகைகளில் ஒன்றின் மீதமர்ந்து அவர் ஓய்வெடுத்தார், களைப்பால் சூழப்பட்டவராக.

-காற்று மிகவும் புத்துணர்வூட்டுவதாக உள்ளது, இல்லையா, அனா?

-வெக்கையாக இருக்கிறது, சித்தப்பா.

-எனக்கு அப்படித் தெரியவில்லை.

பாவமன்னிப்பு கேட்பதற்கு அப்போதுதான் கோண்ட்லாவுக்குப் போனதையும், அவருடைய இரைஞ்சல்களையும் மீறி அவருக்கு மன்னிப்பு வழங்க மற்றொரு பாதிரி மறுத்துவிட்டதையும் நினைத்துப் பார்க்கக்கூட அவர் விரும்பவில்லை.

-நீங்கள் பெயர் சொல்ல மறுக்கும் அந்த மனிதன் உங்களின் திருச்சபையை நாசமாக்கியிருக்கிறான், அதைச் செய்ய அவனை நீங்களும் அனுமதித்து உள்ளீர்கள். தறபோது உங்களிடம் எதை நாங்கள் எதிர்பார்ப்பது, தந்தையே? கடவுளின் பெயரால் நீங்கள் என்ன சாதித்திருக்கிறீர்கள்? நீங்கள் நல்லவர், அங்குள்ள மக்கள் உங்களை மிகுந்த மரியாதையோடு வைத்திருக்கிறார்கள் என்று என்னை நானே தேற்றிக்கொள்ள விரும்புகிறேன், ஆனால், நல்லவராயிருந்தால் மட்டும் போதாது. பாவம்

என்பது தவறு. அதைப் போக்க வேண்டுமென்றால், நீங்கள் கடினமானவராகவும் இருக்கவேண்டும், சில சமயங்களில் இரக்கமற்றவராகவும். உங்களுடைய உறுப்பினர்கள் யாவரும் இன்னும் நம்பிக்கையாளர்களாக உள்ளதாகவே நான் நம்ப விரும்புகிறேன், ஆனால் அவர்களின் நம்பிக்கையை இன்னும் பிடித்து வைத்திருப்பது நீங்கள் அல்ல. சொந்த விருப்பத்தின் பேரில் அவர்கள் அதைச் செய்கிறார்கள், மூடநம்பிக்கைகளாலும் பயத்தின் காரணமாகவும். உங்களுடைய இந்த வறுமையில் மக்களோடு உடன் நின்று அனுதினமும் உங்களின் கடமையை நிறைவேற்ற நீங்கள் வெளிப்படுத்தும் சிரத்தையைப் பாராட்ட விழைகிறேன். நம்மை அவர்கள் விசிறியடித்திருக்கக்கூடிய இந்த இழிவான சிறுநகரங்களில் நமது பணி எவ்வளவு கடினமானது என்பதும் எனக்கு முழுதாகப் புரிகிறது; ஆனால் அதே அறிவுதான் உங்களுக்கு அறிவுரை சொல்லும் அதிகாரத்தையும் எனக்கு வழங்குகிறது, உங்களின் ஆன்மாவுக்கு ஈடாக சொற்பக் காசுகளை அள்ளிவீசும் ஒரு சில செல்வந்தர்களுக்கு மட்டும் நாம் ஊழியம் செய்வதில் எந்த அர்த்தமுமில்லை. அப்படி உங்களுடைய ஆன்மா அவர்களின் பிடியில் இருக்கும்போது உங்களை விட நல்லநிலைமையில் இருப்பவர்களை எப்படி உங்களால் இணங்க வைக்க முடியும்? இல்லை, தந்தையே, உங்களுக்கு மன்னிப்பு வழங்கப் போதுமான அளவுக்கு எனது கரங்கள் சுத்தமாயில்லை. அதை நீங்கள் வேறு எங்காவதுதான் கண்டுபிடித்தாக வேண்டும்.

-அதாவது, அருட்தந்தையே, என்னுடைய பாவங்களை ஒப்புக்கொடுக்க நான் வேறெங்காவது போகவேண்டும் எனச் சொல்ல வருகிறீர்களா?

-நீங்கள் வேறெங்காவதுதான் போகவேண்டும். நீங்களே பாவத்துக்குள் மூழ்கியிருக்கும்போது மற்றவர்களுக்குப் பாவமன்னிப்பு வழங்குவதை நீங்கள் தொடரமுடியாது.

-ஒருவேளை அவர்கள் என்னைத் திருச்சபையில் இருந்து நீக்கினால்?

-நீங்கள் அதற்குத் தகுதியானவர்தான் என்றாலும் அவ்வாறு நிகழுமென்பதை நான் சந்தேகிக்கிறேன். அந்த முடிவு அவர்களிடம்தான் உள்ளது.

-உங்களால் முடியாதா...? அதாவது, தற்காலிகமாகவேனும்... நான் இறுதிச் சடங்குகளை நடத்த வேண்டும்,. பிரார்த்தனைகள். என்னுடைய ஊரில் நிறைய பேர் சாகிறார்கள், அருட்தந்தையே.

-தந்தையே, செத்துப்போனவர்களைப் பற்றிக் கடவுள் தீர்மானிக்கட்டும்.

-அப்படியென்றால்?

அத்துடன், கோண்ட்லா பாதிரியார் முடியாது என்று அவரிடம் மறுத்துவிட்டார்.

பிற்பாடு, அசேலியாக்கள் நிறைந்திருந்த திருச்சபையின் முற்றங்களினூடாக அவர்கள் நடந்தார்கள். கனிந்துகொண்டிருந்த திராட்சைகளால் மூடப்பட்ட ஒரு விதானத்தின் கீழே அமர்ந்தார்கள்.

-அவை மோசமானவை, தந்தையே - அவர் கேட்கப்போகும் கேள்வியை முன்கூட்டியே யூகித்து பாதிரியார் பதிலளித்தார் -. கடவுளின் கிருபையால் எல்லாமே விளைகிற ஓரிடத்தில்தான் நாம் வாழ்கிறோம், ஆனால் அவை யாவும் கசப்பாக இருக்கின்றன. அதுதான் நமக்கான தண்டனை.

-நீங்கள் சொல்வது சரிதான், அருட்தந்தையே. கோமாலாவில் திராட்சைகளை வளர்க்க நானும் முயற்சித்தேன். ஆனால் ஒருபோதும் அவை செழிக்கவில்லை. அங்கு வளர்கிற ஒரே சங்கதி அர்ரயான்களும் ஆரஞ்சுமரங்களும்தான், இரண்டும் கசக்கக்கூடியவை. இனிப்பான எதையும் சாப்பிட்டால் எப்படியிருக்கும் என்பதுகூட எனக்கு நினைவில்லை. சமயப் பாடசாலையில் நாமுண்ட சீனக்கொய்யாக்களை உங்களுக்கு நினைவிருக்கிறதா? குழிப்பேரிகள். பிறகு அந்தக் கிச்சிலிப் பழங்கள், நீங்கள் மெல்ல அழுத்தினால் கூட அதன் மேற்தோல்கள் உடனே உறிந்துவிடும். சில விதைகளை நான் எடுத்து வந்தேன். ரொம்பக் கொஞ்சம்தான், ஒரு சிறிய பையை நிறைக்கும் அளவுக்கு... பிற்பாடு அவை வளரக்கூடிய இடத்திலேயே அவற்றை விட்டு வந்திருக்கலாமென நினைத்தேன் ஏனெனில் இங்கு கொண்டு வருவதென்பது அவற்றைச் சாகடிப்பதற்கு என்றுதான் அர்த்தமாகும்.

-இருந்தாலும் கூட, தந்தையே, கோமாலாவைச் சுற்றியுள்ள நிலம் நன்றாக இருக்கும் என்றுதான் சொல்கிறார்கள். அவை

எல்லாமே ஒரு ஆளின் கையில் இருக்கிறது என்பது எத்தனை கேவலமானது? பெட்ரோ பராமோதான் இன்னும் அதற்கு எஜமானா?

-கடவுளின் சித்தம் அதுதான்.

-கடவுளின் விருப்பத்திற்கும் இதற்கும் தொடர்பில்லை என்று நினைக்கிறேன். நீங்களும் அதை நம்பவில்லை, அப்படித்தானே, தந்தையே?

-நான் அதைச் சந்தேகப்பட்ட காலங்கள் உண்டு, ஆனால் கோமாலாவின் மக்கள் அதுதான் உண்மை என்று உறுதியாக நம்புகிறார்கள்.

-அவர்களோடு நீங்களும் அதை ஒத்துக்கொள்கிறீர்களா?

-நான் வெறுமனே ஒரு சாதாரண ஆள், என்னை நானே தாழ்த்திக்கொள்ளத் தயங்காதவன், அவ்வாறு செய்யவேண்டும் என்கிற உந்துதலை இன்னும் நான் உணரவே செய்கிறேன்.

பிற்பாடு, அவர்கள் விடைபெற்றுக்கொண்டபோது, பாதிரியாரின் கைகளை ஏந்தி அவர் முத்தமிட்டார். ஆனால் தற்போது அவர் மீண்டும் இங்கிருக்கிறார், யதார்த்தத்துக்குத் திரும்பியவராக, காலையில் கோண்ட்லாவில் தான் கழித்த காலைப்பொழுது குறித்து யோசிக்கும் துளிவிருப்பமும் அவரிடத்தில் இல்லை.

அவர் எழுந்துகொண்டு கதவை நோக்கி நடந்தார்.

-எங்கே போகிறீர்கள், சித்தப்பா?

அவருடைய அண்ணன் மகள் அனா, எப்போதும் அங்கிருப்பவள், எப்போதும் அவருக்கு அருகில் இருப்பவள், அவரது நிழலின் பின்னே ஒளிந்துகொண்டால் வாழ்க்கையிடம் இருந்து தப்பிவிடலாம் என நம்புவதைப் போல.

-நான் நடக்கப் போகிறேன், அனா. இதிலிருந்து வெளியேறி வரமுடிகிறதா என்று பார்ப்பதற்கு.

-உங்களுக்கு உடம்புக்கு முடியவில்லையா?

-இது நோயில்லை, அனா. தீங்கு. நான் ஒரு தீய மனிதன். அப்படித்தான் நான் என்னைப் பற்றி நினைக்கிறேன்.

அவர் மெடியா லூனாவுக்குக் கிளம்பிச் சென்று பெட்ரோ பராமோவிடம் தனது இரங்கல்களைத் தெரிவித்தார். தன்னுடைய மகன் மீது சுமத்தப்பட்டிருக்கும் குற்றச்சாட்டுகளுக்காக அந்த மனிதன் மீண்டும் ஒருமுறை வருத்தங்களைப் பகிர்ந்துகொள்வதை அவர் பொறுமையாகக் கேட்டார். அவனுடைய தரப்பைச் சொல்ல அனுமதித்தார். சொல்வதெனில், இனிமேல் அதனால் எந்தப் பயனும் இல்லை. ஆனால் அவர்களோடு சேர்ந்து உணவுண்ண வந்த அழைப்பை அவர் நிராகரிக்கவே செய்தார்:

-மன்னியுங்கள், டான் பெட்ரோ. நான் விரைவாகத் தேவாலயத்துக்குக் கிளம்பிச் செல்ல வேண்டும், நிறைய பெண்கள் பாவமன்னிப்புக் கூடத்தில் எனக்காகக் காத்திருக்கிறார்கள். அனேகமாக, வேறொரு சமயத்தில்.

அவர் மெல்லத் திரும்பி நடந்தார், இருள் கவிழத் தொடங்கிய சமயத்தில், அவர் ஏற்கெனவே இருந்த அதே மனநிலையோடு தேவாலயத்துக்குள் நுழைந்தார், புழுதியிலும் துயரத்திலும் கிடந்து உழல்பவராக. பாவமன்னிப்புகளைக் கேட்க தனது நாற்காலியில் சென்று அமர்ந்தார்.

முதலாவதாக முன்னேறி வந்தவள் முதியவள் டோரோதியா, தேவாலயத்தின் கதவுகள் திறப்பதற்காக எப்போதும் அவள் அங்குதான் காத்திருப்பாள்.

அவள்மீது மதுவாடை வீசுவதை அவர் கவனித்தார்.

-ஆக இப்போது நீ குடிக்கவும் ஆரம்பித்திருக்கிறாயா? எப்போதிருந்து?

-மிகுவாலிடோவின் நீத்தார் கண்விழிப்புச் சடங்குக்குப் போனதால், தந்தையே. நான் சற்றே அளவுமீறிப் போய்விட்டேன். எனக்கு அவர்கள் நிறைய ஊற்றிக் கொடுத்ததில் எனக்கு நானே முட்டாளாகிப் போனேன்.

-நீ எப்போதும் வேறு எதுவாகவும் இருந்ததில்லை, டோரோதியா.

-ஆனால் இம்முறை மன்னிப்பு கேட்பதற்கு நிறைய பாவங்களைச் சுமந்து வந்திருக்கிறேன், தந்தையே. மூட்டை மூட்டையாக.

திரும்பத் திரும்ப அவர் அவளிடம் சொல்வார்: "பாவமன்னிப்பு கேட்டு வராதே, டோரோதியா, நீ என் நேரத்தை வீணடிக்கிறாய்.

எத்தனை முயன்றாலும், இதற்குமேல் உன்னால் பாவங்களைச் செய்யமுடியாது. மற்றவர்களுக்கும் ஒரு வாய்ப்பு கொடு."

-இம்முறை நான் நிஜமாகவே பாவம் செய்திருக்கிறேன், தந்தையே. அதுதான் உண்மை.

-சொல்.

-இனி நான் அவனைக் களங்கப்படுத்த முடியாது என்பதால், செத்துப்போன மிகுவாலிடோ பராமோவுக்கு அப்பெண்களை எல்லாம் அழைத்து வந்தவள் நான்தான் என்பதை இப்போது என்னால் சொல்லமுடியும்.

பாதிரி ரெண்டேரியா, அது குறித்து யோசிக்க ஒருகணம் தாமதித்தார், பிறகு உறக்கநிலையில் இருந்து சட்டென்று விழித்துக்கொண்டவராக, எப்போதும் கேட்பதைப் போல அவளிடம் கேட்டார்:

-எப்போதிருந்து?

-அவன் இளைஞனாயிருந்த காலத்தில் இருந்து. அவனுக்கு அந்த உணர்வு தோன்றிய நாள் முதலே.

-நீ சொன்னதை மறுமுறை அப்படியே சொல், டோரோதியா.

-மிகுவாலிடோவுக்கு அந்தப் பெண்களை எல்லாம் அழைத்து வந்தவள் நான்தான் என்று சொன்னேன்.

-நீ அவர்களை அவனிடம் அழைத்துப்போனாயா?

-சில சமயங்களில் அழைத்துப்போவேன். மற்ற சமயங்களில் வெறுமனே ஏற்பாடு செய்து தருவேன். இன்னும் சிலரோடு வெறுமனே அவனுக்குச் சரியான திசையைக் காட்டுவதை மட்டும் செய்வேன். உங்களுக்குப் புரிகிறதுதானே, அவர்கள் எப்போது தனியாக இருப்பார்கள் என்பதை அவனுக்குச் சொல்வேன், ஆக அவன் அவர்களை ஆச்சரியத்தில் ஆழ்த்துவான்.

-நிறைய பெண்களா?

அவ்வாறு கேட்கவேண்டும் என அவர் நினைக்கவில்லை, ஆனால் இயல்பாக வந்ததைப்போல அந்தக் கேள்வி தானாகவே அவரிடமிருந்து வந்தது.

-எண்ணிக்கையை நினைவில் வைக்கமுடியாத அளவுக்கு நிறைய பேர். எக்கச்சக்கமான பெண்கள்.

-உன்னை நான் என்ன சொல்லமுடியும், டோரோதியா? உனக்கு நீயே நீதிபதியாக இரு. உன்னை நீயே மன்னிக்க முடிகிறதா என்று பார்.

-என்னால் முடியாது, தந்தையே. ஆனால் உங்களால் முடியும். அதனால்தான் உங்களைப் பார்க்க இங்கே வந்தேன்.

-நீ செத்தால் உன்னை சொர்க்கத்துக்கு அனுப்பவேண்டும் என்று கேட்க எத்தனைமுறை என்னைப் பார்க்க வந்திருக்கிறாய்? அங்கே உன் மகனைக் கண்டுபிடிக்கலாம் என நம்பிக்கொண்டிருந்தாய், இல்லையா, டோரோதியா? நல்லது, இனி நீ சொர்க்கத்துக்குப் போகமாட்டாய். ஆனால் எவ்வாறாகிலும் கடவுள் உன்னை மன்னித்து அருளட்டும்.

-நன்றி, தந்தையே.

-ஆமாம், அவரின் பெயரால் உன்னை மன்னிக்கவும் செய்கிறேன். கிளம்பிப் போ.

-நீங்கள் எனக்குப் பிராயச்சித்தம் ஏதும் சொல்லப் போவதில்லையா?

-எதுவும் தேவைப்படாது, டோரோதியா.

-நன்றி, தந்தையே.

-ஆண்டவரோடு போ.

அடுத்த பெண்ணை அழைப்பதற்காக அவர் தன்னுடைய விரல்முட்டிகளால் பாவமன்னிப்புக் கூண்டினுடைய சாளரத்தின் மீது தட்டினார். மேலும் "என்னை மன்னித்தருளுங்கள் தந்தையே, ஏனென்றால் நான் பாவம் செய்திருக்கிறேன்," என்ற அவளுடைய வார்த்தைகளைக் கேட்டதுமே, அதற்குமேலும் பிடித்து வைத்திருக்கமுடியாது என்பதுபோல அவருடைய தலை சாய்ந்து விழுந்தது. பிறகு மயக்கம் வந்தது, குழப்பம், மேலும் அடர்த்தியான நீருக்குள் அவர் கரைந்து போகிறார் எனும் உணர்வு; பிறகு சுழன்றடிக்கும் ஒளிக்கற்றைகள், நாளின் மீதமிருந்த வெளிச்சம் துண்டுதுண்டாக உடைந்து சிதறிட, உதிரத்தின் சுவையை அவர் தனது நாவில் உணர்ந்தார். பிறகு

அவருக்கு மறுபடியும் கேட்டது, "என்னை மன்னித்தருளுங்கள் தந்தையே, ஏனென்றால் நான் பாவம் செய்திருக்கிறேன்," இம்முறை இன்னும் அழுத்தமாக, பிறகு மீண்டும் மீண்டும், அதைத் தொடர்ந்து: "என்றென்றைக்குமாக, ஆமென்," "என்றென்றைக்குமாக, ஆமென்," "என்றென்றைக்குமாக..."

-உஷ்ஷ்ஷ், அமைதி - என்றார் -. கடைசியாக எப்போது நீ பாவமன்னிப்பு கேட்டாய்?

-இரண்டு நாட்களுக்கு முன்பு, தந்தையே.

மறுபடியும் அது அவரைச் சூழ்ந்தது. ஏதோவொரு துரதிர்ஷ்டத்தால் அவர் சூழப்பட்டிருந்ததைப் போல. "இங்கு நீ என்ன செய்துகொண்டிருக்கிறாய்?" - தனக்குத்தானே அவர் கேட்டுக்கொண்டார் -. ஓய்வெடு. போய் ஓய்வெடு. நீ மிகவும் களைத்திருக்கிறாய்.

பாவமன்னிப்புக் கூண்டிலிருந்து எழுந்து அவர் திருப்பூட்டறைக்குச் சென்றார். திரும்பிப் பார்க்காமலேயே, தனக்காகக் காத்திருந்த மனிதர்களிடம் சொன்னார்:

-உங்களில் பாவங்களால் கறைபடாத மனிதர்கள் நாளைக்கு புனிதச்சடங்கில் பங்கேற்கலாம்.

அவருக்குப் பின்னால் கேட்ட ஒலி சிறிய முணுமுணுப்பாக மட்டுமே இருந்தது.

பல வருடங்களுக்கு முன்பு என் அம்மா செத்துப்போன அதே படுக்கையில் நான் படுத்திருக்கிறேன், அதே மெத்தையின் மீது, உறங்குவதற்காக நாங்கள் இழுத்துப் போர்த்திக்கொள்ளும் அதே கறுப்புநிறக் கம்பளிப் போர்வைக்குக் கீழே. அந்நாட்களில், அவளருகே படுத்து உறங்குவேன், தனது கைகளுக்கு மத்தியில் எனக்கென அவள் உருவாக்கித்தரும் சிறிய இடத்துக்குள்.

அவளுடைய மூச்சுக் காற்றின் மெல்லிய ஏற்றத்தாழ்வுகளை இப்போதும் நான் உணரமுடிவதாய் நம்புகிறேன், எனது கனவுகளைத் தாலாட்டிய அவளின் இதயத் துடிப்புகளையும் நெடுமூச்சுகளையும்... அவள் இறந்ததன் துயரத்தை இப்போதும் என்னால் உணரமுடிவதாய் நம்புகிறேன்...

ஆனால் அதில் எதுவும் உண்மையில்லை.

இப்போது நான் இந்த இடத்தில் இருக்கிறேன், முதுகைச் சாய்த்து மல்லாந்து படுத்திருக்கிறேன், எனது தனிமையை மறக்கடிக்கும் ஒரு வழியாகக் கடந்த காலத்தின் அந்தத் தருணத்தை நினைத்தபடி. ஏனென்றால் வெறுமனே சிறிதுநேரம் மட்டுமே இங்கு நான் படுத்திருக்கப்போவதில்லை. சொல்வதெனில் நான் என் அம்மாவின் படுக்கையிலும் இல்லை, மாறாக இறந்தவர்களைப் புதைக்க மனிதர்கள் பயன்படுத்தும் கறுப்புப்பெட்டிக்குள் கிடக்கிறேன். ஏனென்றால் நான் இறந்துவிட்டேன்.

இப்போது நானிருக்கும் இந்த இடத்தை எனக்குள் உணர்கிறேன், அது குறித்து தீர ஆலோசிக்கிறேன்...

எலுமிச்சைகள் எப்போது பழுக்கும் என்பது பற்றி யோசிக்கிறேன். கவனிப்பார் யாருமின்றி காய்வதற்கு முன்பே பெரணிச்செடியின் தண்டுகளை முறிக்கும் ஃபிப்ரவரியின் காற்றுகளைப் பற்றி. பழங்கால முற்றத்தை நிறைக்கும் பழுத்த எலுமிச்சைகளின் மணத்தைப் பற்றி.

ஃபிப்ரவரி காலைகளில் காற்று மலைகளை விட்டு இறங்கிவரும். அதேநேரம், பள்ளத்தாக்கில் தங்களைக் கீழிறக்கி வைக்கத் தோதான காலநிலைக்காகக் காத்திருக்கும் மேகங்கள் மேலே உயரத்தில் மிதந்தவாறிருக்கும், மேலிருக்கும் நீலவானத்தை வெறுமையாக்கிய பிறகு வெளிச்சம் காற்றின் மீது விழ ஒரு விளையாட்டைப் போல அது வட்டவட்டமாக நிலத்தின் மீது படர்ந்து பரவும், புழுதியைக் கிளப்பியபடியும் ஆரஞ்சு மரத்தின் கிளைகளை உலுக்கியபடியும்.

சிட்டுக்குருவிகள் சிரிக்கும், காற்றால் நிலத்தின் மீது வீசியெறியப்பட்ட இலைகளைக் கொத்தும், பிறகு அவை மீண்டும் சிரிக்கும். முள்நிறைந்த கிளைகளுக்குள் தமது சிறகுகளைத் தொலைத்துவிட்டுப் பட்டாம்பூச்சிகளைத் துரத்தும், மேலும் கொஞ்சம் சிரிக்கும். அப்படிப்பட்ட ஒரு பருவம்.

ஃபிப்ரவரி, அதன் காலைகள் முழுக்கவும் காற்றாலும் சிட்டுக்குருவிகளாலும் நீலநிற வெளிச்சத்தாலும் நிறைந்திருக்கும். எனக்கு நினைவிருக்கிறது.

அப்போதுதான் என் அம்மா செத்துப்போனாள்.

நான் அலறியிருக்க வேண்டும். நம்பிக்கையிழந்தவளாக, எனது கைகளை வெறியோடு தேய்த்திருக்க வேண்டும். அதைத்தான்

நீங்கள் விரும்புவீர்கள். ஆனால் அதுவொரு அற்புதமான காலைப்பொழுது இல்லையா? பச்சைக்கொடியின் முனைகளைக் கிழித்தெறிவதுபோல, திறந்திருந்த கதவின் வழியே தென்றல் வீசியது. எனது கால்களின் நடுவே முடி வளர ஆரம்பித்திருந்தது, என்னுடைய மார்புகளை எனது கைகளால் தொட்டபோது அவை வெதுவெதுப்பாகவும் நடுங்கிக்கொண்டும் இருந்தன. சிட்டுக்குருவிகள் விளையாடிக்கொண்டிருந்தன. மலைப் பகுதியில் கோதுமை காற்றிலசைந்துகொண்டிருந்தது. காற்று மல்லிகைக்குள் புகுந்து புறப்படுவதை இனி அவள் பார்க்க முடியாது என்பதையும், பகல்பொழுதின் வெளிச்சத்தை அவளுடைய கண்கள் இனி பார்க்காது என்பதையும் எண்ணி நான் துயருற்றேன். ஆனால் நான் ஏன் அழவேண்டும்?

உனக்கு நினைவிருக்கிறதா, ஜஸ்டினா? அவளைப் பார்க்க வருபவர்கள் தங்களின் முறைக்குக் காத்திருப்பதற்காக முற்றத்தில் கிடந்த நாற்காலிகளை நீ ஒழுங்குபடுத்தினாய். அவை யாவும் காலியாகக் கிடந்தன. என் அம்மா, தன்னந்தனியாக, மெழுகுவர்த்திகளால் சூழப்பட்டு; அவளின் வெளுத்த முகம், மரணத்தின் சில்லிப்பால் இறுகிப்போன இளஞ்சிவப்பு உதடுகளின் வழியே மெலிதாகத் தெரிந்த வெள்ளைப் பற்கள். அவள் கண்ணிமைகள் அசைவின்றி, அவளுடைய இதயம் உயிரின்றி. நீயும் நானும் மட்டும் தனியாக, இடைவிடாது பிரார்த்தித்தோம், அவளுக்கு எதுவும் கேட்கவில்லை என்றாலும், நமக்கும் எதுவும் கேட்கவில்லை, இரவின் ஆதிக்கத்தில் சுழன்றாடிய காற்றின் ஓலத்தில் நமது முயற்சிகள் யாவும் வீணாகின. உயிரற்ற அவளுடைய மார்புகளின் குறுக்காக வைக்கும்போது அவளின் கைகள் இளமையாகத் தெரிவதற்காகக் கழுத்துப்பட்டைக்கும் கைகளின் சுற்றுப்பட்டைக்கும் கஞ்சி போட்டு, அவளது கறுப்புநிற ஆடையை நீ தேய்த்துவைத்தாய், குழந்தையாக இருந்தபோது நான் சாய்ந்துறங்கிய அதே அற்புதமான, தளர்ந்துபோன மார்புகள், எனக்கு ஊட்டத்தை வழங்கிய மார்புகள், அவற்றின் தாலாட்டுதான் என்னை ஆற்றுப்படுத்தி உறங்க வைக்கும்.

அவளைப் பார்க்க யாரும் வரவில்லை. ஒருவகையில் அதுவும் நல்லதுதான். வாழ்த்தைப் போல மரணத்தை அனைவரோடும் பகிர்ந்துகொள்ள முடியாது. துயரத்தைத் தேடி யாரும் போவதில்லை.

கதவை யாரோ தட்டினார்கள். நீ கிளம்பிச் சென்றாய்.

-நீ போ - என்றேன் -. மனிதர்களின் முகங்கள் எனக்கு மங்கலாகத் தெரிகின்றன. அவர்களைக் கிளம்பச் சொல். கிரிகோரியக் கூட்டங்களுக்குப் பணம் வாங்கிப்போக அவர்கள் இங்கு வந்துள்ளனரா? அவள் எந்தப் பணமும் விட்டுப் போகவில்லை. அவர்களிடம் சொல், ஜஸ்டினா. பிரார்த்தனைகளை எவரும் சொல்லவில்லை எனில் வழுநீங்கிடத்திலேயே சிக்கிக்கொள்வாளா? தீர்ப்பு வழங்க இவர்கள் யார், ஜஸ்டினா? என்னைப் பைத்தியம் என்று நினைக்கிறாயா? எனக்குக் கவலையில்லை.

கூலிக்கு அழைத்து வரப்பட்ட ஆட்களோடு அவளைப் புதைக்க நாம் வெளியே கிளம்பும் வரைக்கும் உனது அந்த நாற்காலிகள் காலியாகத்தான் கிடந்தன, யாரென்றறியாத ஒருத்தியின் எடையால் நமது வலியைப் பகிர்ந்துகொள்ளாத அந்த மனிதர்களுக்கு வியர்த்து ஊற்றியது. அவர்களின் பிரயத்தனங்களுக்குப் பரிசளிப்பதுபோல வீசிய குளிர்க்காற்றில் நின்றபடி, சவப்பெட்டியை மெல்ல உள்ளே இறக்குவதற்கு முன்னதாக அவர்கள் கல்லறைக்குள் ஈரமணலை நிரப்பினார்கள், தங்களின் தொழிலுக்கே உரித்தான பொறுமையோடு. அவர்களது கண்கள் உறைந்திருந்தன, சலனமின்றி. அவர்கள் சொன்னார்கள்: “இதுதான் தொகை.” நீ அவர்களுக்குப் பணம் தந்தாய், ஏதோவொரு பழங்காலப் பொருளை வாங்குவதற்கு இவ்வளவுதான் தருவாய் என்பதைப்போல, உனது கண்ணீரால் நனைந்திருந்த கைக்குட்டையின் முடிச்சை அவிழ்த்து, அதை ஒருமுறை உதறிப் பின் மீண்டும் ஒருமுறை உதறி, புதைப்பதற்குத் தேவையான பணம் இப்போது அதில்தான் இருந்தது...

அவர்கள் கிளம்பிய பிறகு, அவளுடைய முகமிருந்த இடத்தில் மண்டியிட்டு அமர்ந்து, நீ தரையை முத்தமிட்டாய், இதை நான் சொல்லாமல் விட்டிருந்தால் அவளிருந்த இடத்தை நோக்கித் தரையைத் தோண்டிக்கொண்டு போனாலும் போயிருப்பாய்: “நாம் போகலாம், ஜஸ்டினா. அவள் வேறெங்கோ இருக்கிறாள். இங்கே மிச்சமிருப்பது வெறும் பிணம்தான்.”

-அதை எல்லாம் சொல்லிக் கொண்டிருந்தது நீதானா, டோரோதியா?

-யார், நானா? சற்று நேரம் நான் தூங்கிவிட்டேன். அவர்கள் இன்னும் உன்னை பயமுறுத்துகிறார்களா என்ன?

-யாரோ பேசுவது எனக்குக் கேட்டது. ஒரு பெண்ணின் குரல். அது நீதான் என்று நினைத்தேன்.

-பெண்ணின் குரலா? அதை நான் என்று நினைத்தாயா? அது தனக்குத்தானே பேசிக்கொள்பவளாக இருக்கும். மிகப்பெரிய சமாதிக்குள் இருப்பவள். டோனா சூஸானிடா. நமக்குப் பின்னால் அவளைப் புதைத்திருக்கிறார்கள். ஈரப்பதம் பரவியதால் அவள் உறக்கத்தில் புலம்புகிறாள் போல.

-யாரவள்?

-பெட்ரோ பராமோவின் கடைசி மனைவி. அவளுக்குப் பைத்தியமென்று சிலர் சொல்கிறார்கள். அவள் அப்படியில்லை என்று மற்றவர்கள் சொல்கிறார்கள். உண்மை என்னவென்றால், உயிரோடு இருந்தபோதும் அவள் தனக்குத்தானே பேசிக் கொள்வாள்.

-வெகுகாலத்துக்கு முன்பே அவள் இறந்திருக்க வேண்டும்.

-கடவுளே, ஆமாம்! வெகுகாலத்துக்கு முன்பே. அவள் என்ன பேசினாள் என்று உனக்குக் கேட்டது?

-ஏதோ அவள் அம்மாவைப் பற்றி.

-ஆனால் அவளுக்கு அம்மாவே கிடையாதே.

-ம்ம்ம், அதைப் பற்றித்தான் அவள் பேசிக்கொண்டிருந்தாள்.

-... அல்லது குறைந்தபட்சம் அவள் வந்தபோது தன் தாயைக் கூட அழைத்துக்கொண்டு வரவில்லை. ஆனால் பொறு. அவள் அம்மா இங்குதான் பிறந்தாள், வயதானபிறகு காணாமல் போனாள் என்பது இப்போதுதான் என் நினைவுக்கு வருகிறது. மேலும், ஆமாம், அவள் அம்மா எலும்புருக்கி நோயால் செத்தாள். எப்போதும் நோய்வாய்ப்பட்டிருந்த, எப்போதும் யாரையும் போய்ச் சந்திக்காத ஒரு வினோதமான பெண்மணி.

-அதைத்தான் அவளும் சொன்னாள். அவள் அம்மா செத்தபோது யாரும் வந்து பார்க்கவில்லை என்றாள்.

-ஆனால் எதைப் பற்றி அவள் பேசுகிறாள்? உண்மையில், எலும்புருக்கி நோய் வந்துவிடுமோ என்கிற பயத்தில்தான் வீட்டுக்கு யாரும் வரவில்லை. அந்தச் சின்னக் கழுதைக்கு அதெல்லாம் ஞாபகமிருக்கிறதா என்ன?

-அதைத்தான் அவள் சொல்லிக்கொண்டிருந்தாள்.

-மறுபடியும் உனக்குக் கேட்டால் என்னிடம் சொல். அவள் எதைப் பற்றிப் பேசுகிறாள் என்று தெரிந்துகொள்ள விரும்புகிறேன்.

-கேட்கிறதா? அவள் பேசப்போகிறாள் என்று நினைக்கிறேன். எனக்கு முணுமுணுப்பு கேட்கிறது.

-இல்லை, இது அவளல்ல. இன்னும் கொஞ்சம் தொலைவிலிருந்து, வேறொரு திசையிலிருந்து இது கேட்கிறது. இதுவொரு ஆணின் குரல். என்ன நிகழ்கிறது என்றால், வெகுகாலத்துக்கு முன்பே செத்துப்போன இந்தப் பிணங்களை ஈரப்பதம் தீண்டும்போது அவை அசைந்து கொடுக்கின்றன. பிறகு விழித்துக்கொள்கின்றன.

<<சொர்க்கங்கள் அற்புதமானவை. அன்றிரவு கடவுள் என்னோடு இருந்தார். இல்லையென்றால், என்ன ஆகியிருக்குமென்று யாருக்குத்தான் தெரியும்? ஏனென்றால் நான் வந்தபோது ஏற்கெனவே இருட்டியிருந்தது...>>

-இப்போது உனக்குத் தெளிவாகக் கேட்கிறதா?

-கேட்கிறது.

<<...எங்கும் ரத்தமயம். நான் எழுந்தபோது, ரத்தத்தால் மூடப்பட்ட பாறைகளில் எனது கைகள் வழுக்கின. என்னுடைய ரத்தம். வண்டி வண்டியாக. என்றாலும் நான் இறந்திருக்கவில்லை. நான் இறக்கவில்லை என்பதை என்னால் சொல்ல முடியும். என்னைக் கொல்ல டான் பெட்ரோவுக்கு விருப்பமில்லை, வெறுமனே என்னை அச்சுறுத்த விரும்பியதாகத் தெரிகிறது. இரு மாதங்களுக்கு முன்பு நான் வில்மாயோவுக்குச் சென்றேனா என்பதை அவர் அறிந்துகொள்ள விரும்பினார். புனித கிறிஸ்டோபலின் விருந்து தினத்தன்று. திருமணத்துக்கு. எந்தத் திருமணம்? எந்தப் புனித கிறிஸ்டோபல்? என்னுடைய சொந்த ரத்தத்துக்குள் தடுமாறியபடி நான் அவரிடம் கேட்டேன்: "எந்தத் திருமணம், டான் பெட்ரோ?" இல்லை, இல்லை. டான்

பெட்ரோ, நான் அங்கு போகவில்லை. வெறுமனே நான் கடந்துபோயிருக்கலாம். ஆனால் அதுவும் தற்செயல்தான்... என்னைக் கொல்லும் எண்ணம் அவருக்கில்லை. உங்களால் பார்க்க முடிவதைப் போல, அவர் செய்ததெல்லாம் என்னை முடமாக்கியதும் எனது கைகளில் ஒன்றை உடைத்ததும்தான். ஆனால், அவர் என்னை எப்போதும் கொல்லவில்லை. அக்கணத்திலிருந்து, பயத்தின் பொருட்டு எனது கண்களில் ஒன்று திருகிக்கொண்டதாக மக்கள் சொல்கிறார்கள். ஆனால் அதன் காரணமாகவே நானொரு தீரமிக்க ஆண்மகனாகத் தெரிவதாக நம்புகிறேன். சொர்க்கங்கள் அற்புதமானவை. ஒருபோதும் அதைச் சந்தேகிக்காதீர்கள்.>>

-அது யாராயிருக்கும்?

-தெரியவில்லை. யாராக வேண்டுமானாலும் இருக்கலாம். டான் லூகாஸ் சுடப்பட்ட பிறகு பெட்ரோ பராமோ ஒரு மாபெரும் அழிவை உண்டாக்கினார், மணமகளை அவர் அப்பா மணமுடித்துத் தரவிருந்த அந்தத் திருமணத்தில் கலந்துகொண்ட அனைவரையும் அவர் கொன்றதாக மக்கள் சொல்வார்கள். உண்மையில், டான் லூகாஸ் தவறுதலாகக் கொல்லப்பட்டார், ஏனென்றால் உண்மையான கோபம் மணமகனின் மீதுதான் இருந்ததாகத் தெரிகிறது. ஆனால் அவரைத் தாக்கிய தோட்டா எங்கிருந்து வந்தது என்பதை யாராலும் கண்டிபிடிக்க முடியவில்லை என்பதால் அவர்களனைவரையுமே பெட்ரோ பராமோ கொலை செய்தார். இது வில்மாயோ மலைப்பகுதியில் நிகழ்ந்தது. முன்பு அங்கே சில பண்ணைகள் இருந்தன, ஆனால் இப்போது அதன் மீதங்களைக் கூட உன்னால் கண்டுபிடிக்க முடியாது.. கவனி, அது அவளின் குரலெனத் தெரிகிறது. உனது காதுகள் என்னை விட இளமையானவை, ஆகவே உற்றுக் கேள். பிறகு அவள் என்ன பேசுகிறாள் என்பதை என்னிடம் சொல்.

-எனக்கு ஒரு மண்ணும் புரியவில்லை. அவள் பேசுவதாகத் தோன்றவில்லை, வெறுமனே முனகுகிறாள்.

-எதைப் பற்றி முனகுகிறாள்?

-யாருக்குத் தெரியும்.

-அது ஏதாவது ஒன்றைப் பற்றியதாக இருக்கும். ஒன்றுமில்லாததைப் பற்றி யாரும் குறை சொல்லப்போவதில்லை. உற்றுக் கவனி.

-அவள் வெறுமனே புகார் சொல்கிறாள், வேறொன்றுமில்லை. அனேகமாக பெட்ரோ பராமோ அவளைத் துன்புறுத்தியிருக்கக் கூடும்.

-அதை நம்பாதே. அவளை அவர் நேசித்தார். என் வார்த்தைகளை நம்பு, மற்ற எந்தப் பெண்ணையும் விட அதிகமாக அவளை அவர் நேசித்தார். ஆனால் அவளை அவரிடம் அவர்கள் அழைத்துவந்த சமயத்தில் ஏற்கெனவே அவள் துன்பத்தில் உழல்பவளாகவும் சொல்வதெனில் பைத்தியம் பிடித்தவளாகவும் இருந்தாள். அவர், அவளை எத்தனை நேசித்தாரென்றால், அவள் செத்தபிறகு ஒரு பிரம்பு நாற்காலியில் அமர்ந்துகொண்டு, கல்லறைக்கு அவர்கள் அவளைத் தூக்கிச்சென்ற சாலையை வெறித்துப் பார்த்தபடியே மீதமிருந்த தனது வருடங்களைக் கழித்தார். எதிலுமே விருப்பமற்றவராக மாறிப்போனார். தன்னுடைய நிலங்களைக் கைவிட்டதோடு உழுபடைக் கருவிகளையும் எரிக்க ஆணையிட்டார். அவர் சோர்ந்துபோனதாகச் சிலர் சொல்கிறார்கள், மற்றவர்களோ அவர் ஏமாற்றத்தில் வீழ்ந்ததாக. ஆனால் ஒன்று மட்டும் உறுதி, அத்தனை பேரையும் கொன்றுவிட்டு வெறுமனே அந்தப் பிரம்பு நாற்காலியில் அமர்ந்து அவள் சென்ற சாலையை வெறித்துப் பார்த்துக் கொண்டேயிருந்தார்.

>>அன்றிலிருந்து, நிலங்கள் தரிசாக விடப்பட்டன, அவற்றில் ஏதும் விளையாது என்பதைப்போல. அத்தனை வகை நோய்களும் தாக்கி அந்த நிலங்கள் நாசமாவதைப் பார்க்க மனதுக்கு அவ்வளவு வருத்தமாயிருந்தது. அங்கிருந்த மக்களனைவரும் கரையத் தொடங்கினார்கள், நல்ல “நீர்த்துளை”-களுக்கான தேடலில் ஆண்கள் சிதறிப்போனார்கள். “போய் வருகிறேன்” எனும் சத்தம் கோமாலாவை நிறைத்த நாள்கள் இன்னும் எனக்கு நினைவிருக்கிறது, மேலும், கிளம்பிச் செல்கிறவர்களுக்கு விடைகொடுக்கப் போவதை நாங்கள் ஏதோ பெரும் வேடிக்கை நிகழ்வாக நினைத்தோம். அதுவும்கூட, திரும்பி வருவோம் என்கிற எண்ணத்தோடு அவர்கள் கிளம்பிச் சென்றார்கள் என்பதால்தான். தங்களுடைய உடைமைகளையும் குடும்பங்களையும் எங்கள் பொறுப்பில் விட்டுப்போனார்கள். பிற்பாடு, சிலர் தங்களின் குடும்பங்களுக்குச் சொல்லி அனுப்பினார்கள், ஆனால் யாரும் பொருட்களைக் கண்டுகொள்ளவில்லை. கடைசியில் அவர்கள் வெறுமனே எங்களை மறந்துபோனதாகத் தோன்றியது, இந்த

நகரத்தையும், சொல்லப்போனால் அவர்களின் பொருட்களையும் கூட. எனக்கு வேறேதும் போக்கிடம் இல்லாததால் இங்கேயே தங்கிவிட்டேன். மற்றவர்கள் பெட்ரோ பராமோ சாவதற்காகக் காத்திருந்தார்கள், ஏனென்றால், அவர்கள் விளக்கியதைப் போல, அனைத்தையும் அவர்களுக்கென விட்டுப் போவதாக அவர் வாக்களித்திருந்தார், ஆகவே, அந்த நம்பிக்கையைப் பற்றிக்கொண்டு அவர்கள் இங்கு வாழ்ந்தார்கள். ஆனால் வருடங்கள் ஒவ்வொன்றாகக் கடந்துபோக, அவர் பிறகும் உயிரோடுதான் இருந்தார், எந்நேரமும் அங்கேயே இருந்தார், ஒரு சோளக்கொல்லை பொம்மையைப் போல மெடியா லுனாவின் நிலங்களைக் கண்காணித்தபடி.

>>பிறகு, இறுதியாக அவர் மரணத்துக்கு அருகில் இருந்தபோது, கிறிஸ்டேரோ போர் என அவர்கள் அழைக்கும் ஒரு சங்கதி நடந்து தொலைத்தது, மீதமிருந்த ஒருசில ஆண்களையும் வாரிச் சுருட்டிக்கொண்டு போனது. அப்போதுதான் உண்மையாகவே நான் பசியால் சாக ஆரம்பித்தேன், அதிலிருந்து நான் மீளவேயில்லை.

>>எல்லாம் பெட்ரோ பராமோவால்தான், அவருடைய ஆன்மாவில் நிறைந்த வேதனையின் பொருட்டு. எல்லாம் அவர் மனைவி இறந்ததால்தான், அந்த சூஸனிடா. ஆகவே அவர் அவளைக் காதலிக்கவில்லை என்று என்னிடம் சொல்லாதே.>>

ஃபுல்கோர் செடானோதான் செய்தியை அவரிடம் சொன்னது:

-எஜமானே, ஊருக்கு யார் திரும்பி வந்திருக்கிறார்கள் என்பதை யூகிக்க விரும்புகிறீர்களா?

-யார்?

-பார்த்தாலோமே சான் ஹுவான்.

-எதற்காக?

-எனக்கும் அதுதான் தெரியவேண்டும்? எதற்கு அவன் திரும்பி வந்திருக்கிறான்?

-நீ இன்னும் விசாரிக்கவில்லையா?

-இல்லை. முதலில் உங்களிடம் சொல்லவேண்டும் என்று நினைத்தேன். விசயம் என்னவென்றால், எங்கு தங்குவது என்று அவன் விசாரிக்கவேயில்லை. நேராக உங்களின் பழைய வீட்டிற்குத்தான் சென்றான். குதிரையில் இருந்து இறங்கி தனது பெட்டிகளை எல்லாம் இறக்கி வைத்தான், ஏதோ ஏற்கெனவே அந்தவிடத்தை அவனுக்கு வாடகைக்குத் தந்திருக்கிறீர்கள் என்பதைப் போல. குறைந்தபட்சம் அப்படித்தான் அவன் நடந்துகொண்டான்.

-உனக்கு என்ன சிக்கல், ஃபுல்கோர்? என்ன நடக்கிறதென்பதை உடனடியாக நீ கண்டறிந்திருக்க வேண்டாமா? அதற்காகத்தானே நீ இங்கு இருக்கிறாய்?

-நான் பார்த்த சங்கதிகளால் சற்றுக் குழம்பிவிட்டேன். ஆனால் அதை நான் சோதிக்க வேண்டும் என நீங்கள் விரும்பினால் நாளையே செய்துவிடுகிறேன்.

-நாளையை என்னிடம் விட்டுவிடு. நான் பார்த்துக்கொள்கிறேன். அவர்கள் இருவரும் அங்கிருக்கிறார்களா?

-ஆமாம். அவனும் அவன் மனைவியும். ஆனால், உங்களுக்கு எப்படித் தெரியும்?

-அது அவன் மகளாக இருக்கக்கூடாதா?

-அவளை அவன் நடத்துகிற விதத்தைப் பார்க்கையில், அது அவன் மனைவி என்றே தோன்றுகிறது.

-தூங்கப்போ, ஃபுல்கோர்.

-உங்கள் அனுமதியோடு.

<<**நீ திரும்பி வருவதற்காக** முப்பது வருடங்கள் காத்திருந்தேன், சூஸன்னா. அனைத்தையும் எனதாக்கிக்கொள்ளக் காத்திருந்தேன். வெறும் பொருட்களை மட்டுமல்ல, ஆனால் எனக்குரியதாக்கிக் கொள்ள முடிந்த அனைத்தையும், ஆகவே நான் ஆசைப்படுவதற்கு வேறேதும் மிச்சமிருக்காது, உன்னைத் தவிர, உனக்கான என் ஆசை மட்டும்தான் மீதமிருக்கும். எனக்கு நீங்கள் வேண்டும் என்று சொல்லி இங்கு வந்து வாழுங்கள் என எத்தனை முறை உன் அப்பாவிடம் கெஞ்சியிருப்பேன்? அவரை நான் தவறாக வழிநடத்தவும் செய்தேன்.

>>அவரை எனது நிர்வாகியாக ஆக்குவதாகக் கூறினேன், வெறுமனே உன்னை மறுபடியும் பார்க்கமுடியும் என்பதற்காக. ஆனால் அவர் எவ்வாறு எதிர்வினை புரிந்தார்? "எந்தப் பதிலும் இல்லை - தூதுவன் எப்போதும் இதைத்தான் சொல்வான் -. நான் அவற்றைக் கொடுத்த மறுகணமே டான் பார்த்தாலோமே உங்களின் கடிதங்களைக் கிழித்துப்போடுகிறார்." ஆனால் அந்தப் பையனிடமிருந்துதான் உனக்குத் திருமணமானதைத் தெரிந்துகொண்டேன். பிற்பாடு, நீ விதவையாகி, மறுபடியும் உன் அப்பாவோடு வசித்துவருகிறாய் என்பதையும்.

>>அதன்பிறகு, மௌனம்.

>>ஒவ்வொருமுறையும் எனது தூதுவன் கிளம்பிச்செல்வான், பிறகு, இதைச் சொல்லியவாறு அவன் திரும்பி வருவான்:

>>-என்னால் அவர்களைக் கண்டுபிடிக்க இயலவில்லை, டான் பெட்ரோ. அவர்கள் மஸ்கோடாவில் இருந்து கிளம்பிவிட்டதாக அனைவரும் சொல்கிறார்கள். இந்த வழியாகப் போனதாகச் சிலர் சொல்கிறார்கள், மற்ற சிலரோ அந்த வழியாகப் போனதாக.

>>நான் இவ்வாறு பதிலளிப்பேன்:

>>-செலவைப் பற்றிக் கவலைப்படாதே. அவர்களைத் தேடிக்கொண்டே இரு. பூமி அவர்களை மொத்தமாக விழுங்கிவிட்டது என்று அர்த்தமில்லை.

>>பிறகு ஒருநாள் என்னிடம் சொல்வதற்காக அவன் திரும்பிவந்தான்:

>>-டான் பார்த்தாலோமே சான் ஹுவான் ஒளிந்திருந்த பாறையைக் கண்டுபிடிக்க, ஒட்டுமொத்த மலைகளிலும் அலைந்து திரிந்தேன், இறுதியில் அவரைக் கண்டுபிடித்துவிட்டேன். அவர் வெகுதொலைவில் வசிக்கிறார், மலையோரமாக இருக்கும் கால்வாயை ஒட்டி, மரக்கட்டைகளால் ஆன சிறுகுடிசையில், கைவிடப்பட்ட லா ஆண்ட்ரோமீடா சுரங்கங்களுக்கு அருகில்.

>>அந்நேரம் வினோதமான சங்கதிகள் ஏற்கெனவே நிகழ ஆரம்பித்திருந்தன. மனிதர்கள் ஆயுதமேந்துவதைப் பற்றிய பேச்சுகள் பரவின. அனைத்துவகை வதந்திகளையும் நாங்கள் கேள்விப்பட்டோம். அதுதான் உன் அப்பாவை மலையை விட்டு வெளியேறி வரச் செய்தது. அவருடைய நலனுக்காக

அல்ல, பிற்பாடு ஒரு கடிதத்தில் அவள் விளக்கியதைப்போல, உனது பாதுகாப்பு குறித்த அச்சத்தின் காரணமாகவே. நிறைய மனிதர்கள் வசிக்கும் பகுதிக்கு உன்னை அவர் அழைத்துவர விரும்பினார்.

>>ஏதோ சொர்க்கமே இரண்டாகப் பிரிவதாகத் தோன்றியது. உன்னிடம் ஓடிவர விரும்பினேன். மகிழ்ச்சியால் உன்னை தழுவிக்கொள்வதற்கு. அழுவதற்கு. நான் அழவும் செய்தேன், சூஸன்னா, இறுதியாக நீ இங்கே திரும்பிவரப் போகிறாய் என்று தெரிந்தபோது.>>

சில ஊர்கள் துரதிர்ஷ்டத்தின் நாற்றத்தைக் கொண்டிருக்கின்றன. பழையதாகிவிட்ட அனைத்துப் பொருட்களையும் போல மெலிந்தும் தளர்ந்தும் போன, அவ்வூரின் அசைவற்ற காற்றை நுகர்வதன்மூலம், அதை நீ அறிந்துகொள்ளலாம் சூஸன்னா. இதுவும் அத்தகைய நகரங்களுள் ஒன்று, சூஸன்னா.

>>குறைந்தபட்சம், இதற்குமுன்பு நாம் இங்கிருந்த காலத்தில், சட்டென்று உயிர்பெறக்கூடிய அனைத்துச் சங்கதிகளையும் பார்ப்பதில் ஒரு மனிதன் மகிழ்ச்சியடைய முடியும்: மேகங்கள், பறவைகள், பச்சைப்பாசிகள். உனக்கு நினைவிருக்கிறதா? ஆனால் இன்று உனக்குக் காணக்கிடைப்பதெல்லாம் எல்லாவற்றிலிருந்தும் வழிந்தோடுவதாகத் தோன்றும் மோசமான, மஞ்சள்நிற நாற்றம் மட்டுமே. இதுவொரு வருத்தத்துக்குரிய சிறுநகரம், துரதிர்ஷ்டம் எங்கும் பரவியிருக்கிறது.

>>நம்மைத் திரும்பிவருமாறு அவன் கேட்டுக்கொண்டான். தனது வீட்டைக் கூட நமக்காகத் தந்தான். நமக்கு வேண்டிய அனைத்தையும் அவன் தந்திருக்கிறான். ஆனால் அது எதற்காகவும் நன்றியோடு இருக்கவேண்டிய அவசியமில்லை. மறுபடியும் இங்கு வர நேர்ந்திருப்பது நமக்கு ஒருவகையில் கெட்டநேரம்தான், நமக்கு எவ்வித விடுதலையையும் தராத இந்த இடத்துக்கு. என்னால் அதை உணரமுடிகிறது.

>>பெட்ரோ பராமோ என்னிடமிருந்து என்ன எதிர்பார்க்கிறான் என்று உனக்குத் தெரியுமா? நமக்கு அவன் தந்திருக்கும் பொருட்களெல்லாம் இலவசமாகக் கிடைக்குமென்று நான் நினைக்கவே இல்லை. ஆகவே அவனிடம் பணிபுரிவதன் மூலம் இதைத் திருப்பிச்செலுத்த நான் தயாராயிருந்தேன், ஏனென்றால்

எப்படியாவது நாம் அவனுக்குத் திருப்பிச்செலுத்தியாக வேண்டுமென்று எனக்குத் தெரியும். லா ஆண்ட்ரோமீடா பற்றிய அனைத்தையும் அவனிடம் சொன்னேன், அதை அகழ்ந்துபார்க்கும் திட்டம் உனக்கு இருக்குமேயானால் அதற்கான அத்தனை சாத்தியங்களும் அந்த இடத்திலுண்டு என்பதை அவனுக்குப் புரியவைத்தேன். அவன் என்ன சொன்னான் தெரியுமா? “உன்னுடைய சுரங்கத்தின் மீது எனக்கு ஆர்வமில்லை, பார்த்தாலோமே சான் ஹுவான். உன்னிடமிருந்து நான் பெற விரும்பும் ஒரே சங்கதி உன் மகள்தான். உன்னுடைய மிகச் சிறந்த சாதனை அவள்தான்.”

>>ஆக, அவனுக்கு வேண்டியது நீ என்றாகிறது, சூஸன்னா. குழந்தைகளாக இருந்தபோது நீங்கள் ஒன்றாக விளையாடியதாகச் சொல்கிறான். சிறுவயதில் நீங்களிருவரும் நதியில் ஒன்றாக நீந்தியதாகவும் சொல்கிறான். எனக்கு அது எதுவும் தெரியாது; தெரிந்திருந்தால் உன்னை அடித்து நொறுக்கியிருப்பேன் அறிவுகெட்டவளே.>>

-நீங்கள் அதைத்தான் செய்வீர்கள் என்று எனக்கு உறுதியாகத் தெரியும்.

-இப்போது என்ன சொன்னாய்: நீங்கள் அதைத்தான் செய்வீர்கள் என்று எனக்கு உறுதியாகத் தெரியுமென்றா?

-ஆமாம், சொன்னேன்.

-அவனோடு படுக்க நீ தயாராயிருப்பதாக என்னிடம் சொல்ல வருகிறாயா?

-ஆமாம், பார்த்தாலோமே.

-அவனுக்குத் திருமணமாகிவிட்டதோடு, நிறைய பெண்களோடு அவனுக்குப் பழக்கமுண்டு என்பதும் உனக்குத் தெரியுமா?

-தெரியும், பார்த்தாலோமே.

-என்னை பார்த்தாலோமே என்றழைக்காதே. நான் உன் அப்பா!

பார்த்தாலோமே சான் ஹுவான், தோற்றுப்போன ஒரு சுரங்கத் தொழிலாளி. சூஸன்னா சான் ஹுவான், ஆண்ட்ரோமீடா சுரங்கங்களில் தோற்றுப்போன ஒரு சுரங்கத் தொழிலாளியின் மகள். அவருக்குத் தெளிவாகப் புரிந்தது. “நான் சாவதற்கு

அங்குதான் போகவேண்டும்," என நினைத்தார். பிறகு சொன்னார்:

-நீ ஒரு விதவை என்றான பிறகும் உனது கணவனோடுதான் வாழ்கிறாய் என்று நான் அவனிடம் சொன்னேன், அல்லது அப்படித்தான் நீ நடந்துகொள்வதாக. அவனை மடைமாற்ற மிகவும் முயற்சித்தேன், ஆனால் அவனிடம் நான் பேசும் போதெல்லாம் என்னிடம் அவன் சீற்றமுகங்காட்டுகிறான், உனது பெயர் வரும் ஒவ்வொரு முறையும் கண்களை ஏகாந்தமாக மூடிக்கொள்கிறான். எனக்குத் தெரிந்தவரைக்கும் அவனொரு தீய சாத்தான். பெட்ரோ பராமோ என்பவன் அதுதான்.

-என்றால் நான் யார்?

-நீ என் மகள். பார்த்தாலோமே சான் ஹுவானின் மகள்.

சூஸன்னா சான் ஹுவானின் மனதுக்குள் எண்ணங்கள் சுழன்றடிக்கத் தொடங்கின, முதலில் மெதுவாக, பிறகு இறுதியில் வெகுவேகமாக, இதைத்தான் அவளால் சொல்லமுடிந்தது:

-அது உண்மையில்லை. நிச்சயம் உண்மையில்லை.

-இவ்வுலகம் நம்மை வெகு அழுத்தமாக இறுக்கிப்பிடித்து நமது புழுதியைக் கையளவு அள்ளி இங்குமங்குமாக வீசுகிறது, நிலத்தை நம் உதிரத்தால் நனைப்பதுபோல நம்மைத் துண்டுதுண்டாக உடைத்தெறிகிறது. நாம் என்ன தவறு செய்தோம்? ஏன் நம்முடைய ஆன்மாக்கள் அழுகிப்போய்விட்டன? குறைந்தபட்சம் ஆண்டவரின் நற்கருணைகளின் மீது நம்பிக்கை வைப்போம் என உன் அம்மா எப்போதும் சொல்வாள். ஆனால், அதையும் நீ ஒத்துக்கொள்ள மறுக்கிறாய். நான் உன் அப்பாவேயில்லை என்று ஏன் சொல்கிறாய்? உனக்குப் பைத்தியம் பிடித்துவிட்டதா என்ன?

-உண்மையாகவே உங்களுக்குத் தெரியாதா?

-உனக்குப் பைத்தியம் பிடித்துவிட்டதா என்ன?

-எனக்குப் பைத்தியம்தான் பிடித்திருக்கிறது, பார்த்தாலோமே. உண்மையாகவே உங்களுக்குத் தெரியாதா என்ன?

-உனக்குத் தெரியுமா, ஃபுல்கோர், இந்தப் பூமியில் பிறந்த பெண்களில் மிகச்சிறந்த அழகி அவள்தான் என்பது? அவளை என்றென்றைக்குமாகத் தொலைத்துவிட்டதாக நம்பத் தொடங்கியிருந்தேன். மறுபடியும் அவளைத் தொலைக்கும் எண்ணமே எனக்கில்லை. நான் சொல்வது உனக்குப் புரிகிறதா, ஃபுல்கோர்? அவள் அப்பனைத் திரும்பிச்சென்று சுரங்கங்களில் வேலை பார்க்கச் சொல். பிறகு அங்கேயே... யாருமே போகாத அந்த இடத்தில் அந்தக் கிழவனை மாயமாக்குவது அப்படியொன்றும் சிரமமான காரியமாக இராது என நினைக்கிறேன். நீயும் அப்படி நினைக்கவில்லையா?

-சாத்தியம்தான்.

-நாம் அதைச் சாத்தியப்படுத்த வேண்டும். அவள் அனாதையாக வேண்டும். ஆகவே குடும்பங்களை இழந்து நிற்பவர்களுக்கு உதவும் பொறுப்பு நம்மிடம் வந்து சேரும். நீ இதை ஒத்துக்கொள்வாயில்லையா?

-அப்படியொன்றும் சிரமமான காரியமாகத் தெரியவில்லை.

-என்றால் இதைச் செய்து முடி, ஃபுல்கோர், செய்து முடி.

-ஒருவேளை அவள் கண்டுபிடித்தால்?

-யார் அவளிடம் சொல்வார்கள்? நம்மிருவரைத் தவிர, யார் அவளிடம் சொல்வார்கள்?

-யாருமில்லை, என்றே நினைக்கிறேன்.

- "நினைக்கிறேன்," என்பதை மற. இப்போதைக்கு அதை மறந்துவிடு, எல்லாம் சரியாக நடக்கும் என நான் உறுதியாக நம்புகிறேன். லா ஆண்ட்ரோமீடாவை உயிர்ப்பிக்க அவன் செய்த பணி எல்லாவற்றையும் அவனுக்கு நினைவுறுத்து. அதைத் தொடர அவனை அங்கு மீண்டும் அனுப்பு. அவன் விரும்புவதுபோல இங்கு வந்து போகலாம். ஆனால் மகளையும் கூட்டிப்போகும் எண்ணம் எதையும் அவனுக்குத் தராதே. அவள் இங்கேயே இருப்பாள், நாம் அவளைப் பார்த்துக்கொள்வோம். அவனுடைய வேலைக்காக அங்கேயும் வீட்டுக்காக இங்கேயும் இருப்பது அவனுக்குப் பழகிவிடும். இதை அவனுடைய வழக்கமாக்கு, ஃபுல்கோர்.

-மறுபடியும், விவகாரங்களை நீங்கள் அணுகும் விதத்தை நிறைய ரசிக்கிறேன், எஜமானே, ஏதோ உங்களின் இளமைக்கால உற்சாகத்தை மீட்டெடுத்ததைப் போல.

கோமாலாவைச் சூழ்ந்திருக்கும் பள்ளத்தாக்குகளின் வயல்களில் மழை பெய்துகொண்டிருக்கிறது. கொட்டித் தீர்க்கும் பெருமழைகளுக்கு மட்டுமே பழகிய இந்தப் பகுதிகளுக்கு ஒட்டாத, ஒரு மென்மையான மழை. இதுவொரு ஞாயிற்றுக்கிழமை. தங்களுடைய சீமைச்சாமந்தி மாலைகளோடு, நறுமண இலைகளையும் கறியிலைச்செடிகளின் மூட்டைகளையும் சுமந்துகொண்டு இந்தியர்கள் அபாங்கோவில் இருந்து வந்திருக்கிறார்கள். ஈரமாயிருந்த காரணத்தால் முட்டை-கூம்பு தேவதாரு இலைகளை அவர்கள் கொண்டு வரவில்லை, கருவாலி மரத் தழைக்கூளங்களையும் கொண்டு வரவில்லை, ஏனெனில் அவையும் மழையில் நனைந்திருந்தன. தங்களின் மூலிகைகளைத் தரையில் காட்சிப்படுத்துகிறார்கள். முகப்புப்பகுதியின் வளைவுகளுக்குக் கீழே, பிறகு அவர்கள் காத்திருக்கிறார்கள்.

மழை தொடர்ந்து பெய்கிறது, குட்டைகளில் நிரம்பி வழிகிறது.

சோளம் வளரத்தொடங்கியுள்ள உழவுகால்களில் ஆறுகளை உருவாக்குகிறது மழை. ஆட்கள் யாரும் இன்று சந்தைக்கு வரவில்லை, இளம்பயிர்களை அடித்துப்போகாமல் தண்ணீர் மாற்றுப் பாதைகளில் வழிந்தோடுவதற்காக வரப்புகளை வெட்டுவதில் அவர்கள் மும்முரமாயிருக்கிறார்கள். மழையில் நனைந்தபடி சிறு குழுக்களாக வேலை பார்க்கிறார்கள், வெள்ளம் ஓடுகிற நிலத்தினூடாகப் பாதையை அமைத்துக்கொண்டு, பூமியின் மென்மையான மணற்குன்றுகளை உடைக்க மண்வெட்டிகளைப் பயன்படுத்தியவாறு, அவற்றைப் பாதுகாக்கமுடியும் என்கிற நம்பிக்கையோடு இளம்பயிர்களைத் தங்களின் கைகளால் ஊன்றி வைக்கிறார்கள், ஆகவே அவை தொடர்ந்து வளரக்கூடும்.

இந்தியர்கள் காத்திருக்கிறார்கள். இதுவொரு நல்லநாள் இல்லையென்று நினைக்கிறார்கள். அனேகமாக அதனால்தான் மழையில் ஊறிய வைக்கோல் மேலங்கிகளின் கீழே அவர்கள் நடுங்குகிறார்கள், தங்களுக்குக் குளிர்கிறது என்பதனால் அல்ல, மாறாக அவர்கள் அச்சத்திலிருக்கிறார்கள் என்பதால்தான்.

தொடர்ச்சியாகத் தூறும் மழையையும் பிறகு மேகங்களைக் கலைந்துசெல்ல அனுமதிக்காத வானத்தையும் அவர்கள் வெறித்துப் பார்க்கிறார்கள்.

யாரும் வரவில்லை. நகரமே காலியாகயிருப்பது போன்ற உணர்வு. கொஞ்சம் ஒட்டித் தைக்கும் நூலும் சிறிதளவு சர்க்கரையும், முடிந்தால் சோளக்கூழ் செய்வதற்குச் சல்லடையும் கொண்டு வருமாறு ஒரு பெண் அவர்களிடம் கேட்டிருந்தாள். மதியநேரம் நெருங்கி வர, அவர்களின் ஈரமான மேலங்கிகள் ஈரப்பதத்தால் அவர்களைப் போட்டு அழுத்துகின்றன. தங்களுக்குள் அவர்கள் பேசிக்கொள்கிறார்கள், நகைச்சுவைகளைச் சொல்லிச் சிரிக்கிறார்கள். பனித்துளிகளில் நனைந்து, சீமைச் சாமந்தி இலைகள் ஒளிர்கின்றன. அவர்கள் எண்ணுகிறார்கள்: "வெறுமனே நாங்கள் சிறிதளவு புல்க்கேவைக்[6] கொண்டு வந்திருந்தால், இதைப் பற்றியெல்லாம் கவலைப்பட வேண்டியதில்லை, ஆனால், மாகுவே தாவரங்களின் இதயங்கள் யாவும் நீர் நிரம்பிய கடலாக மாறிவிட்டன. ஆக, அதற்கும் சாத்தியப்படவில்லை."

தன்னுடைய குடைக்குக் கீழே ஒளிந்துகொண்டு, நடைபாதைகளில் மோதி குமிழியிட்டவாறிருந்த நீர்த் தாரைகளைத் தவிர்ப்பவளாக, ஜஸ்டினா டியாஸ் மெடியா லூனாவிலிருந்து நேராக அங்கு வந்து சேர்ந்த சாலையில் கீழிறங்கி நடந்தாள். பெரும் தேவாலயத்தின் நுழைவாயிலின் முன்பக்கத்தைக் கடந்து போகையில் அவள் சிலுவைக் குறி போட்டுக்கொண்டாள். முகப்புப்பகுதியின் வளைவுகளுக்குக் கீழே நடந்தாள். அவளைப் பார்ப்பதற்காக இந்தியர்கள் அவள்புறம் திரும்பினார்கள். ஏதோ தீவிரமாகச் சோதனையிடப்படுவதுபோல அவர்களின் கண்கள் தன்மீது ஊர்வதை அவளுணர்ந்தாள். முதல் விற்பனையாளனிடம் சென்று நின்றாள், வரிசையாக அமர்ந்திருந்த அத்தனை இந்தியர்களின் வெறித்த பார்வைகளும் அவளைப் பின்தொடர, அங்கிருந்து திரும்புவதற்கு முன்னால் பத்து செண்டோவாக்களின் மதிப்புக்கு நறுமண இலைகளை வாங்கிக்கொண்டாள்.

<<இந்நாள்களில் பொருட்கள் யாவும் மிக விலையுயர்ந்து காணப்படுகின்றன - மெடியா லூனாவுக்குப் போகும் பாதையில் மேலேறிச் சென்றபோது அவள் கூறினாள் -. வாடிப்போன இந்தச் சின்னஞ்சிறு நறுமண இலைகளின் குவியலுக்குப் பத்து செண்டோவாக்கள். சிறிதளவு வாசம் வீசக்கூடப் பற்றாது.>>

இருட்ட ஆரம்பித்ததும் இந்தியர்கள் தங்களின் பொருட்களை மூட்டை கட்டத் தொடங்கினார்கள். மழையினூடாக அவர்கள் நடந்து சென்றனர். அவர்களின் உடைமைகள் முதுகில் வெகுவாகக் கனத்தன. கன்னிமேரியிடம் பிரார்த்தனை செய்வதற்காகத் தேவாலய வாசலில் நின்றவர்கள், கைநிறைய கறியிலைச் செடிகளைக் காணிக்கையாக விட்டுச் சென்றார்கள். பிறகு அவர்கள் அபாங்கோவிற்குக் கிளம்பினார்கள், அங்கிருந்துதான் அவர்கள் வந்தார்கள். "மற்றொரு நாளில்," என்றார்கள். நடந்து போகையில், நகைச்சுவைகளைக் கூறினார்கள், வெடித்துச் சிரித்தார்கள்.

சூஸன்னா சான் ஹுவானின் படுக்கையறைக்குள் நுழைந்த ஜஸ்டினா டியாஸ் நறுமண இலைகளை ஒரு நிலையடுக்குத் தட்டின் மீது வைத்தாள். திரைச்சீலைகள் இழுத்துவிடப்பட்டிருந்தன, ஆகவே வெளிச்சம் வெளியேயே நின்றிருந்தது. இருட்டுக்குள் அவளால் பார்க்க முடிந்ததெல்லம் நிழல்களை மட்டும்தான், அவை கண்டதையும் யோசிக்க அவளை நிர்ப்பந்தித்தன. சூஸன்னா சான் ஹுவான் உறங்கிக்கொண்டிருந்ததாக அவள் நம்பினாள்; முன்பும் அவள் அப்படித்தான் இருந்திருக்கவேண்டுமென்று ஆசைப்பட்டாள். சூஸன்னா உறங்குவதாகத் தோன்றியதால் அவளுக்கு மகிழ்ச்சியளித்தது, ஆனால் அதன்பிறகு விளக்கு ஏற்றப்படாத அறையின் ஏதோவொரு மூலையில் இருந்து வருவதைப் போன்ற ஒரு மெல்லிய பெருமூச்சை அவள் கேட்டாள்.

-ஜஸ்டினா! - ஏதோவொன்று அவளை அழைத்தது.

அவள் தலையைத் திருப்பினாள். அங்கு யாருமே இல்லை, ஆனால் தனது தோளின் மீது ஒரு கையையும் காதுகளுக்குள் மூச்சுக் காற்றையும் அவள் உணர்ந்தாள். ஒரு முணுமுணுப்பான குரல்:

<<இங்கிருந்து போய்விடு, ஜஸ்டினா. உனது பொருட்களைச் சேகரித்துக்கொண்டு போய்விடு. இனியும் நீ எங்களுக்குத் தேவையில்லை.>>

-அவளுக்கு நான் தேவைப்படுவேன் - நேராய் நிமிர்ந்து, அவள் பதிலளித்தாள் -. அவள் நோய்வாய்ப்பட்டிருக்கிறாள், அவளுக்கு நான் தேவைப்படுவேன்.

-இனியும் வேண்டியதில்லை, ஜஸ்டினா. நான் இங்கு தங்கி அவளைப் பார்த்துக்கொள்வேன்.

-நீங்களா, டான் பார்த்தாலோமே? - ஆனால், அவள் பதிலுக்காகக் காத்திருக்கவில்லை. அவளொரு அலறலை வெளியிட வெகுதூரம் அது பயணித்து வயல்களில் இருந்து திரும்பிக்கொண்டிருந்த பெண்களையும் ஆண்களையும் சென்றடைந்து அவர்களை இவ்வாறு சொல்ல வைத்தது: "அதுவொரு மனித அலறலாகத்தான் இருக்க வேண்டும், ஆனால் நிச்சயம் ஒரு மனிதனிடம் இருந்து வந்ததுபோல அது ஒலிக்கவில்லை."

மழையின் இரைச்சல் அந்த அலறலைத் திரையிட்டு, மற்ற ஒலிகள் யாவும் தேய்ந்தபிறகும் தொடர்கிறது. வீழ்ந்திடும் மழைத்துளிகள் ஆலங்கட்டிகளாக மாறுகின்றன, ஒன்றுசேர்ந்து வாழ்வின் இழையைப் பின்னுகின்றன.

-என்ன பிரச்சினை, ஜஸ்டினா? ஏன் அலறினாய்? - சூஸன்னா சான் ஹுவான் கேட்டாள்.

-நான் அலறவில்லை, சூஸன்னா. நீ கனவு கண்டிருக்கவேண்டும்.

-நான் எப்போதும் கனவு காண்பதில்லை என்று உன்னிடம் சொல்லியிருக்கிறேன். என்னைப் பற்றி நீ கவலைப்படுவதேயில்லை. நான் மிகவும் சோர்வுற்றிருக்கிறேன், அனைத்துக்கும் காரணம் நேற்றிரவு நீ பூனையை வெளியே அனுப்பாததுதான், அது என்னைத் தூங்கவிடவில்லை.

-எனது கால்களுக்குள் சுருண்டுகொண்டு, அது என்னிடம்தான் தூங்கியது. பாவப்பட்ட ஜீவன் நிறையவே நனைந்திருந்ததால் என்னுடைய படுக்கையில் இருக்க அதை அனுமதித்தேன், ஆனால், அது எந்தச் சத்தமும் போடவில்லை.

-இல்லை, அது சத்தம் போடவில்லை. வெறுமனே சர்க்கஸ் வித்தைகளைச் செய்துகொண்டு இரவைக் கழித்தது, என் பாதத்திலிருந்து தலை வரைக்கும் முன்னும்பின்னுமாகத் தாவியபடியும், ஏதோ அதற்குப் பசி என்பதைப் போல மெலிதாக மியாவ் என்றபடியும்.

-நான் அதற்கு நன்கு உணவளித்தேன், இரவெல்லாம் அது என்னை விட்டுப் பிரியவேயில்லை. மறுபடியும் நீயாகச் சங்கதிகளை யூகித்துக்கொள்கிறாய், சூஸன்னா.

-தொடர்ச்சியான குதியாட்டத்தால் இரவெல்லாம் அது என்னைப் போட்டுப் பாடாய்ப்படுத்தியது என்கிறேன். உன் பூனை சற்றுப் பாசமானது என்றாலும் கூட, உறங்கும்போது என்னருகில் அது இல்லாதிருப்பதையே விரும்புவேன்.

-நீ இல்லாததையெல்லாம் பார்க்கிறாய், சூஸன்னா. அதுதான் நடக்கிறது. பெட்ரோ பராமோ இங்கே வந்ததும் இதற்குமேல் உன்னோடு போராட என்னாலாகாது என்று அவரிடம் சொல்லப்போகிறேன். நான் கிளம்புவதாக அவரிடம் சொல்வேன். எனக்கு வேலை தருவதற்கு நிறைய நல்ல மனிதர்கள் இருக்கிறார்கள். எல்லோரும் உன் போன்ற குழப்பவாதிகள் அல்ல, போலவே நீ என்னைப் படுத்துவதைப்போல அவர்கள் யாரும் செய்யப்போவதில்லை. நாளை நான் இங்கிருந்து கிளம்பிவிடுவேன், போகும்போது பூனையையும் என்னோடு கூட்டிப்போகிறேன், ஆகவே அதன் பொருட்டு நீ இனிமேல் மனம் விசனப்படத் தேவையில்லை.

-எங்கும் போகமாட்டாய், வக்கிரம் பிடித்த அருவருப்பூட்டும் என் ஜஸ்டினா. நீ எங்கும் போகமாட்டாய் ஏனென்றால் என்னைப் போல உன்னை நேசிக்கும் ஆட்கள் உனக்கு எங்குமே கிடைக்கமாட்டார்கள்.

-இல்லை, நான் போகப்போவதில்லை, சூஸன்னா. நான் போகமாட்டேன். உன்னை நான் நன்றாகப் பார்த்துக்கொள்வேன் என்பது உனக்கு உறுதியாகத் தெரியும். அதற்காக என்னை நீ வருந்தவைத்தாலும், உன்னை நான் நன்கு கவனித்துக் கொள்வேன்.

பிறந்தநாள்முதலே சூஸன்னாவை ஜஸ்டினா நன்றாகப் பார்த்துக்கொண்டாள். அவளுக்கு நடைபழக்கினாள், ஒரு குழந்தைக்கு முடிவற்றதாகத் தோன்றும் அந்த முதல் அடிகளை எடுத்து வைக்கவும். "மிட்டாய்களைப் போல" அவளின் கண்களும் இதழ்களும் வளர்வதைப் பார்த்திருக்கிறாள். "புதினா மிட்டாய்கள் நீலநிறம். மஞ்சளும் நீலமும். பச்சையும் நீலமும். உள்ளே புதினாவும் கீரையும் பொதிந்து." அவளின் கால்களைச் செல்லமாகக் கொறித்திருக்கிறாள். பால்

சுரக்காததால் வெறும் விளையாட்டுப் பொருட்கள் என்பதைத் தாண்டி அவை ஒன்றுமில்லை என்கிற தனது மார்பகங்களை உறிஞ்சக்கொடுத்து அவளுக்கு வேடிக்கை காட்டியிருக்கிறாள். "இவற்றோடு விளையாடு - அவள் சொல்வாள் -. உனது இந்தக் குட்டிப் பொம்மைகளோடு விளையாடு." இறுக்கியணைத்தே சூஸன்னாவை அவள் துண்டுதுண்டாக நொறுக்கியிருப்பாள்.

வெளியே, வாழையிலைகளின் மீது மழைபொழிவதை உங்களால் கேட்க முடிகிறது, நீர்க்குட்டைகளின் மீது விழும் துளிகள் ஏதோ நீர் கொதிப்பதைப் போல ஒலியெழுப்புகின்றன.

போர்வைகள் சில்லென்றும் ஈரமாகவும் இருந்தன. பகலிலும் இரவிலும் பிறகு மீண்டும் பகலிலும் வேலை பார்த்து கழிவுநீர்க் குழாய்கள் சோர்ந்துபோயின, களகளவெனப் பாய்ந்தோடிய நீரில் அவை நுரைத்துப் பொங்கின. தண்ணீர் தொடர்ந்து பெருக்கெடுத்து ஓடியது, முடிவேயில்லாத குமிழிகளுக்குள் சென்று கொட்டித் தீர்த்தது.

நள்ளிரவு, வெளியே பெய்துகொண்டிருந்த மழை மற்ற ஒலிகளனைத்தையும் ஒடுக்கியது.

சூஸன்னா சான் ஹுவான் மெல்ல எழுந்தாள். மெதுவாக நிமிர்ந்து உட்கார்ந்து படுக்கையை விட்டு விலகி நடந்தாள். மறுபடியும் அதை அவளால் உணர முடிந்தது, ஒரு பாரத்தை, முதலில் அவளுடைய பாதங்களில், பிறகு அவளது உடலின் முனைகளின் வழியே அது வளர்ந்து அவளின் முகத்தைத் தேடியது:

-நீங்கள்தானா, பார்த்தாலோமே? - அவள் கேட்டாள்.

யாரோ வருகிறார்கள் அல்லது போகிறார்கள் என்பதுபோல, கதவு கிறீச்சிடும் சத்தம் தனக்குக் கேட்டதாக எண்ணினாள். ஆனால், அங்கு மழை மட்டுமே இருந்தது, விட்டு விட்டுப் பெய்த, குளிர்ச்சியான, வாழையிலைகளின் மீது உருண்டோடிய, தனக்குள்ளாகக் கொதித்துக்கொண்டிருந்த மழை.

அவள் மீண்டும் உறங்கிப்போனாள், ஒரு புதுநாளின் சாம்பல்பூத்த காலையில் பனித்துளிகள் மூடிய செங்கற்களின் மீது வெளிச்சம் படும்வரைக்கும் அவள் எழவேயில்லை. அவள் கூப்பிட்டாள்:

-ஜஸ்டினா!

ஏற்கெனவே அங்குதான் இருந்தாளென்பதுபோல, உடலில் ஒரு போர்வையைச் சுற்றிக்கொண்டு, உடனடியாக அவள் அங்கே தோன்றினாள்.

-என்ன ஆயிற்று, சூஸன்னா?

-பூனை. அது மறுபடியும் வந்திருந்தது.

-நீ ரொம்பப் பாவம், சூஸன்னா.

அவளின் தலையைப் பிடித்திழுத்துத் தன் மார்பின் மீது சாய்த்துக் கொண்டாள், பிறகும் அதை இறுக்கமாகப் பற்றியிருந்தாள், சூஸன்னா தனது தலையை உயர்த்தி இவ்வாறு கேட்கும்வரையில்:

-ஏன் அழுகிறாய்? நீ என்னை நன்றாகப் பார்த்துக்கொள்வதாக பெட்ரோ பராமோவிடம் சொல்வேன். உன் பூனை என்னை எவ்வாறு பயமுறுத்துகிறது என்பதைப் பற்றி ஒருவார்த்தை கூடச் சொல்லமாட்டேன். இப்படி இருக்காதே, ஜஸ்டினா.

-உன் அப்பா இறந்துவிட்டார், சூஸன்னா. இரண்டு இரவுகளுக்கு முன்பு அவர் செத்துவிட்டார். இனி செய்வதற்கு ஒன்றுமில்லை என்பதை எங்களுக்குத் தெரியப்படுத்த ஆட்கள் இன்று வந்திருந்தார்கள், அவரை இங்கு கொண்டுவர முடியாத அளவுக்குப் பிரயாணம் மிக நீண்டதாக இருந்ததால் ஏற்கெனவே அவரைப் புதைத்துவிட்டதாகத் தெரிவித்தார்கள். நீ இப்போது அனாதையாகிவிட்டாய், சூஸன்னா.

-ஆக, அது அவர்தான் - அவள் புன்னகைத்தாள் -. நீங்கள் விடைபெற்றுப் போக வந்திருக்கிறீர்கள் - சொல்லிவிட்டு அவள் மறுபடியும் புன்னகைத்தாள்.

பல வருடங்களுக்கு முன்பு, அவள் இன்னும் சிறுபிள்ளையாக இருந்தபோது, அவர் அவளிடம் சொன்னார்:

-கீழே இறங்கு, சூஸன்னா, நீ என்ன பார்க்கிறாய் என்பதை என்னிடம் சொல்.

அவளுடைய இடுப்பைச் சுற்றி இறுக்கிக் கைகளை அறுத்து ரத்தமும் வரவைத்த ஒரு கயிற்றில் அவள் தொங்கிக்கொண்டிருந்தாள்.

ஆனால் அதைக் கைவிட அவள் விரும்பவில்லை, காரணம் வெளியுலகோடு அவளைப் பிணைத்திருந்த ஒரேயொரு இழை அது மட்டும்தான் என்பதாக அவளுக்குத் தோன்றியது.

-எனக்கு எதுவும் தெரியவில்லை, அப்பா.

-கவனமாகப் பார், சூஸன்னா. எதையாவது கண்டுபிடிக்க முயற்சி செய்.

அவள் மீது வெளிச்சத்தைப் பாய்ச்ச தனது விளக்கை அவர் பயன்படுத்தினார்.

-எனக்கு எதுவும் தெரியவில்லை, அப்பா.

-உன்னை இன்னும் கொஞ்சம் கீழே இறக்குகிறேன். தரையைத் தொடும்போது எனக்குச் சொல்.

களிமண் அப்பி, சிம்பு சிம்பாகப் பிளந்து, சிதைந்துகொண்டிருந்த சில பலகைகளைக் கடந்து, மரத்தட்டிகளுக்கு நடுவேயிருந்த சிறு துவாரத்தின் வழியே அவள் நுழைந்திருந்தாள்:

-இன்னும் கொஞ்சம் கீழே, சூஸன்னா, பிறகு நான் எதைப் பற்றிப் பேசுகிறேன் என்பது உனக்குப் புரியும்.

வெற்றுவெளியில் ஊஞ்சலாடியபடி, அவள் இன்னுமின்னும் கீழே இறங்கினாள், பாதங்களைக் காற்றில் உதைத்தபோதிலும் அவற்றை ஊன்ற அவளுக்கு எந்த இடமும் கிட்டவில்லை.

-இன்னும் கீழே, சூஸன்னா, இன்னும் கொஞ்சம் கீழே. ஏதாவது தெரிந்தால் என்னிடம் சொல்.

தனக்குக் கீழே தரையை உணர்ந்தபோது, பேசுவதற்கு மிகவும் பயந்தவளாக, அவள் அசைவற்று நின்றாள். விளக்கின் வெளிச்சம் அவளைத் தேடியது. மேலே இருந்து ஒலித்த ஓர் அதட்டல் அவளை நடுங்கச் செய்தது:

-அங்கே இருப்பதை அப்படியே என்னிடம் கொடு, சூஸன்னா!

அவள் மண்டையோட்டைத் தனது கைகளில் எடுத்தாள், ஆனால் வெளிச்சம் அதன்மீது பட்டதும் அதை நழுவவிட்டாள்.

-செத்துப்போன ஒருவனின் மண்டையோடு - அவள் சொன்னாள்.

-அதனருகில் வேறு ஏதாவது இருக்கும். நீ கண்டுபிடிக்கும் அனைத்தையும் என்னிடம் கொடு.

உயிரற்ற உடல் துண்டுதுண்டாக உடைந்தது. சர்க்கரையால் செய்ததுபோலத் தாடையெலும்பு நொறுங்கியது. எலும்புக்கூட்டின் ஒவ்வொரு பாகத்தையும் தனித்தனியாக எடுத்து அதை மெல்ல அவரிடம் கொடுத்தாள், பிறகு பாதம் இருந்த பகுதிக்குக் குனிந்து ஒவ்வொரு கால்மூட்டாக அவரிடம் கொடுத்தாள். ஆனால் அவள் முதலில் தந்தது மண்டையோட்டை, அவளின் கைகளுக்குள் நொறுங்கிப்போன அந்த வட்டமான சங்கதியைத்தான்.

-இன்னும் தேடு, சூஸன்னா. பணம். வட்டமான தங்கக் காசுகள். அவற்றைத் தேடு, சூஸன்னா.

அவள் தன்னுணர்வை இழந்தாள், பல நாள்களுக்குப் பிறகு மிகவும் குளிரான சூழலில் தன் தந்தையின் கண்களின் நிலைகுத்திய பார்வைக்கு முன்னே அவளுக்கு மீண்டும் உணர்வு திரும்பியது.

அதனால்தான் அவள் இப்போது சிரித்துக்கொண்டிருந்தாள்.

-அது நீங்கள்தான் என்று எனக்குத் தெரியும், பார்த்தாலோமே.

சூஸன்னாவின் மார்பில் சாய்ந்து - மிகச் சரியாக இதயத்துக்கு மேலே - அழுதுகொண்டிருந்த பாவப்பட்ட ஜஸ்டினா, அவள் சிரிப்பதையும் அவளின் சிரிப்பு கட்டுப்படுத்த முடியாததாக மாறுவதையும் உணர்ந்தபோது, அங்கிருந்து எழுந்துகொண்டாள்.

வெளியே மழை தொடர்ந்து பெய்துகொண்டிருந்தது. இந்தியர்கள் கிளம்பிப் போயிருந்தார்கள். அதுவொரு திங்கட்கிழமை, கோமாலாவைச் சுற்றியிருந்த பள்ளத்தாக்கு இன்னும் மழையில் மூழ்கிக் கிடந்தது.

அந்நாள்களில் காற்று விடாமல் வீசும். மழையைக் கொண்டு வரும் அதே காற்று. மழை நின்றிருந்தாலும் காற்றுவீச்சு நீடித்தது. மில்பாவில்[7] தாவரங்கள் இலைகளைக் காற்றுக்குத் திறந்துபோட்டு உழவுகால்களுக்குள் புகுந்து அடைக்கலம் தேடின. பகலில், பச்சைக்கொடிகளை முறுக்குவதாகவும் கூரை ஓடுகளை உலுக்குவதாகவும் வீசினாலும், காற்று பொறுத்துக்கொள்ளக்

கூடியதாயிருந்தது, ஆனால் இரவில் அது முடிவேயின்றி தொடர்ச்சியாக, வெகு தொடர்ச்சியாக முனகிக்கொண்டிருந்தது. மேகக்கூட்டங்கள் வானத்தில் மௌனமாகக் கடந்துசென்றன, மிகவும் தாழ்வாக, அதைப் பார்க்க பூமியின் மீது அவை சிற்றுலா போவதாகத் தோன்றியது.

மூடப்பட்டுள்ள சாளரத்தில் காற்று அறைவதை சூஸன்னா சான் ஹுவான் உற்று கவனிக்கிறாள். கைகளைத் தலைக்குப் பின்னால் கட்டித் தன்னுடைய கட்டிலில் அவள் படுத்திருக்கிறாள், ஆழ்ந்து சிந்தித்தபடி, ஓய்வேயின்றி வீசும் காற்றால் இரவு அங்குமிங்குமாய் அலைக்கழிக்கப்படுவதைக் கவனித்தபடி, இரவின் ஒலிகளை அவள் உற்றுக் கேட்கிறாள். பிறகு, சட்டென்று, அனைத்தும் நின்றுபோகிறது.

யாரோ கதவைத் திறந்திருக்கிறார்கள். வலுவான ஒரு காற்று விளக்கை அணைக்கிறது. அவள் இருட்டைப் பார்க்கிறாள், அவளுடைய எண்ணங்கள் அலைபாய்வதை நிறுத்துகின்றன. ஒரு மெல்லிய சரசரப்பொலி அவளுக்குக் கேட்கிறது. திடீரென்று தனது இதயம் சீரில்லாமல் துடிப்பதும் அவளுக்குக் கேட்கிறது. மூடியிருக்கும் தனது கண்ணிமைகளின் வழியே மெழுகுதிரியின் சுடரைக் காண்கிறாள்.

அவள் கண்களைத் திறக்கவில்லை. அவளுடைய கேசம் முகத்தின் முன்னால் வழிந்தோடுகிறது. அவளது உதடுகளில் தேங்கிய வியர்வைத் துளிகளின் மீது வெளிச்சம் பட்டு ஒளிர்கிறது. அவள் கேட்கிறாள்:

-நீங்கள்தானா, தந்தையே?

-ஆமாம், மகளே, நானும் உன் தந்தைதான்.

பாதி-திறந்த கண்களின் வழியே அவள் உற்று நோக்குகிறாள். முகத்தின் முன் வழியும் அவளது கேசம் கூரையில் தெரியும் ஒரு நிழலோடு கலந்திருப்பதாகத் தோன்ற, அதன் தலை மிகச் சரியாக அவளது முகத்துக்கு மேலே இருக்கிறது. தெளிவற்ற உருவரையோடு உள்ள அதனுடல் அவளுக்கு முன்னால் நிற்கிறது, நடுங்கிக்கொண்டிருந்த அவளின் கண்ணிமைகளிடம் இருந்து சற்றுத்தள்ளி. ஒரு மங்கலான ஒளி, இதயம் இருக்கவேண்டிய இடத்தில் தென்பட்ட ஓர் ஒளி, காற்றிலாடும் சுடர் போலத் துடித்துக்கொண்டிருக்கும் ஒரு குட்டி இதயத்தின் வடிவில்.

“உங்களின் இதயம் துயரால் செத்துக்கொண்டிருக்கிறது - தனக்குள் அவள் நினைத்தாள் -. ஃப்ளோரென்சியோ இறந்துவிட்டதைச் சொல்வதற்காக நீங்கள் இங்கு வந்திருக்கிறீர்கள் என்று எனக்குத் தெரியும், ஆனால் அதுவும் எனக்கு முன்பே தெரியும். மற்றவர்களுக்காக உங்களை வருத்திக்கொள்ளாதீர்கள், என்னைப் பற்றியும் கவலைப்படாதீர்கள். என்னுடைய வலி எங்கோ பத்திரமாகப் பொதிந்து வைக்கப்பட்டுள்ளது. உங்களின் இதயத்தை நின்றுபோக அனுமதிக்காதீர்கள்.”

படுக்கையிலிருந்து வலுக்கட்டாயமாக எழுந்துகொண்டு தன்னுடைய உடலை அவள் பாதிரி ரெண்டேரியோ நின்றிருந்த இடத்துக்கு இழுத்துச் சென்றாள்.

-எனது துக்கத்தால் உங்களை நான் ஆற்றுப்படுத்துகிறேன்! - என்றாள், சுடரைத் தன்னுடைய கரங்களால் பாதுகாத்தபடி.

பாதிரி ரெண்டேரியோ தன்னை நெருங்கிவர அவளை அனுமதித்தார், எரியும் மெழுகுதிரியை அவள் தனது கைகளால் வட்டமிடுவதையும் பிறகு முகத்தால் அச்சுடரைத் தீண்டுவதையும் அவர் பார்த்தவாறிருந்தார். கருகும் சதையின் வாடை காற்றில் பரவி அந்த மெழுகுதிரியைப் பிடுங்கவும் சட்டென்று ஊதி அதனை அணைக்கவும் அவரை வற்புறுத்தியது.

இருள் மீண்டும் சூழ, தன்னுடைய போர்வைகளுக்குக் கீழே அடைக்கலம் தேடுவதற்கு அவள் ஓடினாள்.

பாதிரி ரெண்டேரியோ அவளிடம் சொன்னார்:

-நான் உன்னை ஆற்றுப்படுத்தவே வந்தேன், மகளே.

-அப்படியென்றால் நீங்கள் கிளம்பலாம், தந்தையே - அவள் பதிலறுத்தாள் -. மீண்டும் திரும்பி வராதீர்கள். எனக்கு நீங்கள் தேவையில்லை.

காலடிகள் தேய்ந்து மறைவதை அவள் உற்றுக்கேட்டாள், எப்போதும் ஒருவித இறுக்கத்துக்குள், நடுக்கத்துக்குள், பயத்துக்குள் அவை அவளை ஆழ்த்தின.

-ஏற்கெனவே நீங்கள் செத்துவிட்டீர்கள் எனும்போது என்னைப் பார்க்க ஏன் வருகிறீர்கள்?

கதவை மூடிவிட்டுப் பாதிரி ரெண்டேரியோ இரவுநேரக் காற்றுக்குள் காலை எடுத்து வைத்தார்.

காற்று தொடர்ந்து வீசிக்கொண்டிருந்தது.

எல் டார்டாமூடோ என்று அவர்கள் அழைத்த ஆள் பெட்ரோ பராமோவைத் தேடிக்கொண்டு மெடியா லூனாவுக்கு வந்தான்.

-எதற்கு அவரைப் பார்க்க விரும்புகிறாய்?

-நான் அவரோடு பே-பேச வேண்டும்.

-அவர் இங்கில்லை.

-அவர் தி-திரும்பி வரும்போது இது டா-டான் ஃபுல்கோர் பற்றியது என்று சொ-சொல்லுங்கள்.

-நான் அவரைத் தேடிப் போகிறேன், ஆனால் சில மணி நேரங்கள் ஆகக்கூடும்.

-அ-அவசரம் என்று அவரிடம் சொ-சொல்லுங்கள்.

-அவரிடம் சொல்கிறேன்.

எல் டார்டாமூடோ என்று அவர்கள் அழைத்த ஆள் தனது குதிரையின் மீதே காத்திருந்தான். சிறிது நேரத்திற்குப் பிறகு, பெட்ரோ பராமோ, அவரை அவன் பார்த்ததேயில்லை, அவனுக்கு முன்னால் நின்றிருந்தார்:

-உனக்கு நான் எவ்வாறு உதவட்டும்?

-நான் நே-நேரடியாக எ-எஜமானிடம் பே-பேச வேண்டும்.

-அவரிடம்தான் நீ பேசிக்கொண்டிருக்கிறாய். உனக்கு என்ன வேண்டும்?

-அதாவது, இ-இதுதான். அவர்கள் டான் ஃபுல்கோர் செ-செடானோவைக் கொ-கொன்றுவிட்டார்கள். நான் அவரோடு இ-இருந்தேன். நீர் ஏன் வ-வற்றிவிட்டது என்பதைத் தெரிந்துகொள்ள கா-கால்வாய்களுக்குப் போகும் பா-பாதையில் போய்க் கொண்டிருந்தோம். அப்படிப் போ-போகும்போது மனிதர்கள் ஒரு தி-திரளாக வ-வந்தார்கள். கூ-கூட்டத்துக்குள் இருந்து பேசிய ஒரு குரல் இவ்வாறு சொன்னது: “எனக்கு

இ-இவனைத் தெரியும். இவன் மெடியா லூனாவில் மே-மேலாளாகப் பணிபுரிபவன்.”

>>அ-அவர்கள் என்னைக் க-கண்டுகொள்ளவேயில்லை. ஆ-ஆனால் அ-அவர்கள் டான் ஃபுல்கோரிடம் அவரது குதிரையை வி-விடுவித்து விடும்படி சொன்னார்கள். தங்களைப் பு-புரட்சியாளர்கள் என்று அறிவித்தார்கள். அ-அதாவது அவர்களுக்கு உங்களின் நி-நிலங்கள் வேண்டுமாம். “ஓ-ஓடு! - டான் ஃபுல்கோரிடம் அவர்கள் சொன்னார்கள் -. விரைவில் உன் எஜமானை நாங்கள் ச-சந்திப்போம் என்று சொ-சொல், போ!” அவர் ஓடத் தொடங்கினார், அ-அச்சமுற்றவராக. கனத்தவுடலின் கா-காரணமாக மி-மிகவும் வேகமாக ஓட அவரால் முடியவில்லை, ஆ-ஆனாலும் அவர் ஓடினார். ஓடும்போதே அவரை அவர்கள் கொ-கொன்றார்கள். ஒரு பா-பாதம் காற்றிலும் மற்றது தரையிலும் இருக்க, அவர் செ-செத்துப்போனார்.

>>நான் ந-நகரவேயில்லை. இ-இரவு சூழ்வதற்காகக் கா-காத்திருந்தேன், ஆக என்ன ந-நடந்ததென்பதைத் தற்போது உங்களிடம் சொ-சொல்கிறேன்.

-எதற்குக் காத்திருக்கிறாய்? கிளம்பு. அவர்களுக்கு எதுவும் தேவையெனில் நான் இங்குதான் இருக்கிறேன் என்பதை அந்த ஆட்களுக்குத் தெரியப்படுத்து. அவர்கள் எதிர்கொள்ள வேண்டியது என்னைத்தான் என்று அவர்களிடம் கூறு. ஆனால் முதலில், லா கான்ஸாகிரேசியான் பண்ணைக்குப் போ. எல் டில்குவாத்தே என்றால் யாரென்று உனக்குத் தெரியுமில்லையா? அவன் அங்குதான் இருப்பான். அவனை நான் பார்க்கவேண்டும் என்று அவனிடம் சொல். கூடவே, அந்த மற்ற ஆட்களிடம் அவர்களுக்கு நேரம் கிடைக்கும்போது என்னை வந்து பார்ப்பார்கள் என நான் நம்புவதாகச் சொல். என்ன மாதிரி புரட்சியாளர்கள் அவர்கள்?

-தெ-தெரியவில்லை. வெ-வெறுமனே அப்படித்தான் தங்களை அ-அழைத்துக் கொண்டார்கள்.

-உடனடியாக அவனை இங்கு வரச்சொன்னேன் என்று எல் டில்குவாத்தேவிடம் சொல்.

-நிச்சயமாக, எ-எஜமானே.

பெட்ரோ பராமோ மீண்டும் தன்னுடைய அலுவலக அறைக்கு உள்ளே சென்று பூட்டிக்கொண்டார். வயதானவனாகவும் அடக்கப்பட்டவனாகவும் தன்னை அவர் உணர்ந்தார். ஃபுல்கோரைப் பற்றி அவருக்கு எந்தக் கவலையுமில்லை, ஏனென்றால் அவன் ஏற்கெனவே "இவ்வுலகைக் காட்டிலும் மற்றவுலகுக்குச் சொந்தமான ஆளாக மாறியிருந்தான்." தன்னால் இயன்றதை எல்லாம் அவன் செய்துவிட்டான், இப்போதும் கூட அவனால் அவருக்குப் பயனுண்டு, ஆனால் மற்றவர்களைவிட அவ்வளவொன்றும் அதிகமில்லை. "தவிரவும், எல் டில்குவாத்தே அவர்களை எந்தளவு சிரமப்படுத்தப்போகிறான் என்பது குறித்து அந்த மூடர்களுக்கு எதுவுமே தெரியாது," என அவர் நினைத்துக்கொண்டார்.

அவர் மறுபடியும் சூஸன்னா சான் ஹுவானைப் பற்றி யோசித்தார், எப்போதும் தன்னுடைய அறைக்குள்ளேயே அவள் ஒளிந்துகொண்டாள், உறங்கியபடி, அப்படி உறங்காதபோதும், உறங்குவதுபோல நடித்தாள். முந்தைய நாளிரவைச் சுவரின்மீது சாய்ந்தவாறு அவர் கழித்திருந்தார், படுக்கையில் நிம்மதியின்றி புரண்டுகொண்டே கிடந்தவளை மங்கிய ஒளியில் பார்த்தவாறு நின்றிருந்தார், அவளுடைய முகம் வியர்வையில் குளித்திருக்க, கைகளால் போர்வைகளை இழுப்பதும் தலையணையை அழுத்துவதுமாகவும் இருந்தவள் ஒருகட்டத்தில் மயக்கத்தில் ஆழ்ந்தாள்.

இங்கு வந்து வாழும்படி அவளை அழைத்து வந்த நாள் முதல் அவளருகே அவர் கழித்த ஒவ்வொரு இரவும் இப்படித்தான் இருந்தது, முழுக்க வலியோடும் முடிவேயில்லா அலைக்கழிப்போடும். எப்போதுதான் இது முடியுமென்று அவர் ஏங்கினார்.

கூடியவிரைவில், அவர் நம்பினார். எதுவுமே நிரந்தரமாக நீடித்திருப்பதில்லை. எவ்வளவு தீவிரமானதாக இருந்தாலும், கடைசிவரையில் அழியவே அழியாத ஒரு நினைவென்று எதுவுமில்லை.

அவளைத் துன்பத்துக்கு ஆளாக்குவது எது, துண்டு துண்டாகக் கிழித்தெறிந்து உள்ளுக்குள் உடைந்தவளாக அவளை உறங்கவிடாமல் தடுக்கும் சங்கதி எது என்பது மட்டும் அவருக்குத் தெரிந்தால்..

தனக்கு அவளை நன்றாகத் தெரியும் என அவர் நம்பினார். ஆனால் அவ்வாறு இல்லையென்றாலும் கூட, ஒட்டுமொத்த உலகிலும் தான் அதிகமாய் நேசித்த உயிர் அவள்தானென்பது அவருக்குப் புரிந்திருந்தால் அது போதாதா? அதையும் தாண்டி, இருப்பதிலேயே முக்கியமான விசயம் என்னவென்றால், மற்ற எல்லா நினைவுகளையும் அழித்துவிடக்கூடிய இந்த ஒற்றை பிம்பத்தால் ஒளிர்ந்தபடி வாழ்வை நீங்கிச்செல்ல அவள் நினைவு அவரை அனுமதிக்கும்.

ஆனால் சூஸன்னா சான் ஹுவான் எந்தவுலகத்தில் வாழ்கிறாள்? பெட்ரோ பராமோவுக்கு ஒருபோதும் புரியாத சங்கதியாகவே அது இருந்தது.

<<**மணலின் வெம்மை** உடம்புக்கு இதமாக இருந்தது. என்னுடைய கண்கள் மூடியிருந்தன, கைகள் அகல விரிந்திருந்தன, கால்கள் கடற்காற்றுக்குத் திறந்திருந்தன. எனக்கு முன்னால் கடல், தொலைதூரத்தில், மேலெழுந்து வரும் அலை பாதங்களுக்குக் கீழே நுரையின் தடங்களை விட்டுச் செல்கிறது...

-அவள்தான் மறுபடியும் பேசுகிறாள், யுவான் ப்ரீஸியாடோ. அவள் என்ன சொல்கிறாள் என்பதை என்னிடம் சொல்ல மறந்துவிடாதே.

<<...அதிகாலைப்பொழுது. அலைகளின் வழியே கடல் முன்னும்பின்னுமாய் விரைந்தோடியது, அமைதியான சிற்றலைகளாக மாறிப் பின்வாங்குவதற்கு முன்னால் அதன் பச்சைநிற நீர், நுரையை வெளியிட்டது, கரையைக் கழுவித் தூய்மையாக்கியது.

>>-கடலில் நான் நீந்த விரும்பும் ஒரே வழிமுறை நிர்வாணமாகத்தான் - நான் அவரிடம் சொன்னேன். முதல் நாளன்று அவரும் என்னைப் பின்தொடர்ந்து வந்தார், உடைகளைக் களைந்துவிட்டு, நீரிலிருந்து வெளியேறி வந்தபோது அவர் அற்புதமாக ஒளிர்ந்தார். கடல்பறவைகள் எதுவும் தென்படவில்லை, "அசிங்க மூக்குகள்" என்று மக்களால் அழைக்கப்படுபவை மட்டுமே இருந்தன, ஏதோ குறட்டைவிடுவதைப் போல அலறிவிட்டுச் சூரியன் வெளிவரும்போது அவை காணாமல் போகும். அந்த முதல்

நாளன்று என்னைத் தொடர்ந்து வந்த அவர் மிகவும் தனிமையாக உணர்ந்தார், அவரோடு நான் இருந்தபோதிலும்.

\>>-நீயும் அந்தப் பறவைகளில் ஒன்றென்பதைப் போலுள்ளது - என்னிடம் அவர் சொன்னார், வெறுமனே, பல பறவைகளுக்கு மத்தியில் நீயும் ஒன்று. இரவில் உன்னைச் சந்திப்பதைத்தான் விரும்புகிறேன், ஒரே தலையணையில் நீயும் நானும் படுத்திருப்பதை, இருட்டில், போர்வைகளுக்குக் கீழே.

\>>பிறகு அவர் கிளம்பிச் சென்றார்.

\>>நான் திரும்பி வந்தேன். எப்போதும் நான் திரும்பி வருவேன். என்னுடைய கணுக்கால்களை நனைத்துவிட்டு கடல் பின்வாங்குகிறது, முழங்கால்களை நனைக்கிறது, பிறகு தொடைகளை; தனது மெல்லிய கரத்தால் எனது இடுப்பை வளைத்துப்பிடித்து மார்புகளை வருடுகிறது; கழுத்தைக் கட்டிக்கொண்டு பிறகு தோள்களின் மீது சாய்கிறது. நான் கடலுக்குள் முங்குகிறேன், முழுதாக. அதன் உறுதியான ஆற்றலுக்கு, அதன் மென்மையான ஆளுகைக்கு என்னை ஒப்புக் கொடுக்கிறேன், எதையும் மீதம் வைக்காமல்.

\>>-கடலில் குளிப்பது எனக்கு மிகவும் பிடிக்கும் - நான் அவரிடம் சொன்னேன்.

\>>ஆனால் அது அவருக்குப் புரியவில்லை.

\>>மறுதினம், கடலுக்கு மீண்டும் போனேன், என்னைத் தூய்மைப்படுத்திக்கொள்ள. அதன் அலைகளிடம் என்னை ஒப்படைக்க.

மத்தியான வானம் அந்திக்கு மாறிக்கொண்டிருந்த வேளையில் ஆட்கள் வந்தார்கள். கார்பைன் துப்பாக்கிகளை அவர்கள் ஏந்தியிருந்தார்கள், மார்புக்கு நடுவில் தோட்டாக்களடங்கிய வார்கள் தொங்கின. கிட்டத்தட்ட இருபது பேர். பெட்ரோ பராமோ அவர்களை இரவுணவுக்கு அழைத்தார். தங்களின் சொம்ப்ரேரோக்களைக் கழற்றாமலேயே அவர்கள் மேசையைச் சுற்றி அமைதியாக உட்கார்ந்தார்கள். சாக்லெட் பானத்தைக் குடித்தபிறகு ஒவ்வொரு டோர்தியாவையும் தங்களுக்குத் தரப்பட்ட பீன்ஸ்களோடு சேர்த்து அவர்கள் மென்றபோது வந்த சத்தம் மட்டுமே அங்கு ஒலித்தது.

பெட்ரோ பராமோ அனைவரையும் பார்த்தார். அவர்களில் எந்த முகமும் பரிச்சயமானதாகத் தெரியவில்லை. அவருக்குப் பின்னால், நிழல்களுக்கு மத்தியில் எல் டில்குவாத்தே காத்திருந்தான்.

-கனவான்களே - அவர்கள் சாப்பிட்டு முடித்ததைப் பார்த்ததும் அவர் பேசினார் -. நான் உங்களுக்கு வேறென்ன செய்யவேண்டும்?

-இவையெல்லாம் உங்களுக்குச் சொந்தமா? - அவர்களில் ஒருவன் கைகளை ஆட்டிக்கொண்டே பேசினான்.

ஆனால் மற்றொருவனால் அவன் தடுக்கப்பட்டான்:

-நான்தான் இங்கு பேசுவேன்!

-சரி, நான் உனக்கு என்ன செய்யவேண்டும்? - பெட்ரோ பராமோ மறுபடியும் கேட்டார்.

-நீங்கள் பார்க்கிறீர்கள் அல்லவா, நாங்கள் ஆயுதமேந்தி இருக்கிறோம்.

-அதற்கு?

-அவ்வளவுதான். இது ஒன்றுமேயில்லை என்று நினைக்கிறீர்களா?

-சரியாகக் கேட்பதென்றால், என்ன காரணத்திற்காக?

-ஏனென்றால் மற்றவர்களும் இதைத்தான் செய்திருக்கிறார்கள். அல்லது நீங்கள் கேள்விப்படவில்லையா? சற்றுப் பொறுத்திருங்கள், எங்களுக்கான ஆணைகள் வந்து சேரும்வரைக்கும், பிறகு எங்களுடைய காரணங்கள் என்ன என்பதை விளக்குகிறோம். அதுவரையில், நாங்கள் இங்கேயே இருப்போம்.

-எங்களுக்கான காரணம் என்னவென்பது எனக்குத் தெரியும் - மற்றொருவன் சொன்னான் -. உங்களுக்கு வேண்டுமென்றால், அதை நான் விளக்குகிறேன். அரசாங்கத்துக்கு எதிராகவும் உங்களைப் போன்றவர்களுக்கு எதிராகவும் நாங்கள் புரட்சியில் இறங்கியுள்ளோம், உங்களுக்கு அடிமைவேலை பார்த்து எங்களுக்கு அலுத்துவிட்டது. ஊழலின் பொருட்டு அரசாங்கத்துக்கு எதிராக, உங்களை மாதிரி ஆட்கள் ஒட்டுண்ணிகளாகவும் திருடர்களின் கூட்டமாகவும் இருப்பதால் உங்களுக்கு எதிராகவும். மேலும்

நம்முடைய மதிப்புக்குரிய அரசாங்கத்தைப் பற்றி இதற்குமேல் நான் எதுவும் சொல்லப்போவதில்லை, ஏனென்றால் அவர்களிடம் என்ன சொல்ல வேண்டுமோ, அதை நாங்கள் துப்பாக்கிமுனையில் சொல்வோம்.

-புரட்சியைத் தொடர உங்களுக்கு எவ்வளவு தேவைப்படும்? -பெட்ரோ பராமோ கேட்டார் -. அனேகமாக நான் உதவமுடியும்.

-இந்த நற்பண்பாளர் சற்று அறிவோடு பேசுகிறார், பெர்சிவரான்ஸியோ. அனேகமாக உனது நாவை நீ அடக்கவேண்டும். நமக்கு உதவும் பணக்கார நண்பர் ஒருவரிருந்தால் நல்லதுதான், அதற்கான தகுதி இதோ இங்கிருக்கும் மேன்மைக்குரியவரைத் தவிர வேறு யாருக்கு இருக்கமுடியும்? நீ என்ன நினைக்கிறாய், கஸில்டோ, நாம் எவ்வளவு கேட்டுப் பெறலாம்?

-அவருடைய இதயத்தில் உதிக்கும் நற்கருணையின் பொருட்டு, அவருக்கு என்ன தோன்றுகிறதோ அதைத் தரட்டும்.

-தாகத்தால் சாகும் மனிதனுக்கு இந்த ஆள் ஒருவாய் தண்ணீர் தரமாட்டார். இப்போது இங்கு நிலவும் சூழலைப் பயன்படுத்திக் கொண்டு அவரிடமிருக்கும் அனைத்தையும் நாம் பறித்துக்கொள்ள வேண்டும், அவருடைய கேவலமான சிறிய தொண்டைக்குள் திணித்த டோர்தியாக்கள் உட்பட.

-அமைதியாய் இரு, பெர்சிவரான்ஸியோ. புளிக்காடியை விடத் தேன்தான் அதிகமான ஈக்களைப் பிடித்துத் தரும். உண்மையைச் சொன்னால் நாம் ஒரு ஒப்பந்தத்துக்கு வரலாம். நீ என்ன சொல்கிறாய், கஸில்டோ?

-ம்ம்ம், அதைத்தான் யோசிக்கிறேன், இருபதாயிரம் பெசோக்கள் என்பது ஒரு நல்ல தொடக்கமாக இருக்குமென்பேன். மற்றவர்கள் என்ன நினைக்கிறீர்கள்? அல்லது நமக்கு உதவுவதில் அவருக்கிருக்கும் ஆர்வத்தைப் பார்த்து நமது தலைவர் அதில் சின்னதாக ஒரு மாற்றத்தைக் கொண்டுவரலாம்? ஆகவே நாம் ஏன் ஐம்பதாயிரம் என்று சொல்லக்கூடாது? கேட்பதற்கு நன்றாயிருக்கிறதா?

-நான் உங்களுக்கு ஒரு நூறாயிரம் பெசோக்கள் தருகிறேன் - பெட்ரோ பராமோ கூறினார் -. நீங்கள் எத்தனை பேர் இருக்கிறீர்கள்?

-ஏறத்தாழ முன்னூறு பேர்.

-அப்படியானால் சரி. உங்கள் அணியை வலுப்படுத்த நான் மேலும் முன்னூறு ஆட்களையும் தருகிறேன். ஆட்களும் பணமும் இன்னும் ஒரு வாரத்துக்குள் உங்களுக்குக் கிடைக்கும். பணம் எனது அன்பளிப்பு, ஆட்களைக் கடனாகத் தருகிறேன். உங்களுடைய வேலைகள் முடிந்தபிறகு அவர்களை இந்தப் பக்கம் அனுப்பி வையுங்கள். நம்முடைய ஒப்பந்தம் சரியானதுதானா?

-இதை மறுக்க எனக்கு எந்தக் காரணமும் இல்லை.

-எனில் ஒருவாரத்தில் உங்களைச் சந்திக்கிறேன் கனவான்களே. உங்களோடு அளவளாவியதில் மகிழ்ச்சி.

-அப்படியென்றால் சரி - கடைசியாக அங்கிருந்து கிளம்பியவன் சொன்னான் -. சொன்ன சொல்படி நீங்கள் வரவில்லை என்றால் பெர்சிவரான்ஸியோ உங்களைத் தேடி வருவான், அது நான்தான்.

பெட்ரோ பராமோ அவனுக்குக் கைகொடுத்து அனுப்பி வைத்தார்.

-**தலைமையேற்றவன் யாரென்று** நினைக்கிறாய்? - எல் டில்குவாத்தேவிடம் பிறகு அவர் கேட்டார்.

-அது, மிகச் சரியாக நடுவில் உட்கார்ந்துகொண்டு ஒருமுறை கூட நிமிர்ந்து பார்க்காமல் ஒருவன் இருந்தானே, பெரிய தொப்பையோடு, அவனைத்தான் சொல்வேன். அவன்தான் என்று நான் பந்தயமே கட்டுவேன்... நான் சொல்வது எப்போதும் தவறுவதில்லை, டான் பெட்ரோ.

-இல்லை, டமாஸியோ. நீதான் தலைமையேற்க வேண்டியவன். அல்லது புரட்சியில் சேர்ந்து கொள்ளவேண்டும் எனும் அரிப்பு உனக்கு இல்லையென்று சொல்லப்போகிறாயா என்ன?

-நான் முழுமனதோடு அதற்குத் தயாராயிருக்கிறேன். ஒரு நல்ல சண்டையை நான் எவ்வளவு நேசிப்பேன் என்றெண்ணும்போது.

-இவையாவும் எதைநோக்கிப் போகிறது என்பதை இப்போதுதான் பார்த்தாய், ஆகவே உனக்கு நான் எந்த அறிவுரையும் சொல்ல வேண்டியதில்லை. உனக்கு நம்பிக்கையான முன்னூறு ஆட்களை அழைத்துக்கொண்டு போய் அந்தப் புரட்சியாளர்களோடு இணைந்துகொள். நானளித்த வாக்கின்படி ஆட்களைத் தந்துவிட்டதாக அவர்களிடம் சொல். மற்றதையெல்லாம் நீயாகவே பார்த்துக்கொள்.

-பணத்தைப் பற்றி அவர்களிடம் நான் என்ன சொல்வது? அதையும் நான் அவர்களிடம் தரவேண்டுமா என்ன?

-ஒரு ஆளுக்கு பத்து பெசோக்கள் என்ற கணக்கில் உனக்குத் தரப்போகிறேன். அவர்களின் உடனடித் தேவைகளுக்கு அது போதும். மற்றதை அவர்களுக்காக இங்கே நான் பத்திரமாக வைத்திருப்பதாக அவர்களிடம் சொல். இவ்வளவு பெரிய தொகையைத் தூக்கிக்கொண்டு சுற்றுவது சரியாக இருக்காது. அது கிடக்கட்டும், பியூர்டா டி பியட்ராவில் உள்ள அந்தச் சிறிய பண்ணையை உனக்குச் சொந்தமாக்கிக் கொள்வது பற்றி என்ன நினைக்கிறாய்? இனிமேல் அது உன்னுடையது. கோமாலாவில் உள்ள வழக்கறிஞரான ஜெரார்டோ ட்ரூயில்லோவிடம் இந்தத் தகவலை எடுத்துச் சொல், பத்திரத்தில் உன்னுடைய பெயரை அவர் எழுதுவார். இதைப் பற்றி என்ன நினைக்கிறாய், டமாஸியோ?

-உங்கள் பேச்சுக்கு மறுபேச்சே கிடையாது, எஜமானே. அந்தப் பண்ணை எனக்குக் கிடைக்குமோ இல்லையோ, இதில் கிடைக்கும் குதூகலத்திற்காகவே நான் புரட்சியில் இணைவேன். ஏதோ உங்களுக்கு அது தெரியாது என்பதைப் போலவே பேசுகிறீர்கள். பரவாயில்லை, நீங்கள் சொல்வதை நானும் ஆமோதிக்கிறேன். குறைந்தபட்சம் இவ்வகையில் நான் வெறிகொண்டு ஓடிக் கொண்டிருக்கும் சமயங்களில் எனது கிழட்டுப் பொண்டாட்டிக்குத் தன்னை மும்முரமாக வைத்துக்கொள்ள சில கதைகள் கிடைக்கக்கூடும்.

-அவ்வாறு நீ போகும்போது, சில மாடுகளையும் உன்னோடு அழைத்துப்போ. அந்தப் பண்ணையைக் கொஞ்சம் சுண்டிவிட்டு உயிர்ப்பிக்க வேண்டும்.

-ப்ராமன்களில்[8] சிலவற்றையும் நான் அழைத்துப்போனால் உங்களுக்குச் சிக்கல் இல்லையே?

-உனக்கு வேண்டிய எதை வேண்டுமானாலும், உன் மனைவியால் பார்த்துக் கொள்ள முடியும் என்று எதையெல்லாம் நீ நினைக்கிறாயோ, அதையெல்லாம் அழைத்துப்போ. இப்போது நம்முடைய சங்கதிக்குத் திரும்பி வருவோம், எனக்குச் சொந்தமான நிலங்களை விட்டு வெகுதூரம் விலகிப் போய்விடாதே, ஆகவே மற்றவர்கள் அங்கு வந்து பார்த்தால், நிலம் ஏற்கெனவே ஆக்கிரமிக்கப் பட்டிருக்கிறது என்று புரிந்துகொள்வார்கள். உன்னால் முடிந்தபோது அல்லது புதிதாக ஏதும் செய்தி இருந்தால் மட்டும், என்னை வந்து பார்.

-கூடிய சீக்கிரம் உங்களைச் சந்திக்கிறேன், எஜமானே.

-அவள் என்ன சொல்கிறாள், யுவான் ப்ரீஸியாடோ?

-தன்னுடைய பாதங்களை அவனது கால்களுக்கு மத்தியில் புதைத்துக்கொள்வேன் என்கிறாள். கற்களைப் போல உறைந்துவிட்ட அப்பாதங்களை, அடுப்பில் வேகவைக்கும் ரொட்டித்துண்டுகள் போலத் தன்னுடைய கால்களால் அவன் சூடேற்றுவான் என்கிறாள். அப்போதுதான் வேகவைத்த பொன்னிற ரொட்டிகளைப் போல அவளின் பாதங்கள் இருப்பதாகச் சொல்லி அவற்றைக் கொஞ்சுவான் என்கிறாள். அவனுக்கருகில் சுருண்டு படுத்து உறங்குவேன் என்றும் சொல்கிறாள், அவனுடைய தீர்க்கமான இருப்பின் மீது தன்னை அழுத்திக்கொண்டு, தனது உடம்பின் சதை மெல்ல இளகுவதை உணரும் சமயம் அவள் சூனியத்துக்குள் தொலைந்திடுவாள், கலப்பைக்கு வழிவிடும் ஓர் உழவுகாலைப் போலத் திறந்து கொடுப்பாள், முதலில் அது எரியும், பிறகு வெதுவெதுப்பாக மாறும், அதன்பிறகு இன்பமாயிருக்கும், அவளுடைய மென்மையான சதையில் மோதி, அதற்குள் சற்று மூழ்கி, பிறகுதான் சத்தம் போட்டு அலறும்வரை அதற்குள்ளே அவளிருப்பாள். என்றாலும் அவனுடைய மரணம்தான் அதீத வலியைத் தருவதாயிருக்கிறது, இன்றுவரைக்கும். இதைத்தான் அவள் சொல்கிறாள்.

-அவள் யாரைப் பற்றிப் பேசுகிறாள்?

-அவளுக்கு முன்பு செத்துப்போன யாரைப் பற்றியோ, எனக்கு உறுதியாகத் தெரியும்.

-ஆனால் அது யாராக இருக்கக்கூடும்?

-எனக்குத் தெரியாது. வீட்டுக்கு வருவது தாமதமாகும் இரவுகளில், தாமதமாகவேனும் அவன் வந்துவிடுவான் என்று அவள் உறுதியாக நம்பினாள், அனேகமாக அந்திக்கு முன்பு. தற்செயலாகத்தான் ஒரு விசயத்தை அவள் கண்டுபிடித்தாள், தனிமையிலும் குளிரிலும் உறைந்திருந்த அவளின் பாதங்கள், எதனாலோ மூடப்பட்டிருப்பதாகத் தோன்றியது, யாரோ அவற்றை வெதுவெதுப்பாக வைத்திருக்க முயற்சிக்கிறார்கள் என்பதைப்போல. சிறிது நேரங்கழித்து, அவள் விழித்தபோது, அவனுக்காகக் காத்திருக்கும் சமயத்தில் அவள் வாசித்துக்கொண்டிருந்த செய்தித்தாளால் அவளுடைய பாதங்கள் சுற்றப்பட்டிருந்தன, ஒரு கட்டத்துக்கு மேல் அவளால் கண்விழித்திருக்க முடியாது எனும் சூழலில் அது தரையில் விழுந்திருந்தது. அவன் செத்துவிட்ட செய்தியை அவளிடம் சொல்வதற்கு அவர்கள் வந்தபோது கூட அவளுடைய பாதங்கள் அந்தச் செய்தித்தாளுக்குள்தான் புதைந்திருந்தன என்கிறாள்.

-அவளைப் புதைத்திருக்கும் பெட்டி இப்போது இரண்டாக உடைந்திருக்க வேண்டும். ஏனென்றால் மரச் சட்டங்கள் பிளப்பது போன்ற ஒலிகள் எனக்குக் கேட்கின்றன.

-ஆமாம், எனக்கும் கேட்கிறது.

அன்றிரவு அவளுடைய கனவுகள் திரும்பி வந்தன. இந்த விசயங்களைப் பற்றியெல்லாம் ஏன் இத்தனைத் தீவிரமான நினைவுகள்? கடந்த காலத்தின் உணர்வுப்பூர்வமான மெல்லிசைகளைத் தவிர்த்துவிட்டு ஏன் மரணம் மட்டும் வரக்கூடாது?

-ஃப்ளோரென்சியோ இறந்துவிட்டான், சென்யோரா.★

அவன் எவ்வளவு பெரிய மனிதன்! எவ்வளவு உயரம்! கூடவே அவன் குரலும் கொடூரமாயிருக்கும். மிகவும் வறண்ட புழுதியைப்போன்ற வறட்சியுடன். அவனுடைய வடிவம் தெளிவற்றிருந்தது, அல்லது பிறகுதான் அவன் அவ்வாறு தெளிவற்றுத் தெரியத் தொடங்கினானா? ஏதோ

★ ஸ்பானிஷ் மொழியில் மரியாதைக்குரிய விளிச்சொல். சென்யோரா–பெண்பால்

அவர்களிருவருக்கும் நடுவில் மழை பெய்ததைப்போல. "அவன் என்ன சொன்னான்? ஃப்ளோரென்சியோ குறித்து ஏதோ சொன்னானே? அவன் எந்த ஃப்ளோரொன்சியோ குறித்துப் பேசினான்? எனக்குரியவனா? ஓஹ்! ஆனால் எனது துயரத்தைக் கழுவுவதற்கு அழுது புரண்டு கண்ணீரில் என்னை நானே ஏன் மூழ்கடித்துக்கொள்ளவில்லை? ஆண்டவரே, உண்மையில் நீர் இல்லவேயில்லை! அவனைக் காப்பாற்றும்படி உம்மிடம் மன்றாடினேன். அவனைக் கவனித்துக்கொள்ளும்படி. நான் கேட்டதெல்லாம் அது மட்டும்தான். ஆனால் உமக்குத் தேவையெல்லாம் ஆன்மாக்கள் மட்டுமே. எனக்குத் தேவைப்படுவது அவன் உடல்தான். நிர்வாணமாக, காதலின் கதகதப்போடு, வேட்கையின் கொதிப்போடு, நடுங்கும் எனது கைகளையும் மார்புகளையும் வருடிக் கொடுத்தபடி. ஒளியூடுருவும் எனதுடல் அவனருகே ஊசலாடுகிறது. எனது மெல்லிய வடிவம் அவனுடைய வலிமையில் ஆற்றுப்படுவதாகவும் பின் தொலைந்துபோவதாகவும் இருக்கிறது. அவற்றை மூடிக்கொள்ள அவனுடைய வாய் இல்லை எனும்போது இனி என் உதடுகளை வைத்து நான் என்ன செய்ய? நோவுறும் இந்த உதடுகளை வைத்துக்கொண்டு நான் என்ன செய்ய?"

சூஸன்னா சான் ஹுவான் மனவுலைச்சலோடு புரண்டபோது, பெட்ரோ பராமோ கதவினருகே நின்றிருந்தார், முடிவின்றி நீள்வதாகத் தோன்றிய இந்தப் புதிய கனவு நீளும் நொடிகளை எண்ணியபடி அவளையே பார்த்திருந்தார். சுடர் மெதுவாக மெலியத் தொடங்க விளக்கின் எண்ணெய் சடசடவென்று ஒலியெழுப்பியது. விரைவில் அது அணைந்துவிடும்.

இரக்கமற்ற அயர்வூட்டும் மாயத் தோற்றங்களுக்கும் ஒருபோதும் முடிவுறாத கனவுகளுக்கும் பதிலாக ஏதேனும் ஓர் உடல் சார்ந்த உபாதையை ஒருவேளை அவள் அனுபவிப்பவளாக இருந்திருந்தால், அவளுக்கு நிம்மதியைத் தரும் ஒரு வழிமுறையை அவர் தேடிக் கண்டுபிடித்திருக்கக் கூடும். சூஸன்னா சான் ஹுவானை வெறித்துப் பார்த்தபடி நின்ற சமயத்தில் அதைத்தான் பெட்ரோ பராமோ யோசித்தவாறிருந்தார், அவளின் ஒவ்வொரு அசைவையும் உற்றுக் கவனித்தபடி. அவளை அவர் பார்ப்பதற்கு அனுமதித்த அந்த மெல்லிய சுடரின் ஒளியைப்போல அவளின் வாழ்க்கையும் சட்டென்று அணைந்துபோனால் என்ன நடக்கும்?

பிற்பாடு, அவர் கிளம்பியபோது, எந்தச் சத்தமும் எழுப்பாமல் கதவை மூடினார். வெளிப்புறத்தில், தூய்மையான இரவுக்காற்று அவளின் உருவத்தை பெட்ரோ பராமோவின் மனதிலிருந்து துடைத்தழித்தது.

சூஸன்னா சான் ஹுவான் அந்திக்குச் சில கணங்கள் முன்பாக எழுந்தாள். அடர்த்தியான கம்பளிகளைத் தரையில் தூக்கி வீசினாள், போர்வைகளின் கதகதப்பையும் மறுத்து ஒதுக்கினாள். காலைநேரத் தென்றலால் குளிர்ந்து அங்கே அவள் நிர்வாணமாகக் கிடந்தாள். நீண்ட பெருமூச்சு ஒன்றினை வெளியிட்டபிறகு மறுபடியும் தூங்கிப்போனாள்.

சிலமணி நேரங்களுக்குப் பிறகு பாதிரி ரெண்டேரியோ அதேநிலையில்தான் அவளைக் கண்டார், நிர்வாணமாகவும், உறங்கிக்கொண்டும்.

-நீங்கள் கேள்விப்பட்டீர்களா, டான் பெட்ரோ, எல் டில்குவாத்தே தோற்கடிக்கப்பட்டான் என்பதை?

-கலவரமான சில ஒலிகளைக் கேட்டதால் நேற்றிரவு துப்பாக்கிச் சண்டை நடந்ததென்று எனக்குத் தெரியும், ஆனால் அதற்குமேல் வேறேதும் தெரியாது. உனக்கு யார் சொன்னது, ஜெரார்டோ?

-காயம்பட்டவர்களில் சிலர் கோமாலாவுக்கு வந்தார்கள். அவர்களுக்குக் கட்டுப்போட என் மனைவிதான் உதவினாள். அவர்கள் டமாஸியோவோடு இருந்தவர்களென்றும் அவர்களில் பலர் இறந்துவிட்டதாகவும் சொன்னார்கள். வில்லிஸ்தாக்கள் என்று தங்களை அழைத்துக்கொள்ளும் ஒரு கூட்டத்தோடு இவர்கள் மோதியதாகத் தெரிகிறது.

-தெய்வமே, ஜெரார்டோ! கெட்டகாலம் நம்மை நெருங்குவதாகத் தெரிகிறது. நீ என்ன செய்யப்போகிறாய்?

-நான் கிளம்புகிறேன், டான் பெட்ரோ. சயுலாவுக்குத் தலைப்படுகிறேன். அங்கே போனபிறகு மறுபடியும் முதலில் இருந்து தொடங்கவேண்டியதுதான்.

-உன்னைப் போன்ற வழக்கறிஞர்களுக்கு அந்த அனுகூலம் உண்டு; யாரும் உங்களின் தாடைகளில் ஓங்கிக் குத்தாத வரைக்கும்

உங்களின் அலுவல்களை நீங்கள் எங்கு வேண்டுமானாலும் மாற்றிக்கொள்ளலாம்.

-அதை நம்பாதீர்கள், டான் பெட்ரோ. வழக்கறிஞர்களான எங்களுக்கும் எப்போதும் பிரச்சினைகள் உண்டு. தவிரவும், உங்களைப் போன்ற கட்சிக்காரரின் உறவை முறித்துக்கொள்வதும் உங்களின் அன்பை இழப்பதும் எனக்கு வருத்தமாயிருக்கிறது. ஆனால் எப்போதும் நம்முடைய உலகங்களை நாமேதான் கிழித்தெறிகிறோம், இவ்வாறு நான் சொல்வதை நீங்கள் தவறாக எண்ணக்கூடாது. உங்களுடைய ஆவணங்களை நான் எங்கே வைத்துவிட்டுப் போகவேண்டும் என்று விரும்புகிறீர்கள்?

-அவற்றை விட்டுப் போகாதே. உன்னோடு எடுத்துச் செல். அல்லது நீ போகுமிடத்தில் இருந்தவாறே என்னுடைய விவகாரங்களைப் பார்த்துக்கொள்ள உன்னால் முடியாதா என்ன?

-உங்களுடைய நம்பிக்கைக்குத் தலைவணங்குகிறேன், டான் பெட்ரோ. இதை மனதாரச் சொல்கிறேன். ஆனால் இந்தப் பணியைத் தொடர்வது எனக்குச் சாத்தியப்படாது என்பதையும் நான் சொல்லித்தான் ஆகவேண்டும். ஒருசில முறைகேடுகள்.. அதாவது.. உங்களுக்கு மட்டுமே தெரியவேண்டிய சில தகவல்கள். தவறான கைகளுக்குப் போனால் உங்களுக்கு எதிராக அவற்றைப் பயன்படுத்த முடியும் என்பதைப் போன்ற தகவல்கள். அவற்றை உங்களிடமே விட்டுப்போனால் பத்திரமாயிருக்கும்.

-நீ சொல்வது சரிதான், ஜெரார்டோ. அவற்றை இங்கேயே விட்டுப்போ. நான் அவற்றை எரித்து விடுகிறேன். ஆவணங்கள் இருக்கிறதோ இல்லையோ, நிலத்தின் மீது எனக்குள்ள அதிகாரத்தை யார் கேள்வி கேட்கப் போகிறார்கள்?

-யாரும் செய்யமாட்டார்கள் என நம்புகிறேன், டான் பெட்ரோ. யாருமே. இப்போது, நீங்கள் எனக்கு விடைகொடுத்தால்..

-கடவுளோடு போ, ஜெரார்டோ.

-என்ன சொன்னீர்கள்?

-கடவுள் உன்னோடு இருக்கட்டும் என்று சொன்னேன்.

வழக்கறிஞர் ஜெரார்டோ ட்ரூயில்லோ அவசரமின்றி மெதுவாகக் கிளம்பிச் சென்றார். ஏற்கெனவே அவர் வயதானவர்தான்,

ஆனால் அவ்வளவு மெதுவாக, விருப்பமேயில்லாததைப் போலக் கிளம்புமளவுக்கு வயதானவரல்ல. உண்மை என்னவென்றால், அவர் ஒரு பரிசினை எதிர்பார்த்தார். டான் பெட்ரோவின் தந்தையான டான் லூகாஸிடம் - அவரின் ஆன்மா அமைதியில் உறங்கட்டும் - அவர் பணிபுரிந்தார், தொடர்ந்து டான் பெட்ரோவிடம், அதன்பிறகு, டான் பெட்ரோவின் மகனான மிகுவேலிடமும். உண்மை என்னவென்றால், அவர் ஒரு இழப்பீட்டை எதிர்பார்த்தார். குறிப்பிடும்படியான, மதிப்புமிக்க ஒரு பெரிய தொகையை. தன் மனைவியிடம் இவ்வாறு சொல்லியிருந்தார்:

-டான் பெட்ரோவிடம் விடைபெறப்போகிறேன். எனக்கொரு வெகுமதி வழங்க அவர் விரும்புவாரென்று எனக்குத் தெரியும். அந்தப் பணத்தைக் கொண்டு சயுலாவில் நன்முறையில் நம்மை நிலைநிறுத்திக்கொள்ளவும் மீதமிருக்கும் நம்முடைய வாழ்க்கையை நிம்மதியாக வாழவும் முடியும் என நான் உறுதிபட நம்புகிறேன்.

ஆனால் ஏன் பெண்களுக்கு மட்டும் எப்போதும் சந்தேகங்கள் எழுகின்றன? மேலிருந்து அல்லது வேறேதோ ஒன்றிலிருந்து தங்களுக்கான சமிக்ஞைகளை அவர்கள் பெறுகிறார்களா? அவருக்கு ஏதும் கிடைக்குமென்பதை அவள் நம்பவில்லை:

-பிழைக்க வேண்டுமென்றால் சயுலாவில் நீங்கள் மறுபடியும் முதுகொடிய வேலை பார்த்தால்தான் ஆகும், ஏனென்றால் இந்த இடத்தில் உங்களுக்கு எதுவும் கிடைக்கப்போவதில்லை.

-ஏன் அப்படிச் சொல்கிறாய்?

-எனக்குத் தெரியும், அவ்வளவுதான்.

கதவை நோக்கி அவர் மெல்ல நடந்தார், யாரும் தன்னை அழைக்கிறார்களா என்பதைக் கவனித்தபடி: “ஹேய், ஜெரார்டோ! மற்ற வேலைகள் இருந்ததில் இதை நான் யோசிக்கவில்லை. ஆனால் உனக்கு நன்றிக்கடன்பட்டிருக்கிறேன், நீ செய்திருக்கும் உதவிகளை வெறும் பணத்தால் ஈடுகட்ட முடியாது. இதை எடுத்துக்கொள்: ஒரு சிறிய பரிசு.”

ஆனால் அந்த அழைப்பு வரவேயில்லை. கதவைக் கடந்து சென்று, தன்னுடைய குதிரையை நிலைக் கம்பத்தில் கட்டிப்போடப் பயன்படுத்திய தோல்வாரைக் கழற்றினார். சேனத்தின் மீது

ஏறியமர்ந்து கோமாலா இருந்த திசையில் நகர்ந்தார், யாரும் அழைத்தால் தனக்குக் காதில் விழாமல் போகுமளவுக்குத் தூரமாகப் போய்விடக்கூடாது என்பதால் மெதுவாகச் சென்றார். மெடியா லூனா பார்வையிலிருந்து மெல்லத் தேய்ந்து மறைவதை உணர்ந்தபோது, அவர் எண்ணினார்: "அவரிடம் கடன் கேட்டால் மிகவும் அவமானமாயிருக்கும்."

-நான் திரும்பிவிட்டேன், டான் பெட்ரோ, விசயங்களை அப்படி அப்படியே விட்டுப்போவது சரியல்ல என்று எனக்குத் தோன்றியது. உங்களுடைய விவகாரங்களைத் தொடர்ந்து கவனிப்பதில் நான் மகிழ்ச்சியடைவேன்.

பெட்ரோ பராமோவின் அலுவலகத்தில் மறுபடியும் வந்து அமர்ந்துகொண்டு அவர் பேசினார், சரியாக அரைமணி நேரத்துக்கு முன்பு அவர் அமர்ந்திருந்த அதே இடத்தில்.

-சரி, ஜெரார்டோ. ஆவணங்கள் அங்கேதான் இருக்கின்றன, நீ விட்டுப்போன அதே இடத்தில்.

-அப்புறம் எனக்கு... சில செலவுகள்... இடம்பெயர்வதற்கான செலவுகள்... என்னுடைய கட்டணத்தில் இருந்து சிறிய முன்தொகை... கொடுப்பதில் தவறில்லை என நீங்கள் நினைத்தீர்களென்றால் இன்னும் கொஞ்சம் கூடக் கொடுத்தால் உதவியாக இருக்கும்.

-ஐநூறு?

-இன்னும் கொஞ்சம், சற்றே அதிகமாகத் தரக்கூடாதா?

-ஆயிரம் தந்தால் சந்தோசப்படுவாயா?

-அல்லது ஐந்து தந்தால் என்ன?

-என்ன ஐந்து? ஐந்தாயிரம் பெசோக்களா? என்னிடம் இல்லை. எல்லாம் முதலீட்டில் இருக்கிறதென்பது உனக்கு நன்றாகத் தெரியும். நிலத்தில், கால்நடைகளில். உனக்கு அது தெரியும்தானே. ஆயிரம் எடுத்துக்கொள். அதைவிட அதிகமாக உனக்குத் தேவைப்படும் என்று நான் நினைக்கவில்லை.

அவர் ஒருகணம் தயங்கினார். தலை கீழே தாழ்ந்தது. மேசையின் மீது நாணயங்கள் சரசரப்பது அவருக்குக் கேட்டது, பெட்ரோ

பராமோ அங்கே அமர்ந்து அவற்றை எண்ணிக்கொண்டிருந்தார். அவருக்கு டான் லூகாஸின் ஞாபகம் வந்தது, அவருக்குரிய கட்டணத்தைத் தருவதை லூகாஸ் எப்போதும் தள்ளிப்போடுவார். பிறகு டான் பெட்ரோ, சுத்தமாக எல்லாவற்றையும் வழித்து எடுத்துவிட்டார். அப்புறம் அவருடைய மகன் மிகுவேல்: அந்தப் பையன் எத்தனை மோசமானவனாக இருந்தான்!

குறைந்தபட்சம் பதினைந்து முறையாவது, அல்லது அதைவிட அதிகமாக, அவர் மிகுவேலை சிறையிலிருந்து விடுவித்து வந்திருப்பார். பிறகு அவன் அந்த ஆளைக் கொன்றுபோட்ட காலத்தை யோசிக்கும்போது, அவனுடைய பெயர் என்ன? ரெண்டேரியா, அதுதான். அவன் பெயர் ரெண்டேரியா, செத்துப் போனவனின் கையில் அவர்கள் ஒரு துப்பாக்கியை வைத்துவிட்டு வந்தார்கள். அது மிகுவேலை ரொம்பவே அச்சுறுத்திவிட்டது, பிற்பாடு அதை எண்ணி அவன் நகைத்தான் என்றபோதிலும். அதுமட்டும், மேற்கொண்டு ஏதும் விவகாரமாகிச் சட்டமும் தலையிட்டிருந்தால் டான் பெட்ரோவுக்கு எவ்வளவு செலவுகளை இழுத்துவிட்டிருக்கும்? பிறகு அந்தக் கற்பழிப்புகளையெல்லாம் என்ன சொல்வது? ஒவ்வொரு முறையும் அந்தப் பெண்களை அமைதியாக வைத்திருக்க சொந்தப் பணத்தைச் செலவு செய்ய அவர் நிர்ப்பந்திக்கப்பட்டார்: "சிவப்புத் தோலோடு உனக்குக் குழந்தை பிறக்கப் போவதற்கு நீதான் நன்றி சொல்லவேண்டும்!" என்பார்.

-இதை வைத்துக்கொள், ஜெரார்டோ. பத்திரமாகச் செலவு செய், காரணம், அது போனால் போனதுதான்.

ஜெரார்டோ, இன்னும் சிந்தனையில் ஆழ்ந்தவராக, பதிலளித்தார்:

-நீங்கள் சொல்வது உண்மை, இறந்தவர்களும் அப்படித்தான், போனால் போனதுதான் -. பிறகு அவர் தொடர்ந்து சொன்னார் -: துரதிர்ஷ்டவசமாக.

முதல் வெளிச்சம் இன்னும் வெகு தூரத்தில் இருந்தது. நீண்ட இரவால் உப்பிப் போயிருந்த கொழுத்த நட்சத்திரங்களால் நிறைந்திருந்தது வானம். சிறிது நேரம் மட்டும் வெளியேறி வந்துவிட்டு நிலவு மீண்டும் மறைந்தது. யாரும் கண்டுகொள்ளாத, யாருமே உற்றுப்பார்க்காத துயரார்ந்த நிலவுகளுள் ஒன்று. வடிவமிழந்து, ஒளிசிந்தாமல், சற்றுநேரம் அங்கு தொங்கிக்

கொண்டிருந்தது, பிறகு வேகமாக விரைந்து மலைகளின் பின்னே மறைந்தது.

இருளுக்குள் மூழ்கியிருந்த வெகுதொலைவிலிருந்து எருதுகளின் உறுமல்கள் ஒலித்தன.

<<அந்த மிருகங்கள் தூங்குவதேயில்லை - என்றாள் டாமியானா சிஸ்னெரோஸ் -. அவை தூங்குவதேயில்லை. நரகத்துக்கு அவன் இழுத்துப்போக வேண்டிய ஆன்மாக்களை எந்நேரமும் தேடித்திரியும் சாத்தானைப் போன்றவை அவை.>>

சுவரை நோக்கி முகத்தைத் திருப்பியவாறு அவள் படுக்கையில் உருண்டாள். கதவு தட்டப்படுவது அப்போதுதான் அவளுக்குக் கேட்டது.

மூச்சை அடக்கிக்கொண்டு கண்களைத் திறந்தாள். யாரோ தங்களின் மணிக்கட்டுகளால் சுவரின்மீது அறைகிறார்கள் என்பதைப்போல மறுபடியும் மூன்று முறை கதவை மூர்க்கமாகத் தட்டுவது அவளுக்குக் கேட்டது. இங்கு அவளுக்குப் பக்கத்தில் அல்ல, தொலைவில் எங்கோ, ஆனால் அதே சுவரில்.

<<தெய்வமே! அவ்வாறு மூன்று முறை தட்டுவது சான் பஸ்குவால் பைலோனாக[9] இருக்கவேண்டும், அவர்களின் மரணநேரம் நெருங்கிவிட்டதென்பதைத் தனது விசுவாசிகளுக்குத் தெரியப்படுத்த அவர் இதைச் செய்கிறார்.>>

தன்னுடைய மூட்டு வலியின் பொருட்டு அவரை மேன்மை செய்யும் நவநாள் தொழுகை நோன்பை வெகுகாலமாக அவள் மேற்கொள்ளவில்லை என்றபோதும், கதவைத் தட்டும் சத்தம் தனக்காக இருக்குமோ என்றெண்ணிக் கவலைப்படவில்லை. அவள் சற்றே அதிர்ச்சியுற்றிருந்தாலும், அனேகமாக அது ஆர்வத்தின் காரணமாக விளைந்ததேயொழிய பயத்தால் அல்ல.

அவள் படுக்கையிலிருந்து விரைந்தெழுந்து சாளரத்தின் வழியாக வெளியே பார்த்தாள்.

வயல்கள் இருண்டிருந்தன. என்றாலும் கூட, அந்த நிலப்பகுதியை அவளுக்கு நன்கு தெரியுமென்பதால் இளம் மார்கரித்தாவுக்குச் சொந்தமான ஒரு சாளரத்தின் வழியே தன்னுடைய பெருத்த உடலைத் தூக்கிக்கொண்டு உள்ளே நுழைந்த பெட்ரோ பராமோவை அவளால் அடையாளம் காண முடிந்தது.

-அட, அந்த பெட்ரோ பராமோ! - என்றாள் டாமியானா -. பெண்களைத் துரத்துவதை அவரால் விடவேமுடியாது. எல்லாவற்றையும் ஏன் ரகசியமாகச் செய்ய விரும்புகிறார் என்பது மட்டும்தான் எனக்குப் புரியவில்லை. அவர் மட்டும் எனக்குத் தெரியப்படுத்தியிருந்தால், இன்றிரவு எஜமானுக்கு நீ தேவைப்படுகிறாய் என்று மார்கரித்தாவிடம் சொல்லியிருப்பேன், ஆக படுக்கையில் இருந்து எழுந்து வரும் வேலை கூட அவருக்கு இருந்திருக்காது.

எருதுகள் அலறுவதைக் கேட்டதும் அவள் சாளரத்தை மூடினாள். மறுபடியும் படுக்கையில் விழுந்து, கம்பளியைத் தன்னுடைய காதுவரைக்கும் இழுத்துப் போர்த்திக்கொண்டாள், பிறகு இளம் மார்கரித்தாவுக்கு இனி என்ன நடக்கும் என்பதைப் பற்றி யோசிக்கத் தொடங்கினாள்.

சற்று நேரங்கழித்து, இரவின் புழுக்கம் அதிகரிக்கத் தொடங்கியதால் தனது இரவுநேர அங்கியை அவள் கழற்றும்படி ஆனது...

-டாமியானா! - அவளுக்குக் கேட்டது.

மறுபடியும் அவள் ஒரு இளம் யுவதியாக மாறியிருந்தாள்.

-கதவைத் திற, டாமியானா!

விலாக் கூட்டுக்குள் ஒரு தேரை சிக்கிக்கொண்டது போல அவளுடைய இதயம் துடித்தது.

-எதற்காக, எஜமானே?

-திற, டாமியானா!

-ஆனால் நான் ஏற்கெனவே தூங்கிவிட்டேன், எஜமானே.

அதன்பிறகு கால்களை ஓங்கி உதைத்தபடி டான் பெட்ரோ முற்றத்தின் வழியே நடந்துபோவது அவளுக்குக் கேட்டது, எரிச்சலடையும் சமயங்களில் அவர் அப்படிச் செய்வார்.

அவரைச் சமாதானப்படுத்தவும் அவருடைய கோபத்தைத் தவிர்ப்பதற்காகவும், மறுநாள் தன்னுடைய கதவைத் திறந்து வைத்துவிட்டு அவள் படுக்கையில் நிர்வாணமாகப் படுத்துக்கொண்டாள்.

ஆனால் பெட்ரோ பராமோ வரவேயில்லை.

அதனால்தான், ஒரு முதியவளாக, மெடியா லூனாவில் இப்போது பணிபுரியும் பெண்களுக்குப் பொறுப்பானவளாகவும் அவர்களின் நன்மதிப்பை ஈட்டியவளாகவும், வெகு காலத்துக்கு முன்பு எஜமான் தன்னைக் கூப்பிட்ட அந்த இரவை அவள் நினைத்துப் பார்த்தாள்:

<<கதவைத் திற, டாமியானா!>>

பிறகு அத்தருணத்தில் இளம் மார்கரித்தா எவ்வளவு மகிழ்ச்சியாக இருந்திருப்பாள் என்பதை யோசித்தபடி அவள் மல்லாக்கப் படுத்திருந்தாள்.

பிற்பாடு கதவைத் தட்டுவது இன்னுமதிகமாகவே அவளுக்குக் கேட்டது, ஆனால் இம்முறை பிரதானக் கதவில், துப்பாக்கியின் பின்புறத்தால் யாரோ அதை இடிக்கிறார்கள் என்பதைப்போல.

மீண்டும் தன்னுடைய சாளரத்தைத் திறந்து இருட்டுக்குள் உற்றுப் பார்த்தாள். அவளால் எதையும் பார்க்க முடியவில்லை, என்றாலும் நிலம் தனக்குள்ளாகக் கொதித்துக்கொண்டிருப்பதாக அவளுக்குத் தோன்றியது, ஒரு பெருத்த மழை நிலத்தைப் புழுக்களால் நிறைக்கும்போதும் அது இப்படித்தான் கொதிக்கும். ஏதோவொன்று எழுந்துவருவதை அவள் உணர்ந்தாள், நிறைய ஆண்களின் கூட்டத்திலிருந்து எழும் வெப்பத்தைப் போல. தவளைகள் கத்துவதையும் சீரிகைப் பூச்சிகளையும் மழைக்கால இரவின் அசைவின்மையையும் அவள் உற்றுக்கேட்டாள். பிறகு மறுபடியும் துப்பாக்கியின் பின்புறங்கள் கதவின் மீது மோதுவதை அவள் கேட்டாள்.

கூட்டமாக வந்த ஆட்களுடைய முகங்களின் மீது ஒரு விளக்கு தன்னுடைய வெளிச்சத்தைப் பாய்ச்சியது.

<<இது என்னவாக இருந்தாலும், அதைப் பற்றி எனக்குக் கவலையில்லை,>> என்றாள் டாமியானா சிஸ்னேரொஸ், பிறகு அவள் சாளரத்தைப் பூட்டினாள்.

-நீ தோற்கடிக்கப்பட்டதாகக் கேள்விப்பட்டேன், டமாஸியோ. எப்படி அவ்வாறு நடக்கவிட்டாய்?

-உங்களுக்குத் தவறாகச் சொல்லப்பட்டிருக்கிறது, எஜமானே. எனக்கு எதுவும் ஆகவில்லை. என் ஆட்கள் இன்னும்

என்னோடுதான் இருக்கிறார்கள். நாங்கள் எழுநூறு பேர் இருக்கிறோம், கூடவே சில ஒட்டிக்கொண்டவர்களும். நடந்தது என்னவென்றால் வெறுமனே சும்மா அமர்ந்திருந்ததில் ஒருசில பழைய ஆட்களுக்கு சலித்துப்போக வழுக்கைத் தலையோடு வந்த ஒரு கூட்டத்தை வீம்புக்குச் சுட்டிருக்கிறார்கள் ஆனால் உண்மையில் அது பெரிய ராணுவம் என்றாகிப்போனது. வில்லாஸ்களின் ஆட்கள், உங்களுக்குத் தெரியாதா என்ன?

-அவர்கள் எங்கிருந்து வந்தார்கள்?

-வடக்கிலிருந்து, தங்களின் பாதையில் எதிர்ப்பட்டதையெல்லாம் அழித்தபடி இங்கு வந்திருக்கிறார்கள். புதிய நிலங்களின் மணத்தை நுகர்ந்தபடி அவர்கள் வெறியோடு சுற்றி வருவதாகத் தெரிகிறது. வலுவானவர்கள். அதை மறுக்கமுடியாது.

-என்றால் நீ இன்னும் அவர்களோடு ஏன் இணைந்து கொள்ளவில்லை? யார் வெல்கிறார்களோ அவர்களோடு ஒட்டிக்கொள் என்று ஏற்கெனவே உனக்குச் சொல்லியிருக்கிறேன் இல்லையா?

-நான் ஏற்கெனவே அவர்களோடுதான் இருக்கிறேன்.

-அப்படியென்றால் இங்கே என்னைப் பார்க்க எதற்காக வந்தாய்?

-எங்களுக்குப் பணம் வேண்டும், எஜமானே. மாமிசத்தைத் தவிர வேறெதையும் சாப்பிடாமல் நாங்கள் நொந்திருக்கிறோம். இனிமேலும் அந்தச் சுவையைத் தாங்கிக்கொள்ள முடியாது. யாரும் எங்களுக்குக் கடனாகக்கூட எதையும் தரப்போவதில்லை. அதனால்தான் இங்கே வந்தோம், நீங்கள் உதவி செய்தால் யாரிடமும் போய் அற்பத்தனமாகத் திருடும் தேவை எங்களுக்கு இருக்காது. வெவ்வேறு பகுதிகளுக்குப் போகிறோம் என்றால் அக்கம்பக்கம் இருப்பவர்களை "ஒரு பார்வை பார்த்து விட்டு வர" சங்கடப்பட மாட்டோம், ஆனால் இந்தப் பகுதியிலோ அனைவரும் தெரிந்தவர்களாக இருக்கிறார்கள், எனவே அவர்களிடமிருந்து பொருட்களைப் பிடுங்கத் தயக்கமாயிருக்கிறது. சுருங்கச்சொன்னால், சில பொருட்களை வாங்க எங்களுக்குப் பணம் தேவைப்படுகிறது, வெறுமனே கொஞ்சம் டோர்தியாக்களும் அதனுடன் சில மிளகாய்களும் என்றால் கூட. மாமிசத்தைத் தவிர வேறெதையும் சாப்பிடாமல் நாங்கள் நொந்திருக்கிறோம்.

-என்னிடமே கடுமையாக நடந்துகொள்ளத் தொடங்கியிருக்கிறாயா, டமாஸியோ?

-இல்லவேயில்லை, எஜமானே. வெறுமனே என்னுடைய ஆட்களின் சார்பில் கேட்கிறேன். தனிப்பட்டமுறையில், எனக்கு எதுவும் வேண்டாம்.

-உனது ஆட்களுக்காக நீ கவலைப்படுகிறாய் என்பது நல்ல விசயம், ஆனால் உனக்கு வேண்டிய சங்கதிகளைப் பெறுவதற்கு மற்றவர்களைத்தான் கேட்க வேண்டும். நான் ஏற்கெனவே தந்துவிட்டேன், ஆக அதை வைத்துக்கொண்டு ஒப்பேற்றும் வழியைப் பார். என்ன செய்ய வேண்டுமென்று உனக்கு நான் நிச்சயம் சொல்லப்போவதில்லை, ஆனால் கோண்ட்லாவைச் சூறையாடலாம் என்று உனக்குத் தோன்றவில்லையா? அல்லது வேறு எதற்காக நீ புரட்சியில் இணைந்தாய்? உதவிகேட்டு மன்றாடிக்கொண்டிருந்தால் நீ தப்புசெய்கிறாய் என்று அர்த்தம். அதற்கு நீ உன் பொண்டாட்டியிடம் திரும்பிச் சென்று கோழிகளை வளர்க்கலாம். போய் ஏதாவது நகரத்தைத் தாக்கு! உன்னுடைய தலையைப் பணயம் வைத்து ஓடிக்கொண்டிருப்பவன் நீதான் என்றால், அதே காரணத்துக்காக ஏதாவது செய்து தொலையுங்கள் என்று மற்றவர்களிடமும் ஏன் சொல்லக்கூடாது? கோண்ட்லா பணக்கார நபர்களால் நிரம்பி வழிகிறது. அவர்களிடம் இருப்பதில் சிறுதுளியை எடுத்துக்கொள். அல்லது உன்னை அவர்களின் செவிலித்தாய் என்றெண்ணிக் கொண்டிருக்கிறாயா, அவர்களின் நலன்களை எல்லாம் கவனித்துக்கொள்ள? இல்லை, டமாஸியோ. நீ சும்மா விளையாட்டுக்குச் சுற்றி வரவில்லை, வேடிக்கை காட்டவில்லை என்பதை அவர்களுக்குப் புரிய வை. அவர்களைப் பலமாகத் தாக்கினால் போதும், ஒருசில செண்டோவைக்களைச் சிதறவிடுவார்கள்.

-நீங்கள் எது சொன்னாலும் சரி, எஜமானே. ஒவ்வொரு முறையும் முக்கியமான விசயங்களை உங்களிடமிருந்து நான் கற்றுக்கொள்கிறேன்.

-என்றால், அதை நல்ல முறையில் பயன்படுத்து.

ஆட்கள் வெளியேறிச் செல்வதை பெட்ரோ பராமோ பார்த்தவாறிருந்தார். இருட்டோடு ஒன்றுகலந்து, தனக்கெதிரில் நடந்துபோகும் கருத்த குதிரைகளை அவரால் உணரமுடிந்தது. வியர்வையையும் புழுதியையும், பூமியின் அதிர்வையும்.

மீண்டும் அவரால் மின்மினிப் பூச்சிகளின் ஒளிர்வைப் பார்க்க முடிந்தபோது, அனைவரும் போய்விட்டது அவருக்குத் தெரிந்தது. அங்கே மிச்சமிருந்தது அவர் மட்டும்தான், உள்ளுக்குள் அழுகத் தொடங்கியிருக்கும் ஒரு மரத்தின் தண்டுப் பகுதியைப் போல விறைப்பாக நின்றிருந்தார்.

அவர் சூஸன்னா சான் ஹுவானை நினைத்தார். சில கணங்களுக்கு முன்பு வரைக்கும் தன்னோடு படுத்துறங்கிய இளம்பெண்ணை நினைத்தார். அவளின் சிறிய, பீதியடைந்த உடம்பு மிக மோசமாக நடுங்கிக்கொண்டிருந்ததைப் பார்க்க அவளின் இதயம் மார்புக் கூட்டுக்குள் வெடித்து விடும் போலத் தோன்றியது. "இனிமையான செல்லக்குட்டி," அவர் அவளிடம் சொன்னார். பிறகு அவளை இறுக்கமாகப் பற்றிக்கொண்டார், அவளின் தசை சூஸன்னா சான் ஹுவானின் தசையாக மாறும் எனும் நம்பிக்கையோடு. "இவ்வுலகைச் சேராத ஒரு பெண்."

காலைப்பொழுதின் வெளிச்சம் பரவத்தொடங்க, வேண்டாவெறுப்பாக அந்த நாள் தன்னைத் திறந்து காட்டுகிறது. துருப்பிடித்த பற்சக்கரங்களின் மீது சுழலும் பூமியின் ஒலியைக்கூட ஏறத்தாழ ஒருவரால் கேட்கமுடிகிறது, அதன் இருண்மைக்குள்ளிருந்து வழிந்தோடும் ஒரு புராதான உலகத்தின் நடுக்கத்தையும்.

-இரவு முழுக்கப் பாவங்களால் நிறைந்திருக்கிறது என்பது உண்மையா, ஜஸ்டினா?

-ஆமாம், சூஸன்னா.

-அது உண்மைதான் என்று உறுதியாகத் தெரியுமா?

-அவ்வாறுதான் இருக்க வேண்டும், சூஸன்னா.

-அப்படியென்றால் வாழ்க்கையைப் பற்றி என்ன நினைக்கிறாய், ஜஸ்டினா, அதுவும் ஒரு பாவம்தான் இல்லையா? உனக்குக் கேட்கிறதா? இந்தப் பூமி எவ்வாறு ஓலமிடுகிறது என்பது உனக்குக் கேட்கிறதா?

-இல்லை, சூஸன்னா, எனக்கு எதுவும் கேட்கவில்லை. உன்னுடையதைப் போல என்னுடைய விதி அத்தனை மகத்தானதல்ல.

-நீ ஆச்சரியப்பட்டுப்போவாய். எனக்குக் கேட்பது மட்டும் உனக்கும் கேட்டால், அடித்துச் சொல்கிறேன், அப்படி ஆச்சரியப்பட்டுப்போவாய்.

ஜஸ்டினா அறையைச் சுத்தம் செய்வதைத் தொடர்ந்தாள். ஈரமான தரைப் பலகைகளின் மீது கந்தல்துணியை அவள் பலமுறை அழுத்தித் தேய்த்தாள். உடைந்த பூத்தொட்டியின் நீரைத் துடைத்தாள். மலர்களை எடுத்து வைத்தாள். கண்ணாடித் துண்டுகளைச் சேகரித்து நீர் நிரம்பிய வாளிக்குள் போட்டாள்.

-உனது வாழ்க்கையில் எத்தனை பறவைகளைக் கொன்றிருப்பாய், ஜஸ்டினா?

-நிறைய, சூஸன்னா.

-அது உன்னைச் சோகத்துக்கு ஆட்படுத்தவில்லையா?

-ஆட்படுத்தியது, சூஸன்னா.

-என்றால், செத்துப்போகாமல் எதற்காக நீ காத்திருக்கிறாய்?

-மரணத்திற்காக, சூஸன்னா.

-அதற்காகத்தான் நீ காத்திருக்கிறாய் எனில், அது வரும். வருத்தப்படாதே.

சூஸன்னா சான் ஹுவான் தனது தலையணைகளின் மீது அமர்ந்திருந்தாள். சஞ்சலம் நிரம்பிய அவளின் கண்கள் அனைத்துத் திசைகளிலும் வெறித்துப் பார்த்தன. கைகளை ஒன்றாகக் கட்டிக்கொண்டு வயிற்றில் வைத்திருந்தாள், ஏதோ அவை ஒரு பாதுகாப்பான மேலுறை என்பதைப் போல. இறக்கைகளைப் போல ஒலித்த ஒரு மெல்லிய ரீங்காரம் அவளுடைய தலைக்கு மேலே கடந்து போனது. பிறகு கிணற்றுருளையின் நாராசமான ஒலி. கண்விழிக்கும்போது ஆட்கள் பொதுவாக உண்டாக்கும் சத்தங்கள்.

-நரகத்தின் மீது உனக்கு நம்பிக்கை உண்டா, ஜஸ்டினா?

-ஆமாம், சூஸன்னா. சொர்க்கத்தின் மீதும்.

-நான் நரகத்தை மட்டும்தான் நம்புகிறேன் - அவள் சொன்னாள் -. பிறகு கண்களை மூடிக்கொண்டாள்.

ஜஸ்டினா அறையை விட்டுக் கிளம்பியபோது சூஸன்னா சான் ஹுவான் மீண்டும் உறங்கிப்போயிருந்தாள். வெளியே, சூரியன் சுட்டெரித்தது. போகும் பாதையில், அவள் பெட்ரோ பராமோவை எதிர்கொண்டாள்.

-சென்யோரா எப்படியிருக்கிறாள்?

-மோசமாக - அவள் பதிலளித்தாள், தலையைத் தாழ்த்தியவாறு.

-ஏதும் புகார் சொல்கிறாளா?

-இல்லை, சென்யோர், எது பற்றியும் அவள் புகார் சொல்லவில்லை. ஆனால், ஊரார் சொல்வதைப்போல, மரித்தவர்கள் எதையும் குறைசொல்ல மாட்டார்கள். சென்யோராவை நாம் தொலைத்துவிட்டோம்.

-பாதிரி ரெண்டேரியா அவளை வந்து பார்க்கவில்லையா?

-அவர் நேற்றிரவு வந்து அவளின் பாவமன்னிப்பைக் கேட்டுப்போனார். இன்று அவள் அப்பமும் ஆசிர்வாதமும் பெற்றிருக்க வேண்டும், ஆனால் பாதிரி ரெண்டேரியா அவற்றைக் கொண்டுவரவில்லையாதலால் அனேகமாக அவள் கருணையின் எல்லைக்குள் இல்லை போலும். அதிகாலையில் வருவதாகச் சொன்னார், ஆனால், உங்களால் பார்க்கமுடிவது போல, சூரியன் உச்சிக்கு ஏறியபிறகும் அவர் வரவில்லை. அவள் கருணையின் எல்லைக்குள் இல்லை போலும்.

-யாருடைய கருணை?

-ஆண்டவரின் கருணை, சென்யோர்.

-முட்டாள்தனமாகப் பேசாதே, ஜஸ்டினா.

-நீங்கள் என்ன சொன்னாலும் சரி, சென்யோர்.

கதவைத் திறந்த பெட்ரோ பராமோ அதற்கு அருகிலேயே நின்றுகொண்டார், சூஸன்னா சான் ஹுவானின் மீது ஓர் ஒளிக்கற்றையை விழ அனுமதிக்கும்படி. தனது கண்களை அவள் இறுக்கி மூடியிருப்பதைக் கண்டார், உள்ளூர வலியை உணரும் ஒருத்தியைப் போல, அவளின் வாய் ஈரமாகவும் சற்றே திறந்தும் இருந்தது, கைகள் தன்னையறியாமலேயே போர்வைகளைப்

பிடித்துக் கீழே இழுத்தன, நடுங்க ஆரம்பிக்கும் ஒரு நிர்வாண உடலை வெளிப்படுத்தும் வகையில்.

தன்னையும் படுக்கையையும் பிரித்த சிறு தூரத்தைக் கடந்துசென்று அவளின் நிர்வாணத்தை அவர் மறைத்தார், ஒரு புழுவைப்போல அவளுடைய உடல் நெளிவதைத் தொடர்ந்திட அதன் வலிப்புகள் இன்னும் இன்னும் மோசமாகி அதிகரித்தன. அவளுடைய காதருகில் குனிந்து சொன்னார்: "சூஸன்னா!" பிறகு மறுபடியும்: "சூஸன்னா!"

கதவு திறந்துகொள்ள பாதிரி ரெண்டேரியா எந்தச் சத்தமும் எழுப்பாமல் உள்ளே நுழைந்தார். பிறகு மெதுவாகச் சொன்னார்:

-உனக்கு ஆசிர்வாதம் வழங்குவதற்கு வந்திருக்கிறேன், மகளே.

பெட்ரோ பராமோ அவளை எழுப்பித் தலைப்பலகையின் மீது சாய்த்து உட்கார வைக்கும் வரையில் அவர் காத்திருந்தார். சூஸன்னா சான் ஹுவான், இன்னும் அரைத்தூக்கத்தில் இருப்பவளாக, நாவை நீட்டி அப்பத்தை விழுங்கினாள். பிறகு அவள் சொன்னாள்: "அற்புதமான நாள், ஃப்ளோரென்சியோ," மீண்டும் ஒருமுறை தன்னுடைய போர்வைகளின் கல்லறைக்குள் தன்னைப் புதைத்துக்கொண்டாள்.

-மெடியா லூனாவில் எப்போதும் விளக்கு எரிந்து கொண்டேயிருக்கும் அந்தச் சாளரத்தை உன்னால் பார்க்கமுடிகிறதா, டோனா ஃபாஸ்டா?

-இல்லை, ஏஞ்சலஸ். எனக்கு எந்தச் சாளரமும் தெரியவில்லை.

-ஏனென்றால் இப்போதுதான் அதை அணைத்தார்கள். மெடியா லூனாவில் எதுவும் தவறாக நிகழ்ந்திருக்கும் என்று நினைக்கிறாயா என்ன? கிட்டத்தட்ட மூன்று வருடங்களாக ஒவ்வொரு இரவும் அந்தச் சாளரத்தில் விளக்கு எரிந்து கொண்டிருந்தது. அங்கு போய்வந்த மக்கள் அவ்வறை பெட்ரோ பராமோவின் மனைவிக்கு உரிமையானது என்கிறார்கள், தனது சுயபுத்தியை இழந்துவிட்ட, இருட்டைக் கண்டு பயப்படுகிற பாவப்பட்ட உயிர். இப்போது அங்கே கவனி: விளக்குகள் அணைந்துவிட்டன. இதற்கு ஏதும் மோசமான காரணமிருக்குமோ?

-அனேகமாக அவள் செத்திருக்கலாம். அவள் நோய்வாய்ப் பட்டிருந்தாள். அவளால் மனிதர்களை அடையாளங்காண முடியவில்லை என்றும், தனக்குத் தானே பேசுகிறாள் என்றும் சொல்கிறார்கள். அந்தப் பெண்ணைத் திருமணம் செய்ததில் எப்பேர்ப்பட்ட தண்டனையை பெட்ரோ பராமோ அனுபவித்திருக்கக்கூடும்?

-பாவம் அந்த மனிதன், டான் பெட்ரோ.

-இல்லை, ஃபாஸ்டா. அவனுக்கு இது தேவைதான். இதுவும், இதற்கு மேலும்.

-கவனி, சாளரம் இன்னும் இருட்டாகத்தான் இருக்கிறது.

-அந்தச் சாளரத்தை எண்ணிக் கவலைப்படுவதை நிறுத்திவிட்டு வா, உறங்கப் போகலாம். நம்மைப் போன்ற இரண்டு வயதான பெண்களுக்கு இந்நேரத்தில் வீதியில் சுற்றுவது நல்லதல்ல.

இரவு பதினொரு மணி போல தேவாலயத்தில் இருந்து கிளம்பிய அந்தப் பெண்கள், ஒரு மனிதனின் நிழல் ஊர்ச்சதுக்கத்தைக் கடந்து மெடியா லூனாவுக்குப் போகும் திசையில் போவதைப் பார்த்தபடி, முகப்புப்பகுதியின் வளைவுகளுக்குக் கீழே நடந்து மறைந்தனர்.

-ஏய், டோனா ஃபாஸ்டா, அங்கே போகும் மனிதர் மருத்துவர் வெலன்சியா என்றா நினைக்கிறாய்?

-அவரைப் போலத்தான் தெரிகிறது, ஆனால் என் கண் பார்வை மிகவும் மங்கிவிட்டதால் அவரைப் பார்த்தால் கூட என்னால் அடையாளங்காண முடியுமா என்று எனக்குத் தெரியவில்லை.

-எப்போதும் வெண்ணிறக் கால்சராய்களும் அடர்வண்ண மேலாடையும்தான் அவர் அணிவாரென்று உனக்கு நினைவிருக்கிறதா? மெடியா லூனாவில் ஏதோ மோசமாக நடக்கிறது என்று நான் பந்தயமே கட்டுவேன். யாரோ பின்னால் இருந்து விரட்டுவதைப் போல அவர் எவ்வளவு வேகமாகப் போகிறார் என்று கவனி.

-நிலைமை மோசமாக இல்லையென்றால் அவர் இவ்வளவு வேகமாகப் போகமாட்டார். திரும்பிச் சென்று பாதிரி ரெண்டேரியாவிடம் அங்கே போகச் சொல்லவேண்டும் என்று

எனக்குத் தோன்றுகிறது. பாவமன்னிப்பு கேட்காமல் அந்தப் பாவப்பட்ட ஜீவன் சாவதில் எனக்கு விருப்பமில்லை.

-அப்படி நினைக்கவும் செய்யாதே, ஏஞ்சல்ஸ். உன் வாக்கு பொய்க்கட்டும். இவ்வளவு துன்பங்களை அனுபவித்தபிறகு, இறுதிச் சடங்குகள் ஏதுமின்றி இந்த வாழ்க்கையை முடித்துக்கொண்டு போகவும் மறுமையிலும் கிடந்து அவதிப்படவும் எவளுக்குத்தான் மனதிருக்கும்? பைத்தியக்காரிகளுக்குப் பாவமன்னிப்பு கேட்கும் அவசியமில்லை என்றும் அவர்களின் ஆன்மாக்கள் அசுத்தப்பட்டிருந்தாலும் அவர்கள் அப்பாவிகள்தான் என்றும், மறைஞானிகள் சொல்வார்கள்.. கடவுளுக்குத்தான் தெரியும்... இப்போது பார். மறுபடியும் அந்தச் சாளரத்தில் வெளிச்சத்தைப் பார்க்க முடிகிறது. எல்லாம் சரியாகிவிடும் என்று நம்புவோம். ஒருவேளை அந்த வீட்டில் யாரும் இறந்தால் குமாரனின் பிறப்பைக் கொண்டாட தேவாலயத்தை ஆயத்தம் செய்வதற்காக இத்தனை நாள்கள் நாம் செய்த வேலைகளெல்லாம் என்னவாகும் என்று யோசித்துப்பார். டான் பெட்ரோ எவ்வளவு முக்கியமான நபர் எனும்போது, ஒரு நொடியில் நம்முடைய கொண்டாட்டங்களை எல்லாம் நிறுத்திவிடுவார்கள்.

-நீ எப்போதும் கெட்டதைத்தான் யோசிக்கிறாய், டோனா ஃபாஸ்டா. நான் செய்வது போலவே நீயும் அனைத்தையும் ஆண்டவரின் கையில் ஒப்படைத்து விடு. கன்னிமேரியை நினைத்து மரியாவை ஸ்தோத்தரிப்போம் என்று சொல், இன்று இரவுக்கும் நாளை காலைக்கும் நடுவில் தவறாக எதுவும் நடக்காது என நான் உறுதிபட நம்புகிறேன். அதையும் தாண்டி, கடவுளின் விருப்பம் எதுவோ அது நடக்கட்டும். உண்மையைச் சொன்னால், இந்த வாழ்க்கையில் அவள் அப்படியொன்றும் சந்தோசமாக இருக்கமுடியாது.

-உனக்குத் தெரியுமா, ஏஞ்சல்ஸ், நீதான் எப்போதும் எனக்கு ஆறுதலாக இருப்பவள். உறங்குவதற்காக நான் படுக்கைக்குச் செல்லும்போது உனது வார்த்தைகள்தான் என்னைத் தேற்றுகின்றன, மேலும் உறக்கத்தின்போது நமக்கிருக்கும் எண்ணங்கள் நேரடியாகச் சொர்க்கத்திற்குப் போகுமென்று சொல்கிறார்கள். என்னுடையவையாலும் அத்தனை தூரம் எழமுடியும் என நம்புகிறேன். நாளை சந்திப்போம்.

-நாளை சந்திப்போம், ஃபாஸ்டா.

கதவின் ஒருபாதியை மட்டும் திறந்து அப்பெண்கள் அவரவர் வீடுகளுக்குள் நுழைந்தார்கள். மௌனம் திரும்பிவர, இரவு அந்நகரத்தின் மீது கவிழ்ந்தது.

-**என்னுடைய வாய் புழுதியால்** நிறைந்திருக்கிறது.

-ஆம், தந்தையே.

- "ஆம் தந்தையே" என்று சொல்லாதே. நான் சொல்வதை அப்படியே திருப்பிச் சொல்.

-நீங்கள் என்ன சொல்லப்போகிறீர்கள்? மறுபடியும் எனது பாவமன்னிப்பைக் கேட்கப்போகிறீர்களா? ஏன்?

-இது பாவமன்னிப்பு கிடையாது, சூஸன்னா. நான் வெறுமனே உன்னோடு பேச வந்திருக்கிறேன். உன்னை மரணத்திற்குத் தயார்படுத்த.

-நான் சாகப்போகிறேனா?

-ஆமாம், மகளே.

-என்றால் ஏன் என்னை நீங்கள் அமைதியாக விட்டுப் போகக்கூடாது? நான் ஓய்வெடுக்க விரும்புகிறேன். இங்கு வந்து என்னுடைய கனவுகளை விரட்டும்படி யாரோ உங்களிடம் கேட்டிருக்கிறார்கள். இனி நான் தூங்கமாட்டேன் எனும் நிலையை அடையும்வரையில் என்னோடு இருக்கும்படியும். ஆனால் அவ்வாறு நிகழ்ந்தால் மறுபடியும் எப்படி நான் தூக்கத்தைக் கண்டடைவேன்? ஒன்றுமே வேண்டாம், தந்தையே. ஏன் என்னை உறங்க அனுமதித்து நீங்கள் வெறுமனே கிளம்பிப் போகக்கூடாது?

-உன்னை நான் அமைதியாக விட்டுப்போகிறேன், சூஸன்னா. நான் சொல்லும் வார்த்தைகளை நீ திருப்பிச் சொல்லும்போது, மெல்ல உறக்கத்தில் ஆழ்வாய். உனக்கு நீயே தாலாட்டி உறங்க வைப்பதாக உணர்வாய். மேலும் நீ அவ்வாறு விலகிச்சென்ற பிறகு யாரும் உன்னை எழுப்ப மாட்டார்கள்... மறுபடியும் நீ கண்விழிக்கவே மாட்டாய்.

-அதுதான் நல்லது, தந்தையே. நீங்கள் சொல்வது போலவே செய்கிறேன்.

பாதிரி ரெண்டேரியா, படுக்கையின் முனையில் அமர்ந்துகொண்டு, அவரின் கைகள் சூஸன்னா சான் ஹுவானின் தோள்களின் மீதிருக்க, உரக்கப் பேசுவதைத் தவிர்ப்பதற்காக அவருடைய வாய் கிட்டத்தட்ட அவளின் காதைத் தொட்டுக்கொண்டிருக்க, ஒவ்வொரு வார்த்தையையும் வெகு கவனமாக முணுமுணுத்தார்: "என்னுடைய வாய் புழுதியால் நிறைந்திருக்கிறது." பிறகு அவர் ஒருகணம் நிறுத்தினார். அவளது உதடுகள் அசைகின்றனவா என்று பார்க்க முயற்சித்தார். எந்தவொரு ஒலியையும் எழுப்பாமல் அவை நடுங்குவதை அவர் பார்த்தார்.

<<என்னுடைய வாய் உன்னுடையதால் நிறைந்திருக்கிறது, உன்னுடைய வாயால். உன்னுடைய இறுக்கமான, முழுமையான உதடுகள் ஏதோ என்னுடையதை அழுத்துவதைப் போலவும் கடிப்பதைப் போலவும்...>>

அவளும் நிறுத்தினாள். எங்கோ தூரமாகப் பாதிரி ரெண்டேரியா நிற்பதைப் பார்த்தாள், புகைமூட்டமான சாளரத்துக்குப் பின்னால் அவர் நின்றிருந்தார் என்பதைப் போல.

பிறகு மறுபடியும் அவரின் குரலை அவள் கேட்டாள், அவளுடைய காதின் உட்புறத்தை அது வெதுவெதுப்பூட்டியது:

-என்னுடைய வாய்க்குள் நுரைக்கும் எச்சிலை விழுங்குகிறேன். புழுக்கள் நெளிகின்ற மணற்கட்டிகளை நான் மெல்லுகிறேன், என் தொண்டைக்குள் ஒன்றிணைந்து அவை வாயின் மேற்புறத்தைச் சுரண்டுகின்றன... தன்னுடைய வடிவத்தை இழந்து நிற்கிற, அதற்குள் துளையிட்டு நுழையும் பற்களால் குத்திக் குதறப்படுகிற என்னுடைய வாய் எதிர்ப்பைக் கைவிட்டு, அதை விழுங்குகிறது. என்னுடைய மூக்கு நைந்து கூழாகிறது. என்னுடைய விழிகளில் இருந்து நீர் கசிகிறது. சட்டென்று பற்றிக்கொண்ட நெருப்பில் எனது தலையின் கேசம் எரிகிறது...

சூஸன்னா சான் ஹுவான் எவ்வளவு அமைதியாயிருந்தாள் என்பதில் அவருக்கு ஆச்சரியம் உண்டானது. அவளின் எண்ணங்களைத் தனது கட்டுப்பாட்டுக்குள் கொண்டுவந்து அவளுடைய இதயத்தைக் காண அவர் விரும்பினார், அவளது மூளைக்குள் அவர் விதைத்த காட்சிகளை அவை எப்படி

மறுதலிக்கின்றன என்பதை அறிந்துகொள்ள. அவளுடைய கண்களுக்குள் அவர் உற்று நோக்கினார், அவள் அப்பார்வையை எதிர்கொண்டாள். அவளின் உதடுகள் சிரமப்பட்டுச் சிரிக்க முயற்சிப்பதாக அவர் நினைத்தார்.

-இன்னும் உள்ளது. கடவுளின் தரிசனம். அவருடைய நித்திய சொர்க்கத்தின் மென்மையான ஒளி. செரூபுகளின்[10] களிப்புணர்வும் செரஃபுகளின்[11] பாடலும். கடவுளின் கண்களில் உறைந்திருக்கும் மகிழ்ச்சி, என்றென்றைக்குமாகத் துயருறுமாறு சபிக்கப்பட்டவர்களின் கண்களில் மின்னற்பொழுதே தோன்றி மறையும் கடைசிக் காட்சி. எல்லாவற்றுக்கும் மேலாக, இந்தப் பூலோகத்தின் துயரத்துடன் சேர்ந்துகொள்ளும் ஒரு நித்திய வேதனை. நமது எலும்புகளின் மஜ்ஜைகள் கொதிக்கும் சாம்பலாயும் உதிரத்தை ஏந்திச்செல்லும் நாளங்கள் நெருப்புப் பிழம்புகளாயும் மாறிடும், கடவுளின் சினத்தால் கிளறிவிடப்பட்ட என்றுமே முடிவுறாத ஓர் அளப்பரிய வலிக்குள் நம்மை உழலச்செய்யும்.

<<தனது கரங்களுக்குள் அவன் என்னைப் பாதுகாப்பாக வைத்திருந்தான். அவன் எனக்குக் காதலைத் தந்தான்.>>

அவளின் இறுதிக்கணத்தை எதிர்நோக்கி அங்கே காத்திருந்த மற்றவர்களின் மீது பாதிரி ரெண்டேரியாவின் பார்வை விழுந்தது. பெட்ரோ பராமோ கதவின் அருகே நின்றிருந்தார், கைகளைக் கட்டிக்கொண்டு, அவருக்குப் பின்னால் மருத்துவர் வெலன்சியாவும் மற்ற சிலரும். இன்னும் சற்றுத்தள்ளி, இருட்டுக்குள், இறந்தவர்களுக்கான பிரார்த்தனையைச் சொல்வதற்காக நிறைய பெண்கள் பொறுமையின்றிக் காத்திருந்தார்கள்.

அங்கிருந்து எழுந்துகொள்ளத்தான் அவர் விரும்பியிருப்பார். நோயாளியின் மீது புனித எண்ணெயைத் தேய்த்துவிட்டு இவ்வாறு அறிவிக்க: "என் வேலை முடிந்துவிட்டது." ஆனால் இல்லை, அவருடைய வேலை இன்னும் முடியவில்லை. தனது பாவங்களுக்காக வருந்துகிறாளா என்பது தெரியாமல் அவளுடைய புனிதச் சடங்குகளை நிறைவேற்ற அவரால் இயலாது.

அவர் சந்தேகத்தால் நிறைந்திருந்தார். ஒருவேளை அவள் வருந்துவதற்கு எதுவும் இல்லாமல் கூட இருக்கலாம், எனும்போது

அவளுக்கு அவர் மன்னிப்பு வழங்கவேண்டிய தேவையுமிருக்காது. மறுபடியும் அவளிடம் குனிந்து, தோள்களைப் பிடித்து ஆட்டி, அவர் மென்மையான குரலில் சொன்னார்:

-கடவுளின் இருப்பிடத்திற்குள் நீ நுழையவிருக்கிறாய். பாவிகளுக்கு அவரின் தீர்ப்பு மிகவும் மோசமாக இருக்கும்.

பிறகு, மறுபடியும் அவளின் காதுக்குள் முணுமுணுக்க அவர் முயற்சித்தபோது, அவள் தலையை ஆட்டினாள்:

-போய்விடுங்கள், தந்தையே! எனக்காக உங்களை வருத்திக்கொள்ளாதீர்கள். நான் நிம்மதியாக இருக்கிறேன், இப்போது உறங்க விரும்புகிறேன்.

இருட்டுக்குள் ஒளிந்துகொண்டிருந்த பெண்களில் ஒருத்தி விசும்புவதைக் கேட்க முடிந்தது.

அத்தோடு, சூஸன்னா சான் ஹுவான் திடீரென்று மீண்டும் உயிர்ப்புற்றதாகத் தோன்றியது. படுக்கையில் எழுந்தமர்ந்து கொண்டு அவள் சொன்னாள்:

-ஜஸ்டினா, எனக்கொரு உதவி செய்வாயா, வேறொரு இடத்தைத் தேடிப்போய் அழு.

பிறகு தன்னுடைய தலை நழுவி அடிவயிற்றுப் பகுதிக்குச் சென்று விழுந்ததாக அவளுணர்ந்தாள். அதைத் திரும்பவும் உயர்த்த முயற்சி செய்தாள், தனது வயிற்றிலிருந்து அதைப் பிரித்தெடுக்க, அவளின் கண்களை வயிறு அழுத்திக்கொண்டிருந்ததால் சுவாசிக்க மிகவும் சிரமமாயிருந்தது, ஆனால் ஒவ்வொரு முறை முயன்றபோதும் அவள் இன்னுமதிகமாக இடறி விழுந்தாள், ஏதோ அந்த இரவுக்குள் அவள் மூழ்கிக்கொண்டிருந்தாள் என்பதைப்போல.

-நான் அங்கே இருந்தேன். டோனா சூஸனிட்டா இறப்பதைக் கண்டேன்.

-நீ என்ன சொன்னாய், டோரோதியா?

-நான் என்ன சொன்னேனோ அதைத்தான் சொன்னேன்.

அதிகாலையில், மணிகளின் முழக்கத்தால் அனைவரும் எழுப்பப்பட்டார்கள். அது டிசம்பர் மாதம் எட்டாம் தேதியின் காலைப்பொழுது. சாம்பற்பூத்த காலைப்பொழுது. பனியில்லை, ஆனாலும் சாம்பல்நிறம். மிகப்பெரிய மணி முதலில் ஒலித்தது. மற்றவை இணைந்துகொண்டன. திருவழிபாட்டிற்கான அழைப்பு எனச் சிலர் அதை எண்ணிக்கொள்ள கதவுகள் திறக்க ஆரம்பித்தன, வெறுமனே சில கதவுகள் மட்டும், அதிகாலையில் எழுந்துகொண்டு இரவு முடிவுற்றதை அறிவிக்கும் முதல் மணியோசைக்காகப் பொறுமையின்றிக் காத்திருக்கும் ஒருசில மனிதர்களுக்குச் சொந்தமான கதவுகள். ஆனால் மணியோசை பொதுவாக அது ஒலிக்கக்கூடிய நேரத்தைக் காட்டிலும் அதிகமாக நீடித்தது. மேலும் பிரதான தேவாலயத்தின் மணிகளில் இருந்து மட்டும் வரவில்லை, சாங்க்ரே டி கிறிஸ்டோ, க்ரூஸ் வெர்டே, அத்துடன் சான்சுவாரியோவின் மணிகளில் இருந்தும் வந்தது. மத்தியானம் ஆனபிறகும் மணியோசை நிற்கவில்லை. பிறகு இரவானது. இரவும் பகலுமாக மணிகள் ஒன்றுபோல ஒலித்துக்கொண்டே இருந்தன, அதன் சத்தம் இன்னும் இன்னும் அதிகரித்து அந்த நாராசமான ஒலி காதைச் செவிடாக்கும் ஓர் ஒப்பாரியாக மாறியது. ஒருவர் பேசுவது மற்றவருக்குக் கேட்பதற்கு அவர்கள் கத்தும்படி ஆனது. "என்னதான் நடக்கிறது?" அவர்கள் வினவினார்கள்.

மூன்றாம்நாளில் மொத்த நகரமும் செவிடாகியது. கணீரென்று காதுக்குள் ஒலித்தவாறிருக்கும் ஒலியை மீறிப் பேசச் சாத்தியமில்லை என்றானது. ஆனால் மணிகள் ஒலித்துக்கொண்டே இருந்தன, அவற்றில் சில இப்போது விரிசலுற்று, கூஜாக்களைப் போன்று உள்ளீடற்ற ஒரு சத்தத்தை எழுப்பின.

-டோனா சூஸன்னா செத்துவிட்டாள்.

-செத்துவிட்டாளா? யார்?

-சென்யோரா.

-உன்னுடையவளா?

-பெட்ரோ பராமோவுக்குரியவள்.

முடிவற்ற மணியோசையால் ஈர்க்கப்பட்டு, எல்லா இடங்களில் இருந்தும் ஆட்கள் வரத்தொடங்கினார்கள். ஏதோ புனித

யாத்திரைக்குப் போவதுபோல கோண்ட்லாவில் இருந்தெல்லாம் வந்தார்கள். அதையும் தாண்டி வெகுதூரத்தில் இருந்தும். எங்கிருந்து வந்தார்கள் என்று யாருக்கும் தெரியவில்லை, ஆனால் ரங்கராட்டினமும் குடைராட்டினமும் கொண்ட ஒரு சர்க்கஸ் கூட அங்கு வந்தது. பிறகு இசைக்கலைஞர்களும். ஆரம்பத்தில் அவர்கள் இழிவாக நடத்தப்பட்டார்கள், ஆனால் விரைவில் அந்தச் சூழலோடு ஒன்றுகலந்து மாலை நேரக் காதல்பாடல்களைப் பாடத்தொடங்கினார்கள். சிறிதுசிறிதாக, இவையெல்லாமே ஒரு மாபெரும் களியாட்டமாக மாறியது. மனிதர்களாலும் கொண்டாட்டங்களாலும் உரத்தக்கூச்சல்களாலும் நிரம்பி வழிந்தது கோமாலா, அதுபோன்ற நாள்களில் ஊருக்குள் நடமாடுவதே மிகச் சிரமமாயிருக்கும் எனும் திருவிழா நாள்களைப்போல.

இறுதியில் மணிகள் ஒலிப்பதை நிறுத்தின, ஆனாலும் கொண்டாட்டங்கள் தொடர்ந்தன. இது துக்கம் அனுசரிப்பதற்கான காலம், இவை துயரம் நிறைந்த நாள்கள் என்பதை மக்களுக்குப் புரியவைக்க எந்த வழியும் இருக்கவில்லை. அவர்களை அங்கிருந்து வெளியேற்றவும் எந்த வழியுமில்லை. மாறாக, இன்னுமதிகமாக மக்கள் வந்துகொண்டே இருந்தார்கள்.

மெடியா லூனா மட்டும் தனித்து நின்றது, அமைதியாக, அனைவரும் வெறும் காலில் நடந்ததோடு தாழ்வான குரலில் தங்களுக்குள் பேசிக்கொண்டார்கள். சூஸன்னா சான் ஹுவானை அவர்கள் புதைத்தபோது கோமாலாவில் இருந்த வெகு சிலரே கவனித்தார்கள். மக்கள் கொண்டாடிக் கொண்டிருந்தார்கள். சேவற்சண்டைகளும் இசை நிகழ்ச்சிகளும் நடைபெற்றன, சூதாட்டம் ஆடிய ஆட்களும் குடிகாரர்களும் கத்திக்கொண்டே இருந்தார்கள். நகரத்தில் நிலவிய வெளிச்சம் இங்குவரைக்கும் நீண்டு வந்து சாம்பல் நிற வானுக்கு மேலே ஓர் ஒளிவட்டம் போலத் தோன்றியது. அவை சாம்பற்பூத்த நாள்கள், மெடியா லூனாவுக்குத் துயரத்தைத் தந்தவை. டான் பெட்ரோ ஒரு வார்த்தை கூடப் பேசவில்லை. தன்னுடைய அறையை விட்டு அவர் வெளியே வரவேயில்லை. கோமாலாவைப் பழிவாங்க அவர் சத்தியம் செய்தார்:

-என்னுடைய கைகளை இறுகக் கட்டிக்கொள்வேன், பட்டினியால் கோமாலா சாகட்டும்.

ஆக அதைத்தான் அவர் செய்தார்.

எல் டில்குவாத்தே திரும்பத் திரும்ப வந்தான்:

-நாங்கள் தற்போது கர்ரான்ஸாவோடு இருக்கிறோம்.

-நல்லது.

-தற்போது நாங்கள் தளபதி ஒப்ரெகானோடு இருக்கிறோம்.

-நல்லது.

-அவர்கள் சமாதானமாகிவிட்டார்கள். நாங்கள் இப்போது தனித்து விடப்பட்டு இருக்கிறோம்.

-சிறிது காலம் பொறுத்திரு. உன் ஆட்களைக் கலைக்காதே. இது வெகுகாலம் நீடிக்காது.

-பாதிரி ரெண்டேரியா ஆயுதம் ஏந்தியிருக்கிறார். நாங்கள் அவரோடு இருக்க வேண்டுமா அல்லது எதிர்க்க வேண்டுமா?

-கேள்வியே கேட்காதே. அரசாங்கத்தோடு சேர்ந்திரு.

-ஆனால் நாங்கள் உதிரிப்படைகள். அவர்கள் எங்களை கிளர்ச்சியாளர்கள் என்று கருதுகிறார்கள்.

-அப்படியென்றால் போய் ஓய்வெடு.

-இன்னும் சண்டையிட வேண்டும் எனும் கொதிப்பு எனக்குள் இருக்கும்போதா?

-அப்படியென்றால் உனக்கு விருப்பமானதைச் செய்.

-நான் பாதிரியோடு சென்று இணைந்து கொள்கிறேன். கிறிஸ்டேரோக்களின் அறைகூவல்களை எனக்குப் பிடித்திருக்கிறது. மேலும், அவர் பக்கம் நின்று சண்டையிடும்போது நமக்கு மோட்சமும் உறுதியாகிவிடும்.

-உனக்கு விருப்பமான எதை வேண்டுமானாலும் செய்.

இரவின் கடைசி நிழலும் மறைந்து போவதற்குச் சற்று முன்புவரை மெடியா லூனாவுக்குப் போகும் பிரதான நுழைவாயிலுக்கு அருகே ஒரு பழங்காலப் பிரம்பு நாற்காலியின்

மீது பெட்ரோ பராமோ அமர்ந்துகொண்டிருந்தார். அவர் தனியாக இருந்தார், அனேகமாகக் கடந்த மூன்று மணி நேரமாக அவர் அப்படித்தான் இருந்தார். அவரால் உறங்க முடியவில்லை. உறக்கம் என்றால் என்னவென்பதே அவருக்கு மறந்திருந்தது, காலம் குறித்த பிரக்ஞையையும் இழந்திருந்தார்: "எங்களைப் போன்ற பழைய ஆட்கள் அதிகமாக, கிட்டத்தட்ட எப்போதும் உறங்கமாட்டோம். அவ்வப்போது கண்களை மூடிக்கொள்வோம், ஆனால் ஒருபோதும் யோசிப்பதை நிறுத்தமாட்டோம். இனி நான் செய்வதற்கு மிச்சமிருக்கும் ஒரே வேலை அது மட்டும்தான்." பிறகு அவர் இதையும் உரக்கக் கத்தினார்: "இன்னும் வெகுகாலம் இல்லை. உறுதியாக இல்லவேயில்லை."

பிறகு அவர் தொடர்ந்தார்: <<"நீ போய் நீண்டகாலம் ஆகிவிட்டது, சூஸன்னா. இப்போதிருக்கும் வெளிச்சம்தான் அப்போதும் இருந்தது; இத்தனை சிவப்பு அல்ல, ஆனால் பனியென்னும் வெண்திரையால் மூடப்பட்ட அதே துயரார்ந்த, ஜீவனற்ற வெளிச்சமாக அது இருந்தது. அப்போதும் கூட நாளின் இதே நேரம்தான். மிகச்சரியாக நான் இங்குதான் அமர்ந்திருந்தேன், நுழைவாயிலுக்கு அருகில், சூரியன் எழுவதைப் பார்த்தபடி, சொர்க்கத்துக்குப் போகும் பாதையில் நீ செல்வதைக் கவனித்தபடி; அதோ அங்கே, வானம் தனது வெளிச்சங்களைத் தவழவிடத் தொடங்கியபோது, என்னைத் தனியாக விட்டு நீ மெல்ல பூமியின் நிழல்களுக்குள் கரைந்துபோனாய்.

>>அதுதான் நான் உன்னைக் கடைசியாகப் பார்த்தது. பாதையின் ஓரமாக நின்றிருந்த சொர்க்கமரக் கிளைகளின் மீது உன்னுடல் உரசியது, அதன் கடைசி இலைகள் உன்னுடைய நீத்தார் சடங்கைப் பின்தொடர்ந்தன. பிறகு நீ மறைந்துவிட்டாய். நான் அலறினேன்: "திரும்பி வா, சூஸன்னா.">>

உதடுகளை அசைப்பதை, வார்த்தைகளை முணுமுணுப்பதைத் தொடர்ந்தார் பெட்ரோ பராமோ. பிறகு அவர் வாயை மூடித் தன்னுடைய கண்களை மிகவும் குறைவாகத் திறந்தார், விடியற்பொழுதின் மங்கலான ஒளியை அவை பிரதிபலிக்கத் தேவையான அளவு மட்டும்.

காலைப்பொழுது தொடங்கியிருந்தது.

அதே சமயத்தில், கமாலியேல் வில்லால்பாண்டாவின் அம்மா, டோனா இன்யேஸ், தனது மகனின் கடைக்கு முன்னாலிருந்த வீதியைப் பெருக்கிக்கொண்டிருந்தபோது, அபுண்டியோ மார்டினஸ் அங்கே வந்து பாதி-திறந்திருந்த கதவின் வழியாக உள்ளே நுழைந்தான். அங்கே கடையின் முகப்பில், ஈக்களை விரட்டுவதற்காகத் தன்னுடைய சொம்ப்ரேரோவை முகத்தின் மீது கவிழ்த்தபடி கமாலியேல் உறங்குவதைப் பார்த்தான். மற்றவன் விழிப்பதற்காக அவன் அங்கு சிறிதுநேரம் காத்திருந்தான். டோனா இன்யேஸ் அவளுடைய பெருக்கும் வேலையை முடித்துவிட்டு, துடைப்பத்தின் பின்புறத்தால் மகனை இடித்து எழுப்பி, பிறகு இதைச் சொல்லும்வரைக்கும் அவன் அங்கேயே காத்திருந்தான்:

-வாடிக்கையாளர் வந்திருக்கிறார். எழுந்திரு!

எரிச்சலோடு முனகியவாறே கமாலியேல் எழுந்தான். முந்தைய இரவு வெகுநேரம் விழித்து ஒரு குடிகாரக் கூட்டத்துக்கு ஊற்றிக் கொடுத்ததில் அவனுடைய கண்கள் ரத்தச்சிவப்பாக இருந்தன, உண்மையில் அவர்களோடு சேர்ந்து அவனும் வயிறுமுட்டக் குடித்திருந்தான். கடையின் முகப்பில் அமர்ந்தபோது, தன் தாயை அவன் சபித்தான், தன்னையும் சபித்தான், "எந்தப் பயனும் இல்லாத" தனது வாழ்க்கையைத் திரும்பத் திரும்பச் சபித்தான். பிறகு கைகளைத் தொடைகளுக்கு நடுவில் மடக்கிக்கொண்டு மல்லாந்து படுத்து, ஆபாசமான வார்த்தைகளை முனகியவாறே மறுபடியும் தூங்கிப்போனான்.

-நேரங்காலம் பார்க்காமல் குடிகாரர்கள் வந்துகொண்டே இருப்பார்களெனில் அது என்னுடைய தவறில்லை.

-என் மகன் பாவம். அவனை மன்னித்துவிடு, அபுண்டியோ. நகரத்துக்கு-வெளியே இருந்து வந்த சிலரைக் கவனிப்பதில் நேற்றைய இரவை அவன் செலவிட்டான், அதிகமாகக் குடித்தபிறகு அவர்கள் இன்னும் மோசமாக நடந்துகொண்டார்கள். இவ்வளவு அதிகாலையில் எதற்காக இங்கு வந்திருக்கிறாய்?

அபுண்டியோவுக்குக் காது கேட்காது என்பதால் பேசும்போது அவள் உரக்கக் கத்தினாள்.

-ஒரு குவார்ட்டிலோ[12] சாராயம் தேவைப்படுகிறது.

-ரெஃப்யூஜியோ மீண்டும் மயங்கிவிட்டாளா?

-அவள் என் மீது விழுந்து செத்துப்போனாள், வில்லா அம்மா. நேற்று இரவுதான், பதினோரு மணி போல. என்னுடைய பொதிகழுதைகளை நான் விற்றபிறகும். அவளுக்குச் சரியாகும் என்ற நம்பிக்கையில் அவை எல்லாவற்றையும் விற்றுவிட்டேன்.

-நீ பேசும் எதுவும் எனக்குக் கேட்கவில்லை! அல்லது நீ ஒன்றுமே சொல்லவில்லையா? என்ன அது?

-செத்துப்போன என் மனைவியை, என் ரெஃப்யூஜியோவைப் பார்த்தவாறே நேற்றைய இரவைக் கழித்ததாகச் சொன்னேன். நேற்றிரவு அவள் தன்னுடைய இறுதி மூச்சை விட்டாள்.

-ஆகையால்தான் சாவின் வாசம் அடிப்பதாக எனக்குத் தோன்றியிருக்கிறது. உனக்குத் தெரியுமா, கமாலியேலிடம் கூடச் சொன்னேன்: “நகரத்தில் யாரோ செத்துவிட்டார்கள் என்பதைப்போல நாற்றமடிக்கிறது,” ஆனால் அவன் என் பேச்சைக் கேட்கவில்லை, ஏனென்றால் புதிதாக வந்தவர்களுக்குச் சேவகம் செய்து தன்னை வீணடிப்பதில் மும்முரமாயிருந்தான். மேலும் குடித்தால் அவன் எப்படியிருப்பான் என்பதும் உனக்குத் தெரியும். எல்லாவற்றையும் பார்த்துச் சிரிப்பதோடு யார் சொல்வதையும் கேட்கவும் மாட்டான். ஆனால் எனக்குச் சொல், நீத்தார் விழிப்புச் சடங்கிற்கு வருவதற்கு உனக்கு யாரும் இருக்கிறார்களா என்ன?

-யாருமில்லை, வில்லா அம்மா. ஆகவேதான் ஊற்றிக்கொள்ள விரும்புகிறேன், வலியை மறக்க.

-உனக்கு இப்போதே வேண்டுமா?

-ஆமாம், வில்லா அம்மா. விரைந்து போதையேற்றிக் கொள்ள வேண்டும். சீக்கிரம் கொடு. நான் அவசரத்தில் இருக்கிறேன்.

-நீ என்பதால், ஒன்றின் விலைக்கு நான் உனக்கு இரண்டு டெசிலிட்டர்களைத் தருகிறேன். ஆனால், அவளை நான் நேசித்தேன் என்றும் சொர்க்கத்துக்குப் போகும்போது என்னை நினைவு வைத்திருக்கும்படியும் செத்துப்போன உன் மனைவியிடம் சொல்.

-சொல்கிறேன், வில்லா அம்மா.

-அவளுடைய உடல் இறுகுமுன்பே அவளிடம் சொல்லிவிடு.

-அவளிடம் சொல்கிறேன். அவளுக்கான பிரார்த்தனைகளைச் சொல்வதற்கும் அவள் உன்னைத்தான் நம்பியிருந்தாள் என்பதும் எனக்குத் தெரியும். சாகும்போது அவள் மனமுடைந்து இருந்தாள் என்பதையும் என்னால் சொல்ல முடியும், காரணம் அவளுடைய இறுதிச் சடங்குகளைச் செய்யக்கூட அங்கே யாருமில்லை.

-அதாவது நீ பாதிரி ரெண்டேரியாவைத் தேடிப்போகவில்லை என்று சொல்கிறாயா?

-நான் தேடிப்போனேன். ஆனால் அவர் மேலே மலைகளின் மீதிருப்பதாகச் சொன்னார்கள்.

-எந்த மலைகளில்?

-வெறுமனே அங்கு எங்கேயோ. அவர்களும் புரட்சியின் ஓர் அங்கம் என்பது உனக்குத் தெரியும்தானே.

-அவர் இப்போது இதிலும் கலந்துகொண்டிருக்கிறாரா? கடவுள் நம்மைக் காப்பாற்றட்டும், அபுண்டியோ.

-நாம் ஏன் கவலைப்பட வேண்டும், வில்லா அம்மா? நமக்கு அதனால் எந்தப் பயனுமில்லை. எனக்கு இன்னொன்றையும் ஊற்று, ஆனால் கமாலியேல் உணர்விழந்து கிடப்பதால் இதைக் கணக்கில் ஏற்றாதே.

-என் சார்பாகக் கடவுளிடம் மன்றாடுமாறு ரெஃப்யூஜியோவிடம் சொல்வதற்கு மட்டும் மறந்துவிடாதே, எனக்குக் கிடைக்கக்கூடிய அனைத்து உதவிகளையும் நான் பயன்படுத்திக்கொள்ள விரும்புகிறேன்.

-கவலைப்படாதே. திரும்பிபோன மறுகணம் அவளிடம் சொல்லிவிடுகிறேன். உன்னுடைய புலம்பலை நிறுத்த அதனால்தான் முடியுமென்றால் அவளை எனக்குச் சத்தியம் செய்து தரக்கூடச் சொல்கிறேன்.

-அதுதான், சர்வநிச்சயமாக நீ செய்ய வேண்டியது அதேதான். பெண்களைப் பற்றி உனக்குத் தெரியும். சரியான நேரத்தில் ஒரு வேலையைச் செய்துமுடிக்க அவர்களை நீ வேட்டைநாயாய்த் துரத்த வேண்டும்.

இன்னும் இருபது செண்டோவாக்களை எடுத்துக் கடையின் முகப்பில் வைத்தான் அபுண்டியோ மார்டினஸ்

-இன்னொரு குவார்ட்டிலோ கொடு, வில்லா அம்மா. அதில் இன்னும் கொஞ்சம் ஊற்றித்தர விரும்பினால், உன் விருப்பம். ஆனால் இதை என்னுடைய வீட்டில் செத்துப்போன என் மனைவியோடு சேர்ந்து குடிப்பேன் என்று சத்தியம் செய்கிறேன், எனது கூக்காவுக்கு[13] அருகிலமர்ந்து.

-என்றால் என் மகன் எழுவதற்கு முன்னால் கிளம்பிப்போ. குடித்துவிட்டு எழும் பொழுதுகளில் அவன் மிகவும் மோசமான மனநிலையில் இருப்பான். சீக்கிரம் கிளம்பு, அப்புறம் என்னுடைய வேண்டுகோளை உன் மனைவியிடம் சொல்ல மறந்துவிடாதே.

சாராயம் தீயாக எரிந்த காரணத்தால் கடையை விட்டு வெளியேறியபோது அவன் விடாமல் தும்மிக்கொண்டிருந்தான். ஆனால் அப்படிக் குடித்தால்தான் விரைவாகப் போதையேறும் என்று அவன் கேள்விப்பட்டிருந்தான், ஆகவே சட்டைநுனியால் தனது வாயை விசிறிக்கொண்டே அடுத்தடுத்த மிடறுகளை விழுங்கினான். நேராக வீட்டுக்குப் போகத்தான் அவன் திட்டமிட்டிருந்தான், ரெஃப்யூஜியோ அங்கே அவனுக்காகக் காத்துக்கொண்டிருந்தாள், ஆனால் போதையில் குழம்பிப்போய் நகரத்தை விட்டு அவனை வெளியே அழைத்துச் சென்ற ஒரு பாதையில் நுழைந்திருந்தான்.

-டாமியானா! - பெட்ரோ பராமோ கத்தினார் -. இங்கு வந்து சாலையில் மேலேறி வரும் இந்த மனிதனுக்கு என்ன வேண்டுமென்று கேள்.

அபுண்டியோ இன்னும் நெருங்கி வந்தான், தடுமாறியபடி, தலையை மேலும் கீழுமாக ஆட்டியபடி, சில சமயங்களில் நான்கு கால்களில் நடந்தபடியும். பூமி தலைகீழாகக் கவிழ்வதாய் உணர்ந்தான், அது அவனைச் சுழற்றி எங்கோ வீசியடிப்பதாகவும். எதையாவது பற்றிக்கொள்ள முயற்சித்தான், ஆனால் தரையைக் கைகளால் அவன் இறுகப்பற்றும்போதெல்லாம் அது மீண்டும் மீண்டும் நழுவிக்கொண்டே போனது, இறுதியில் ஒரு கதவுக்குப் பக்கத்தில் அமர்ந்திருந்த மனிதனின் முன்னால் போய் நின்றான். அப்போதுதான் அவன் நடப்பதை நிறுத்தினான்:

-எனக்குக் கொஞ்சம் பணம் தர்மமாகக் கொடுத்தீர்களென்றால் என் மனைவியைப் புதைத்துவிடுவேன் - அவன் சொன்னான்.

டாமியானா சிஸ்னெரோஸ் பிரார்த்தித்தாள்: "சாத்தானின் பார்வையில் இருந்து எங்களைக் காத்தருளும், ஆண்டவரே." அபுண்டியோவை நோக்கித் தனது கைகளை நீட்டி அவள் சிலுவைக்குறி போட்டாள்.

அபுண்டியோ மார்டினஸ் அந்தப் பெண்ணை வெறித்தான், அவள் கண்களில் தென்பட்ட அச்சத்தையும், மிகச்சரியாக அவனுக்கு முன்னால் நின்று அவள் சிலுவைக்குறி இடுவதையும் கண்டு அவன் அதிர்ச்சியுற்றான். தன்னைப் பின்தொடர்ந்து சாத்தானும் அங்கு வந்திருக்கிறானோ எனச் சந்தேகப்பட்டான். ஏதேனும் பயங்கரமான உருவத்தை எதிர்கொள்வோம் என்றெண்ணி, அவன் திரும்பிப் பார்த்தான். ஆனால் அங்கு ஒன்றுமில்லாதபோது, அவன் திரும்பவும் சொன்னான்:

-என் மனைவியைப் புதைக்க ஏதாவது சிறு உதவியைக் கேட்டுப் பெறலாம் என வந்திருக்கிறேன்.

சூரியன் அவன் முதுகின் உயரத்திற்கு வந்திருந்தது. ஏறத்தாழக் குளிர்படர்ந்த, பூமியிலிருந்து கிளர்ந்தெழும்பிய தூசியால் மங்கித் தெரிந்த, அதிகாலைச் சூரியன்.

பெட்ரோ பராமோவின் முகம் போர்வைகளின் கீழே புதைந்திருந்தது, ஏதோ வெளிச்சத்தில் இருந்து ஒளிந்துகொள்வது போல, அப்போது டாமியானாவின் குரல் உரக்க ஒலித்தது, வயல்களை மீறியும் அது கேட்டது: "டான் பெட்ரோவை அவர்கள் கொல்கிறார்கள்!"

அந்தப் பெண் அலறுவதை அபுண்டியோ மார்டினஸால் கேட்கமுடிந்தது. அவளை எவ்வாறு நிறுத்துவதென்று அவனுக்குத் தெரியவில்லை. தன்னுடைய நினைவுகளைத் தொகுத்துக்கொள்ள அவனால் முடியவில்லை. தொலைவிலுள்ள ஆட்களால் கூட அந்த முதியவளின் அலறல்களைக் கேட்கமுடியும் என்று அவனுக்குத் தோன்றியது. அனேகமாக அவன் மனைவியாலும் அதைக் கேட்கமுடியும் ஏனென்றால் அந்த ஆரவாரம் அவனது காதுகளையும் அதிரடித்தது, என்றாலும் அவள் சொன்னதில் ஒரு வார்த்தை கூட அவனுக்குப் புரியவில்லை. தன்னந்தனியாக, முற்றத்தின் குளிர்காற்றில் வெளியே கிடத்தப்பட்டு, அவளுக்கான படுக்கையில் படுத்திருந்த தன் மனைவியை நினைத்துக் கொண்டான், உடம்பின் துர்நாற்றத்தை மட்டுப்படுத்த அவளை அவன் அங்கே தூக்கிப் போயிருந்தான். அவனுடைய கூக்கா,

நேற்று அவனோடு படுத்துறங்கியபோது அவள் இன்னும் உயிர்ப்போடுதான் இருந்தாள், ஒரு குதிரைக்குட்டியின் துடுக்கோடு, அவனைச் செல்லக்கடி கடித்ததோடு தன்னுடைய மூக்கால் அவனுடையதில் உரசவும் செய்தாள். இதே பெண்மணிதான் அவனுக்குச் சிறிய குட்டிப் பையனைப் பெற்றுக்கொடுத்தாள், பிறந்த சில நொடிகளில் அக்குழந்தை இறந்துபோனது, அனேகமாக அவளின் உடல்நலம் சரியில்லாதது அதற்குக் காரணமாக இருக்கக்கூடும்: சாத்தானின் பார்வை, கூதல், குன்மம், அல்லது பல்வேறு மற்ற பிணிகள், கடைசி நிமிடத்தில் அவளைப் பார்க்கவந்த மருத்துவர் அதைத்தான் சொன்னார், ஆனால் அவருக்குத் தரவேண்டிய பணத்துக்காகத் தன்னுடைய பொதிகழுதைகளை விற்கும் சூழலுக்கு அபுண்டியோ அடிபணிந்தபிறகே அவர் வந்தார். ஆனால் எல்லாம் வீணாகிப்போனது... அவனுடைய கூக்கா, பனியால் மூடுண்டு நீட்டி நிமிர்ந்து படுத்திருந்தாள், அவளின் கண்கள் இறுக்க மூடிக்கொண்டு, இந்தச் சூரியோதயத்தை அல்லது இனிமேல் வரவிருக்கும் எதையும் பார்க்க இயலாதவளாக.

-எனக்கு உதவுங்கள்! - அவன் சொன்னான் -. எனக்குக் கொஞ்சம் பணம் கொடுங்கள்.

ஆனால் அவனால் கூட அவனுடைய வார்த்தைகளைக் கேட்க முடியவில்லை. அந்தப் பெண்ணின் கூச்சல்கள் காதுகளைச் செவிடாக்குவதாக இருந்தன.

கோமாலாவுக்குப் போகும் சாலையில் இருந்து ஒருசில கறுப்புப் புள்ளிகள் நெருங்கி வந்தன. விரைவில் அப்புள்ளிகள் ஆட்களாக மாறின, பிறகு அவர்கள் இங்கே வந்திருந்தார்கள், அவனுக்குப் பக்கத்தில் நின்றார்கள். டாமியானா சிஸ்னெரோஸ் அலறுவதை நிறுத்தினாள். சிலுவைக்குறி போடுவதையும் அவள் நிறுத்தினாள். அவள் தரையின் மீது விழுந்து கிடந்தாள், கொட்டாவி விடுவதைப்போல அவளுடைய வாய் பிளந்திருந்தது.

அங்கு வந்த ஆட்கள் தரையிலிருந்து அவளைத் தூக்கிக்கொண்டு வீட்டுக்குள் சென்றார்கள்.

-நீங்கள் நன்றாக இருக்கிறீர்களா, எஜமானே? - அவர்கள் கேட்டார்கள்.

பெட்ரோ பராமோவின் முகம் தோன்றியது, ஆனால் அவர் செய்ததெல்லாம் தன்னுடைய தலையை அசைத்தது மட்டும்தான்.

உதிரந்தோய்ந்த கத்தியை இன்னும் தன்னுடைய கையில் வைத்திருந்த அபுண்டியோவிடம் இருந்து அவர்கள் அதைப் பறித்தார்கள்.

-எங்களோடு வா - அவர்கள் அவனிடம் சொன்னார்கள் -. நீ பெரிய சிக்கலில் மாட்டிக்கொண்டிருக்கிறாய்.

அவன் அவர்களைப் பின்தொடர்ந்தான்.

நகரத்திற்குள் நுழைவதற்கு முன், தன்னைச் சற்றே ஒதுங்க அனுமதிக்கும்படி அவன் கேட்டுக்கொண்டான். சாலையின் ஓரத்துக்குச் சென்று பித்தநீரைப் போல மஞ்சளாக ஒரு சமாச்சாரத்தை வாந்தியெடுத்தான். நிறைய நிறைய பித்தநீர், ஏதோ பத்து லிட்டர் தண்ணீரைக் குடித்திருந்தான் என்பதாக. அதன் பிறகு அவனுடைய தலை கொதிக்கத் துவங்கி நாக்கும் வீங்கியதைப்போல உணர்ந்தான்:

-நான் குடித்திருக்கிறேன் - என்றான்.

ஆட்கள் தனக்காகக் காத்திருந்த இடத்துக்கு அவன் திரும்பினான். அவர்களுடைய தோள்களின் மீது அவன் சாய்ந்துகொள்ள அவர்கள் அவனை இழுத்துச் சென்றார்கள், காலின் விரல்நுனிகளால் நிலத்தை உழுதபடியே சென்றான் அபுண்டியோ.

அவர்களுக்குப் பின்னால், இன்னும் தனது பிரம்பு நாற்காலியில் அமர்ந்தபடி, அந்த ஊர்வலம் நகரத்தை நோக்கிச் செல்வதை பெட்ரோ பராமோ பார்த்துக்கொண்டிருந்தார். அவர் எழுந்துகொள்ள முயற்சித்தபோது, தனது இடதுகரம் உயிர்ப்பின்றி முழங்காலின் மேல் விழுவதையுணர்ந்தார், ஆனால் அதுபற்றி அவர் எதுவும் நினைக்கவில்லை. கடந்துபோகும் ஒவ்வொரு நாளும் தனது உடம்பின் ஏதேனும் ஒரு புதிய பகுதி செயலற்றுப் போவதைப் பார்ப்பதற்கு அவர் பழகியிருந்தார். இலைகளை உதிர்த்தபடி, சொர்க்க மரம் தள்ளாடுவதை அவர் பார்த்தார். "எல்லோரும் ஒரே பாதையைத்தான் தேர்ந்தெடுக்கிறார்கள். எல்லோரும் போய்விடுகிறார்கள்." பிறகு தன்னுடைய எண்ணங்களை அவர் விட்டுவந்த இடத்துக்குத் திரும்பவும் வந்தார்.

-சூஸன்னா – என்றார். தனது கண்களை மூடினார் –. நான் உன்னைத் திரும்பி வருமாறு அழைத்தேன்...

>>... மிகப்பெரிய நிலவு பூமிக்கு மேலே ஒளிர்ந்துகொண்டிருந்தது. எனது பார்வை மங்கும்வரைக்கும் உன்னையே நான் வெறித்துப் பார்த்தேன். நிலவின் ஒளிக்கீற்றுகள் உன் முகத்தின் மீதிறங்கித் தவழ்ந்தன. நீ வரித்துக்கொள்ளும் தோற்றத்தைப் பார்க்க எனக்கு ஒருபோதும் சலித்ததேயில்லை. மென்மையாக, நிலவொளியால் வருடப்பட்டு. உன்னுடைய பெரிய, ஈரமான உதடுகள் நட்சத்திரங்களோடு சேர்ந்து மின்னின. இரவின் நீர்மையில் உன் உடல் ஒளியூடுருவுவதாக மாறியது. சூஸன்னா, சூஸன்னா சான் ஹுவான்.>>

அந்தக் காட்சியை மனதில் நிலைநிறுத்துவதற்காகத் தனது கையை உயர்த்த அவர் முயற்சித்தார், ஆனால் அவரின் கை, ஏதோ கல்லால் செய்ததைப்போல் பாரமாயிருக்க, கால்களில் இருந்து அதனை உயர்த்த அவரால் முடியவில்லை. மற்றொரு கையை உயர்த்த அவர் தற்போது முயற்சித்தார், ஆனால் அதுவும் பக்கவாட்டில் மெல்ல நழுவி விழுந்து தரையைத் தொட்டது, செயலிழந்து போய்விட்ட தோளுக்கு முட்டுக்கொடுக்கும் ஓர் ஊன்றுகோலைப் போல.

<<இதுதான் என் மரணம்,>> அவர் சொன்னார்.

பூமியைப் போர்த்தியிருந்த அனைத்து சங்கதிகளின் மீதும் சூரியன் அலையலையாக விழுந்து பரவ ஆரம்பித்து, அவற்றின் வடிவத்தை அவற்றுக்கு மீட்டுத் தந்தது. வெறுமையாகவும் பாழடைந்தும், நிலம் அவருக்கு முன்னால் விரிந்து கிடந்தது. வெப்பம் அவருடைய உடம்பைச் சூடாக்கியது. அவரின் கண்கள் அசையவே இல்லை, ஆனால் நிகழ்காலத்தைத் தெளிவற்றதாக மாற்றிவிட்டு ஒரு நினைவிலிருந்து மற்றொன்றுக்குத் தாவிக் கொண்டிருந்தன. திடீரென்று அவரது இதயம் நின்றது, அத்துடன் காலமும் கூட ஒரு முடிவுக்கு வந்துவிட்டதாகத் தோன்றியது. அதோடு சேர்ந்து வாழ்வின் மூச்சுக்காற்றும்.

<<இதுவும் வெறுமனே மற்றொரு இரவாக இல்லாதவரைக்கும்,>> அவர் எண்ணினார்.

ஆவிகளால் இருட்டை நிறைக்கும் இரவுகளைக் கண்டு அவர் அஞ்சினார். அவருடைய கற்பனைத் தோற்றங்களுக்குள் அவை அவரைப் பூட்டி வைத்தன. அதற்குத்தான் அவர் அஞ்சினார்.

<<நான் அவனுக்குத் தர மறுத்த உதவியை மீண்டும் கேட்டு இன்னும் சில மணி நேரங்களில் தனது உதிரந்தோய்ந்த கைகளோடு அபுண்டியோ திரும்பவும் வருவானென்பது எனக்கு உறுதியாகத் தெரியும். மேலும் என்னுடைய விழிகள் அவனைப் பார்க்காமல் தடுப்பதற்கு எனது கைகளால் இயலாது. பகலின் வெளிச்சத்தோடு சேர்ந்து அவனுடைய குரலும் தேய்ந்துபோகும் வரைக்கும், அவனுடைய குரல் மொத்தமாக ஓய்ந்துபோகும் வரைக்கும் அதைக் கேட்கும் நிலைக்கு நான் தள்ளப்படுவேன்.>>

தன்னுடைய தோள்களின் மீது கைகளை உணர்ந்து தன்னை இறுக்கமாக்கிக் கொண்டு அவர் நிமிர்ந்து உட்கார்ந்தார்.

-நான்தான், டான் பெட்ரோ - என்றாள் டாமியானா -. உங்களின் காலையுணவை எடுத்து வரட்டுமா?

பெட்ரோ பராமோ பதிலளித்தார்:

-நானே வருகிறேன். நான் இப்போதே வருகிறேன்.

டாமியானா சிஸ்னெரோஸின் கரங்களில் சாய்ந்துகொண்டு அவர் நடக்க முயற்சித்தார். சில அடிகளுக்குப் பிறகு அவர் விழுந்தார், மனதுக்குள்ளே கெஞ்சினார், ஆனால் ஒருவார்த்தை கூடப் பேசவில்லை. தடாரென்று கீழே விழுந்து, ஏதோ அவரொரு பாறைகளின் குவியல் என்பதைப் போலச் சிதறிப் போனார்.

◯

குறிப்புகள்:

1. ரோடுரன்னர் (Roadrunner) – நீளமான வாலும் கொண்டையும் கொண்ட பறவையினம். மெக்ஸிக்கோவிலும் மத்திய அமெரிக்காவிலும் வாழ்கிறது. தரையில் வேகமாக ஓடக்கூடியது.
2. மரியா ஸாண்டிசிமா டெல் ரெஃப்யூஜியோ (Maria Santisima del Refugio) – புனித மேரியின் உருவப் படம்.
3. டூரிகாட்டா (Turicata) – காய்ச்சலைப் பரப்பும் உண்ணிகள்.
4. சொம்ப்ரேரோ (Sombrero) – அகலமான விளிம்புகளைக் கொண்ட தொப்பி.
5. லா குவாரகா (La Cuarraca) – கால்களை நொண்டி நடப்பவர்களைக் கேலியாகக் குறிப்பிடப் பயன்படும் ஸ்பானிய வசைச் சொல்.
6. புல்க்கே (Pulque) – மாகுவே தாவரங்களில் இருந்து தயாரிக்கப்படும் மெக்ஸிக்கச் சாராயம்.
7. மில்பா (Milpa) – விளைநிலங்களைக் குறிப்பிடும் சொல்.
8. ப்ராமன் (Brahman) – இந்தியாவைப் பூர்வீகமாகக் கொண்ட கலப்பின மாடுகள். பெரும்பாலும் உணவாகப் பயன்படுத்தப்படுகிறது.
9. சான் பஸ்குவால் பைலோன் (San Pascual Bailon) – பதினாறாம் நூற்றாண்டைச் சேர்ந்த புனிதர். ஸ்பெயினில் பிறந்தவர்.
10. செரூபுகள் (Cherubium) – நான்கு முகங்களைக் கொண்ட தேவதைகள். கடவுளின் படைப்புக்கும் அவரின் அதிகாரத்துக்கும் குறியீடாக விளங்குபவை.
11. செரஃபுகள் (Seraphim) – ஆறு இறக்கைகளுடன் கூடிய, நெருப்பைப் போன்ற தேவதைகள்.
12. குவார்ட்டிலோ (Cuartillo) – 1.2 லிட்டருக்கு ஈடான அளவை.
13. கூக்கா (Cuca) – பெண்களைக் குறிக்கும் வசைச் சொல்.